മതവിശ്വാസവും
കമ്മ്യൂണിസ്റ്റുകാരും

mathaviswasavum
communistukarum

•

ems

•

first edition
march 2010

•

second edition
november 2012

•

third edition
january 2015

•

typesetting & published
chintha publishers, thiruvananthapuram

•

printed at
Repro India Ltd, Mumbai.

•

cover
vinod

•

price
rupees one hundred and twenty five only

വിതരണം

ദേശാഭിമാനി ബുക്ക് ഹൗസ്

H O തിരുവനന്തപുരം–695 035
phone: 0471-2303026, 6063026
www.chinthapublishers.com
chinthapublishers@gmail.com

ബ്രാഞ്ചുകൾ

ഹെഡ്ഡാഫീസ് ബ്രാഞ്ച് കുന്നുകുഴി • സ്റ്റാച്യു തിരുവനന്തപുരം • കെ എസ് ആർ ടി സി ബസ് സ്റ്റേഷൻ ആലപ്പുഴ • കെ എസ് ആർ ടി സി ബസ് സ്റ്റേഷൻ എറണാകുളം • ചിറ്റൂർ റോഡ് എറണാകുളം • മച്ചിങ്ങൽ ലെയ്ൻ തൃശൂർ • ഐ ജി റോഡ് കോഴിക്കോട് • മാവൂർ റോഡ് കോഴിക്കോട് • എൻ ജി ഒ യൂണിയൻ ബിൽഡിങ് കണ്ണൂർ • സെൻട്രൽ ബസ് ടെർമിനൽ കോംപ്ലക്സ് താവക്കര കണ്ണൂർ

CR - 1425 / 3597

മതവിശ്വാസവും കമ്യൂണിസ്റ്റുകാരും

ഇ എം എസ്

ചിന്ത പബ്ലിഷേഴ്സ്
തിരുവനന്തപുരം-695 035
വില: ₹ 125

ഉള്ളടക്കം

1

ജാതിവ്യവസ്ഥയും പഴിയും

പുരോഗമന തൊഴിലാളി പ്രസ്ഥാനത്തിന്റെ വർഗപരമായ ഐക്യത്തിന് എപ്പോഴും വിഘാതം സൃഷ്ടിച്ച ഒരേർപ്പാടാണ് ഇന്നത്തെ സാമൂഹ്യഘടനയിലെ ജാതിവ്യവസ്ഥ. വർഗരഹിതസമൂഹത്തിന്റെ സൃഷ്ടിക്കുവേണ്ടി പ്രതിജ്ഞാബദ്ധമായ കമ്യൂണിസ്റ്റ് പ്രസ്ഥാനവും അതിനു നേതൃത്വം നൽകുന്ന നമ്മുടെ പാർട്ടിയും ജാതിവ്യവസ്ഥക്കെതിരായി ഏതെങ്കിലും ഏകീകൃതപ്രസ്ഥാനങ്ങൾക്ക് നേതൃത്വം നൽകിക്കാണാത്തതെന്താണ്? മിശ്രവിവാഹങ്ങൾക്ക് യുവാക്കളെ പ്രോത്സാഹിപ്പിക്കുന്നതുൾപ്പെടെയുള്ള കാര്യങ്ങൾക്ക് നേതൃത്വം കൊടുത്തുകൂടെ?

സുരേന്ദ്രൻ
പെരുമ്പാവൂർ

ജാതി വ്യവസ്ഥയും അതിൽ നിന്നുളവാകുന്ന സാമൂഹ്യപ്രശ്നങ്ങളും വർഗസമരത്തിന്റെയും രാഷ്ട്രീയത്തിന്റേതുമായ പ്രശ്നങ്ങളിൽനിന്നു ഒഴിഞ്ഞുനിൽക്കുന്നില്ല. അവയെ മറ്റെല്ലാ പ്രശ്നങ്ങളിൽനിന്നും മാറ്റിനിർത്തി അവയ്ക്കു മാത്രമായി പരിഹാരം കാണാൻ ശ്രമിക്കുന്നതു യാഥാർഥ്യങ്ങൾക്കു നിരക്കുന്നതല്ല.

നൂറ്റാണ്ടുകളായി നിലനിന്നുവരുന്നതാണെങ്കിലും ജാതിവ്യവസ്ഥയുടെ ഭൗതികമായ അടിത്തറ ഇളകിക്കഴിഞ്ഞു. മുതലാളിത്ത സാമൂഹ്യവ്യവസ്ഥ വളരുന്ന തോതിൽ ജാതിവ്യവസ്ഥയുടെ ശക്തിയും കുറഞ്ഞുവരികയാണ്.

മറ്റെല്ലാ വസ്തുക്കളുമെന്നപോലെ മനുഷ്യന്റെ അധ്വാനശക്തിയും ഒരു ചരക്കായി മാറിക്കഴിഞ്ഞ സാഹചര്യത്തിൽ ജാതിയെ അടിസ്ഥാനമാക്കിയ തൊഴിൽ വിഭജനവും ഉച്ചനീചത്വങ്ങളും തുടരാൻ വയ്യാ. ഇന്ന ജാതി

യിൽ ജനിച്ചവർക്കു ഇന്ന ജോലി എന്ന വ്യവസ്ഥ ഇപ്പോൾ തന്നെ മിക്കവാറും തകർന്നു കഴിഞ്ഞിരിക്കുന്നു. സാമ്പത്തിക കഴിവുണ്ടെങ്കിൽ അധഃകൃതരായിട്ടുപോലും കൂടിക്കഴിയാൻ ഉയർന്ന ജാതിക്കാർക്കു മടിയില്ലാത്ത ഒരു സാഹചര്യം വളർന്നുവന്നിരിക്കുന്നു. നേരേമറിച്ച്, സാമ്പത്തിക കഴിവില്ലാത്തവർ എത്ര ഉയർന്ന ജാതിയിൽപ്പെട്ടാലും ഗതിയില്ല. അത്തരം ഒരു വ്യവസ്ഥയാണു മുതലാളിത്തം.

പക്ഷേ, കമ്യൂണിസ്റ്റ് (മാർക്സിസ്റ്റ്) പാർട്ടിയുടെ പരിപാടിയിൽ ചൂണ്ടിക്കാണിക്കുന്നതുപോലെ, ഇന്ത്യയുടെ മുതലാളിത്ത വികസനം തുടങ്ങിവച്ച ബ്രിട്ടീഷ് ഭരണാധികാരികളോ അതിന്റെ പ്രക്രിയ തുടരുന്ന കോൺഗ്രസ് ഭരണാധികാരികളോ ജാതിവ്യവസ്ഥയുടെ അടി തകർക്കുകയുണ്ടായില്ല. നേരെ മറിച്ചു, ജാതി വ്യവസ്ഥയടക്കം പല പ്രാങ് മുതലാളിത്ത സ്ഥാപനങ്ങളോടും സന്ധിചെയ്തുകൊണ്ടാണ് അവരിവിടെ മുതലാളിത്തം വളർത്തിക്കൊണ്ടിരിക്കുന്നത്. ജാതിയടക്കമുള്ള പ്രാങ് മുതലാളിത്ത വ്യവസ്ഥയുടെ അവശിഷ്ടങ്ങളും വളർന്നു വരുന്ന മുതലാളിത്തവും ഇടകലർന്നു സമ്മിശ്രമായ ഒരു സാമൂഹ്യവ്യവസ്ഥയാണ് ഇവിടെ നിലവിലുള്ളതെന്നർഥം.

ഈ സമ്മിശ്ര സാമൂഹ്യ വ്യവസ്ഥയ്ക്കെതിരായ സമരത്തിലെ മുഖ്യഘടകമാകട്ടെ തൊഴിലാളിവർഗ നേതൃത്വത്തിൽ അധ്വാനിക്കുന്ന ബഹുജനങ്ങളെല്ലാം അണിനിരന്നു നടത്തുന്ന സമരമാണുതാനും.

സമരത്തിൽ പങ്കുചേരുന്ന ജനലക്ഷങ്ങളിലോരോരുത്തരിലും ജാതിമതാദി ചിന്തയുടെ അവശിഷ്ടങ്ങൾ കാണും. അതുപയോഗിച്ചു വിവിധ ജാതി മത വിഭാഗങ്ങളിൽപ്പെട്ട ബഹുജനങ്ങളുടെ ഐക്യം തകർക്കാൻ ഭരണവർഗങ്ങൾ ശ്രമിക്കുകയും ചെയ്യും.

പക്ഷേ, സ്വന്തം ജീവിതാനുഭവങ്ങളിൽനിന്നും വർഗസമരത്തിന്റെ തന്നെ അനുഭവത്തിൽനിന്നും അധ്വാനിക്കുന്ന ബഹുജനങ്ങൾ ജാതിമതാദി ചിന്തകൾക്കതീതമായി പോരാടുന്ന ഒരു വർഗമായി മാറും. സ്വന്തം ജാതി-മതാദി വിഭാഗങ്ങളിൽപ്പെട്ട ചൂഷക-ചൂഷിത വിഭാഗങ്ങൾ തമ്മിലല്ല, എല്ലാ ജാതി-മതാദിവിഭാഗങ്ങളിലുംപെട്ട ചൂഷിതർ തമ്മിലാണ് ഐക്യം. മറ്റു ജാതിമത വിഭാഗങ്ങളിൽപ്പെട്ടവരോടല്ല സ്വന്തക്കാരടക്കം ചൂഷകവർഗങ്ങൾക്കെതിരായാണ് സമരം — ഈ ബോധം അവരിൽ പരക്കാൻ തുടങ്ങും.

വർഗസമരത്തിന്റേതായ ഈ ബോധം എല്ലാ ജാതി-മതവിഭാഗങ്ങളിലുംപെട്ട അധ്വാനിക്കുന്ന ബഹുജനങ്ങളിൽ പരത്തലാണ് ജാതിവ്യവസ്ഥ അതിവേഗത്തിൽ അവസാനിപ്പിക്കാനുള്ള ഏറ്റവും ഫലപ്രദമായ മാർഗം. വർഗബോധം വളർത്തി ജാതിമതാദി ചിന്തയുടെ മുരടറുക്കാനുള്ള ഈ പ്രവർത്തനത്തിൽനിന്നും ജാതി നശീകരണ പ്രസ്ഥാനത്തെ ഒറ്റപ്പെടുത്തിക്കാണാനല്ലേ ചോദ്യകർത്താവു ശ്രമിക്കുന്നതെന്നു സംശയിക്കേണ്ടിയിരിക്കുന്നു. ഈ സംശയം അസ്ഥാനത്താണെങ്കിൽ വർഗസംഘടനകൾ വളർത്തി വർഗസമരം സംഘടിപ്പിക്കുകയെന്ന മുഖ്യജോലിക്കു സഹായകമാകത്തക്കവിധം ജാതി നശീകരണപ്രസ്ഥാനം സംഘടിപ്പിക്കുകയെന്ന പാർട്ടിയുടെ സമീപനത്തോട് അദ്ദേഹം യോജിക്കും.

പരസ്പരം സ്നേഹിക്കുന്ന യുവതീയുവാക്കന്മാർക്കു വിവാഹിതരാകുന്നതിനും ജാതിമതാദി പരിഗണനകൾ തടസമാവരുതെന്നാണല്ലോ

മിശ്രവിവാഹാദർശത്തിന്റെ കാതലായ ഭാഗം. ഇതു പ്രയോഗത്തിൽ വരുത്തുന്നതിനു തികച്ചും അനുകൂലമായ സാഹചര്യം സൃഷ്ടിക്കുന്നതു വർഗസമരവും അതിനുവേണ്ടി ഉടലെടുക്കുന്ന വർഗസംഘടനകളും രാഷ്ട്രീയ പാർട്ടികളുമാണ്. ഇതെല്ലാം സംബന്ധിച്ച പ്രവർത്തനത്തിൽ പരസ്പരം ഇടപഴകുന്ന യുവതീയുവാക്കളാണു സ്നേഹബദ്ധരും വിവാഹിതരുമാകുന്നത്.

ഈ അർഥത്തിൽ, വർഗസമരം സംബന്ധിച്ച പ്രവർത്തനം വിപുലവും വ്യാപകവുമാക്കാൻ വേണ്ടി നടക്കുന്ന പൊതുപ്രവർത്തനം തന്നെയാണ് ചോദ്യത്തിൽ സൂചിപ്പിക്കുന്ന 'ജാതി വ്യവസ്ഥയ്ക്കെതിരായ ഏകീകൃതപ്രസ്ഥാനം' അതിനു മിശ്രവിവാഹപ്രചരണം സഹായകമാകുമെന്ന കാരണത്താൽ പാർട്ടി അതിനു പിന്തുണ നൽകുന്നു. പക്ഷേ, വർഗസമരം സംഘടിപ്പിക്കുകയെന്ന മുഖ്യജോലിക്കു സഹായകമായ ഒരു ജോലി മാത്രമാണത്.

(03.11.1972)

2

പ്രാദേശിക സ്വയംഭരണം

പ്രാദേശിക സ്വയംഭരണ സ്ഥാപനങ്ങളിലും നിയമസഭകളിലും തിരഞ്ഞെടുപ്പിലൂടെ കടന്നുചെല്ലുകയും ഭൂരിപക്ഷമുണ്ടെങ്കിൽ ഭരണഭാരം ഏറ്റെടുക്കുകയും ചെയ്യുന്നതും, സമുദായ സംഘടനകളിലും ആരാധനാകേന്ദ്രങ്ങളിലും തിരഞ്ഞെടുപ്പിലൂടെ ഭൂരിപക്ഷം നേടി ഭരണം നടത്തുന്നതും അന്തിമ വിശകലനത്തിൽ ഒന്നുതന്നെയല്ലേ? രണ്ടാമത്തെ തരത്തിലുള്ള പ്രവർത്തനംകൊണ്ട് കമ്യൂണിസ്റ്റ് (മാർക്സിസ്റ്റ്) പാർട്ടിക്കു ഗുണമാണോ ദോഷമാണോ ഉണ്ടാകുക?

പി കെ ബാലൻ

പുന്നപ്ര

പ്രാദേശിക സ്വയംഭരണസ്ഥാപനങ്ങളും നിയമസഭയും പാർലമെന്റുമെല്ലാം ഭരണയന്ത്രത്തിന്റെ ഭാഗമാണ്. എത്ര ചുരുങ്ങിയ തോതിലും താൽക്കാലികവുമായിട്ടായാലും, ഈ സ്ഥാപനങ്ങളിൽ കടന്നുകൂടാൻ കഴിയുന്ന ഒരു വിപ്ലവ-പാർട്ടിക്ക് ആ സ്ഥാനമുപയോഗിച്ച് വിപ്ലവശക്തികളെ ബലപ്പെടുത്താനും പിന്തിരിപ്പൻ ശക്തികളെ ക്ഷീണിപ്പിക്കാനും കഴിയും.

ബ്രിട്ടീഷ് പാർലമെന്റിൽ ഒരേയൊരു കമ്യൂണിസ്റ്റ് മെമ്പറായിരുന്ന ഷപ്പൂർജി സക്ലത്ത്‌വാലയും പിന്നീട് വില്യം ഗാലാക്കറും നടത്തിയ ഐതിഹാസിക സമരം മുതൽ 1957-ലും 1967-ലും ഇന്ത്യയിൽ (കേരളത്തിലും ബംഗാളിലും) രൂപംകൊണ്ട മന്ത്രിസഭകളുടെ പ്രവർത്തനംവരെ ലോകത്തിൽ പലേടത്തും തൊഴിലാളിവർഗ പാർട്ടികൾ പാർലമെന്ററി സമരത്തിന്റെ രംഗത്ത് സൃഷ്ടിച്ച മാതൃക പ്രസിദ്ധമാണ്.

ബൂർഷ്വാ കോടതികളെയും ഇതേപോലെ ഉപയോഗപ്പെടുത്താൻ തൊഴിലാളിവർഗ വിപ്ലവകാരികൾ സദാ ശ്രമിച്ചിട്ടുണ്ട്. അതിന്റെ ആദ്യത്തെ ഉജ്വല

മാതൃകയാണ് കൊളോൺ നഗരത്തിൽ വച്ചുനടന്ന ഒരു കേസ് വിചാരണയിൽ പ്രതിയായിരുന്ന കാൾ മാർക്സ് കോടതി വിചാരണയുടെ രംഗമുപയോഗിച്ച് മുതലാളിത്ത സാമൂഹ്യവ്യവസ്ഥയെ തുറന്ന് കാട്ടുകയും താൻ പ്രതിനിധാനം ചെയ്യുന്ന ആശയങ്ങൾ ലോകത്തിന്റെ മുമ്പിൽ വിശദീകരിക്കുകയും ചെയ്തത്. പ്രോസിക്യൂഷനെയും ജഡ്ജിയെയും പ്രതിക്കൂട്ടിലാക്കിക്കൊണ്ടുള്ള ഈ രീതി മാർക്സിന് ശേഷമുള്ള തൊഴിലാളിവർഗ വിപ്ലവകാരികൾ പ്രയോഗിക്കാവുന്നിടത്തെല്ലാം പ്രയോഗിച്ചിട്ടുണ്ട്.

ഇതിന്റെ ഏറ്റവും ഉജ്വലമായ മാതൃകയാണ് നാസിഭരണ കാലത്ത് ജർമനിയിലെ ലൈപ്സിഗിൽവച്ച് നടന്ന റൈഷ് സ്റ്റാഗ് കേസിൽ പ്രതിയായിരുന്ന ജോർജി ദിമിത്രോവിന്റെ നടപടി. നാസിഭരണത്തിന്റെ നാട്ടിൽ വച്ചു തന്നെ, ആ ഭരണത്തിന്റെ ഭാഗമായ ഒരു കോടതിക്കകത്തുവച്ച് നാസിഭരണാധികാരികളെ വെല്ലുവിളിക്കുകയും അവരുടെ നാശം അനിവാര്യമാണെന്നു മുന്നറിയിപ്പു നൽകുകയും ചെയ്ത ദിമിത്രോവ് ഇതെഴുതുന്ന ആൾ അടക്കം ലോകത്തിലെങ്ങുമുള്ള വിപ്ലവകാരികളെ കോൾമയിർ കൊള്ളിക്കുകയുണ്ടായി.

ഇന്ത്യയിലും ചരിത്രപ്രസിദ്ധമായ മീറത്ത് ഗൂഢാലോചനക്കേസിൽ കമ്യൂണിസ്റ്റ് പ്രതികൾ ഈ മാതൃകയാണ് അനുസരിച്ചത്, ഇന്ത്യൻ കമ്യൂണിസ്റ്റ് പ്രസ്ഥാനം എന്തിനുവേണ്ടി നിലകൊള്ളുന്നുവെന്നും, എന്തുകൊണ്ട് ബ്രിട്ടീഷ് ഭരണാധികാരികൾ ഈ പ്രസ്ഥാനത്തിനെതിരായി മർദനം അഴിച്ചുവിടുന്നുവെന്നും, ലക്ഷോപലക്ഷം ജനങ്ങൾക്ക് വിവരിച്ച് കൊടുക്കാനുള്ള ഒരു സന്ദർഭമായാണ് അതുപയോഗിച്ചത്.

ചുരുക്കത്തിൽ വിപ്ലവസമരങ്ങൾ നടത്തുന്ന ഒരു പാർട്ടിക്ക് സമർഥമായി ഉപയോഗിക്കാവുന്ന രംഗങ്ങളാണ് പാർലമെന്റും നിയമസഭകളും പ്രാദേശിക സ്വയംഭരണസ്ഥാപനങ്ങളുമെല്ലാം. അവയെ തന്നെ അവസരവാദപരമായി ഉപയോഗിക്കാനുള്ള പ്രവണതക്കെതിരായി നിതാന്തജാഗ്രത പുലർത്തണമെന്നുമാത്രം.

ഇതല്ല സമുദായ സംഘടനകളുടെയും ആരാധനാകേന്ദ്രങ്ങളുടെയും സ്ഥിതി. തൊഴിലാളി വർഗത്തിന്റെയും സഖ്യശക്തികളുടെയും ഐക്യം തകർക്കുന്ന ആശയഗതികളും പ്രവർത്തന രീതികളും കൊണ്ടു നിറഞ്ഞതാണ് ഈ സംഘടനകളും ആരാധനാകേന്ദ്രങ്ങളും.

എല്ലാ സമുദായങ്ങളിലുംപെട്ട സാധാരണക്കാരെ ഒരേ കൊടിക്കീഴിൽ അണിനിരത്തുന്നതിനു പകരം ഒരേ സമുദായത്തിൽപ്പെട്ട പ്രമാണിമാരെയും ബഹുജനങ്ങളെയും ഒന്നിപ്പിക്കാനാണ് സമുദായ സംഘടനകൾ ശ്രമിക്കുന്നത്.

ആരാധനാ കേന്ദ്രങ്ങളാകട്ടെ, പലതരം അന്ധവിശ്വാസങ്ങൾ ജനങ്ങളിൽ കുത്തിവച്ച് അവരുടെ വിപ്ലവതൽപ്പരതയെ തല്ലിക്കെടുത്തുന്ന കേന്ദ്രങ്ങളാണ്.

അതുകൊണ്ട് സമുദായ സംഘടനകളുടെയും ആരാധനാ കേന്ദ്രങ്ങളുടെയും മൗലിക നിലപാടിനെതിരായി നിരന്തരമായ ആശയസമരം നടത്താൻ തൊഴിലാളിവർഗ വിപ്ലവപാർട്ടിക്ക് ബാധ്യതയുണ്ട്.

പക്ഷേ, പാർട്ടിയുടെ ഈ വിപ്ലവ സമീപനമനുസരിച്ച് പ്രവർത്തിക്കു

മ്പോൾ സ്ഥലകാലഭേദങ്ങളൊന്നും നോക്കാതെ എല്ലായിടത്തും ഒരേ സമീപനമംഗീകരിക്കാൻ ശ്രമിക്കുന്നത് ഒരു വിപ്ലവപാർട്ടിക്ക് യോജിച്ചതല്ല.

ഉദാഹരണത്തിന്, വർഗസംഘടനകൾ വളർന്നുവരുന്നതിനുമുമ്പ് പിന്നോക്ക സമുദായക്കാർ സാമുദായികാടിസ്ഥാനത്തിലാണ് നമ്മുടെ നാട്ടിൽ സംഘടിച്ചത്. അന്നവരുടെ മുന്നോക്കജാതിവിരുദ്ധ പ്രസ്ഥാനത്തിന് വർഗസമരത്തിന്റേതായ ഉള്ളടക്കം ഭാഗികമായി ഉണ്ടായിരുന്നു. അതുകൊണ്ടാണ് വർഗസംഘടനകൾ കെട്ടിപ്പടുക്കാൻ ശ്രമിച്ച സോഷ്യലിസ്റ്റുകാരും കമ്യൂണിസ്റ്റുകാരും സമുദായ സംഘടനകളിൽ സജീവമായി പ്രവർത്തിച്ചത്.

ഇന്നത്തെ സ്ഥിതി അതല്ല. പിന്നോക്ക സമുദായങ്ങളിൽപ്പെട്ട ജനസാമാന്യം ജാതി മതാദിപരിഗണനകൾക്കതീതമായ വർഗ സംഘടനകളിൽ പെട്ടുവരികയാണ്. അവയുടെ വളർച്ചയെ തടയാനും ഐക്യം തകർക്കാനുമാണ് സമുദായ സംഘടനകൾ ഇന്ന് പ്രയോജനപ്പെടുന്നത്. അതുകൊണ്ട് തൊഴിലാളി വർഗ വിപ്ലവകാരികൾ ഇന്നീ സംഘടനകളിൽ സജീവപ്രവർത്തനം നടത്തിയാലത് വിപ്ലവപ്രസ്ഥാനത്തെയല്ല അതിനെതിരായ സമുദായ നേതാക്കളുടെ പിളർപ്പൻ ശ്രമങ്ങളെയാണ് ശക്തിപ്പെടുത്തുക.

അതേ അവസരത്തിൽ, 'സമുദായ സംഘടനകളെ എതിർക്കുക'യെന്ന പേരിൽ മുന്നോക്ക–പിന്നോക്ക സമുദായ സംഘടനകളെ ഒരേ തുലാസിലിട്ട് തൂക്കുകയോ പിന്നോക്ക സമുദായ സംഘടനകൾ ഉയർത്തുന്ന മുദ്രാവാക്യങ്ങളെ അടച്ചാക്ഷേപിക്കുകയോ ചെയ്തുകൂടാ. അത് സമുദായ സംഘടനാ നേതാക്കളുടെ പിളർപ്പൻ ശ്രമത്തെയാണ് ശക്തിപ്പെടുത്തുക.

പിന്നോക്ക സമുദായങ്ങളിൽപ്പെട്ട പാവപ്പെട്ടവർക്കും ഇടത്തരക്കാർക്കും കിട്ടേണ്ട പ്രത്യേക ആനുകൂല്യങ്ങൾ ന്യായമാണെന്ന് മുന്നോക്ക സമുദായങ്ങളിൽ പെട്ടവരെക്കൂടി ധരിപ്പിച്ച്, തൊഴിലാളിവർഗ വിപ്ലവ പ്രസ്ഥാനത്തിന്റെ മുദ്രാവാക്യങ്ങളിലൊന്നായി അതംഗീകരിക്കാൻ എല്ലാ സമുദായങ്ങളിലും പെട്ട പാവപ്പെട്ടവരെയും ഇടത്തരക്കാരെയും പ്രേരിപ്പിക്കുന്നതോടൊപ്പം ഈ സമുദായ സംഘടനാ നേതാക്കളോട് വിട്ടുവീഴ്ചയില്ലാത്ത നിലപാടെടുക്കണമെന്നർഥം.

ആരാധനാകേന്ദ്രങ്ങളുടെ കാര്യത്തിലാകട്ടെ, അങ്ങേയറ്റത്തെ ജാഗ്രതയോടുകൂടി മാത്രമേ പ്രവർത്തിക്കാവൂ. തൊഴിലാളിവർഗ വിപ്ലവപ്രസ്ഥാനത്തിന്റെ അണിയിലുള്ളവരിൽ ബഹുഭൂരിപക്ഷം മതവിശ്വാസികളാണെന്നും, അവരുടെ വികാരങ്ങളെ വ്രണപ്പെടുത്തുന്നത് വിപ്ലവപ്രസ്ഥാനത്തെ ക്ഷീണിപ്പിക്കാനേ സഹായിക്കൂയെന്നുമുള്ള സംഗതി ഒരിക്കലും മറക്കരുത്.

കൂടാതെ, ആരാധനാകേന്ദ്രങ്ങളിൽ പ്രവർത്തിക്കുന്ന പുരോഹിതാദി വിഭാഗങ്ങളിൽ പുരോഗമന ശക്തികൾ വളർന്നുവരുന്നുണ്ടെന്ന വസ്തുതകൂടി കണക്കിലെടുക്കണം. ഈ വിഭാഗങ്ങളുമായി സഹകരിച്ച് വിപ്ലവ പ്രസ്ഥാനത്തിന്റെ വ്യാപ്തിയും ശക്തിയും വർധിപ്പിക്കാനുള്ള ഒരു സന്ദർഭവും വിട്ടുകളയരുത്. (20.7.1973)

3

മതത്തെക്കുറിച്ചുള്ള കാഴ്ചപ്പാട്

ദേശാഭിമാനി സ്റ്റഡി സർക്കിളിന്റെ ലക്ഷ്യ പ്രഖ്യാപന രേഖയുടെ കരട് തയ്യാറാക്കിയ പണ്ഡിതനായ തായാട്ട് ശങ്കരൻ പറയുന്നു, 'മതത്തെയും ആത്മീയതയെയും ആസ്തിക്യബോധത്തെയും വ്യക്തിപരമായി വിട്ടിട്ട്, അതിന്റെ പേരിൽ പ്രചരിപ്പിക്കുന്ന അന്ധവിശ്വാസങ്ങളെയും, മതനേതാക്കളുടെ ആധിപത്യത്തെയും നാം ചെറുക്കണം' എന്ന്. എന്നാൽ, 'സോഷ്യലിസ്റ്റുകാരായ തൊഴിലാളിവർഗത്തിന്റെ പാർട്ടിയെ സംബന്ധിച്ചിടത്തോളം മതം ഒരു സ്വകാര്യ വിഷയമല്ല' എന്ന് (*ചിന്ത*, ലക്കം 43) മഹാനായ ലെനിനും ഇതേ അർഥത്തിൽ തന്നെ യുക്തിവാദി സംഘടനകളെ പരാമർശിച്ചുകൊണ്ടുള്ള 'ചോദ്യങ്ങൾക്ക് മറുപടി' (*ചിന്ത*, ലക്കം 44)യിൽ താങ്കളും അഭിപ്രായപ്പെട്ടു കാണുന്നു. പരസ്പരം പൊരുത്തപ്പെടാത്തവയല്ലേ ഈ രണ്ട് അഭിപ്രായങ്ങൾ?

ഡി ശിവൻ
വടക്കര പറവൂർ

ലെനിൻ നൽകിയ നിർദേശവും അതിനെ ആസ്പദമാക്കിക്കൊണ്ട് ചോദ്യോത്തരപംക്തിയിൽ ഞാൻ പറഞ്ഞതും മാർക്സിസം–ലെനിനിസത്തെ ആസ്പദമാക്കി പ്രവർത്തിക്കുന്ന വിപ്ലവപാർട്ടിക്ക് മതത്തോടുള്ള സമീപനമെന്തെന്ന പ്രശ്നമാണ് കൈകാര്യം ചെയ്യുന്നത്.

ദേശാഭിമാനി സ്റ്റഡിസർക്കിൾ മാർക്സിസം–ലെനിനിസത്തെ ആസ്പദമാക്കി പ്രവർത്തിക്കുന്ന ഒരു വിപ്ലവപാർട്ടിയല്ല. മാർക്സിസ്റ്റ്–ലെനിനിസ്റ്റുകാരും ബൂർഷ്വാ ജനാധിപത്യ വാദികളും ഗാന്ധിയിസ്റ്റ് ചിന്താഗതിക്കാരും മറ്റുമടങ്ങുന്ന ഒരു സംഘടനയാണത്. മതപരമായ സംഘടനക

ളിൽ നേതൃത്വപരമായ പങ്ക് വഹിക്കുന്ന പുരോഹിതന്മാർക്കുപോലും അതിൽ സ്ഥാനമുണ്ട്.

ഇത്തരമൊരു സംഘടനയുടെ പ്രവർത്തനത്തിനടിസ്ഥാനമായ ലക്ഷ്യ പ്രഖ്യാപനരേഖയിലാണ് ചോദ്യകർത്താവുദ്ധരിക്കുന്ന തായാട്ടിന്റെ പരാമർശം വന്നത്. അക്കാര്യത്തിൽ എല്ലാ വിഭാഗങ്ങളിലുംപെട്ട പുരോഗമനവാദികളെ ഒന്നിപ്പിക്കുന്നത് "അന്ധവിശ്വാസങ്ങളെയും മതനേതാക്കന്മാരുടെ ആധിപത്യത്തെയും ചെറുക്കുക" എന്നതാണ്.

മുകളിൽ സൂചിപ്പിച്ച തരത്തിൽ മതസംഘടനകളിൽ സജീവമായി പ്രവർത്തിക്കുന്ന പുരോഹിതന്മാർപോലും സ്റ്റഡിസർക്കിളിന്റെ പ്രവർത്തനത്തിൽ പങ്കെടുക്കുന്നു എന്ന് കരുതുക. അവരും 'മതനേതാക്കളുടെ ആധിപത്യത്തെ' ചെറുക്കാൻ ബാധ്യതപ്പെട്ടിരിക്കുന്നു. അതേ അവസരത്തിൽ 'മതത്തെയും ആത്മീയതയെയും ആസ്തിക്യബോധത്തെയും' മുറുകെ പിടിക്കാൻ അവർക്ക് സ്വാതന്ത്ര്യമുണ്ട്. അവയ്ക്കെതിരായി സമരം നടത്താൻ മാർക്സിസ്റ്റ്–ലെനിനിസ്റ്റുകാർക്ക് അവകാശവുമുണ്ട്.

മാർക്സിസം–ലെനിനിസത്തെ ആസ്പദമാക്കി പ്രവർത്തിക്കുന്ന വിപ്ലവ തൊഴിലാളിവർഗ പാർട്ടി, മാർക്സിസ്റ്റ്–ലെനിനിസ്റ്റുകാരോടൊപ്പം മറ്റു പല ചിന്താഗതിക്കാരും കൂടി ഉൾക്കൊള്ളുന്ന ഒരു സംഘടന—ഇവ തമ്മിൽ കൂട്ടിക്കുഴയ്ക്കുന്നതാണ് ചോദ്യകർത്താവിന് പറ്റുന്ന തെറ്റ്. (11.10.1974)

4

പാർട്ടിയും മതവിശ്വാസികളും തമ്മിലുള്ള ഐക്യം

മതത്തെപ്പറ്റിയും ഈശ്വരനെപ്പറ്റിയും മാർക്സിസത്തിന്റെ കാഴ്ചപ്പാടെന്താണ്? ഇന്ത്യയിൽ ഭൂരിപക്ഷം ജനങ്ങളും അന്ധവിശ്വാസങ്ങളുടെയും അനാചാരങ്ങളുടെയും അടിമകളല്ലേ? ഇതിന്റെ കേന്ദ്രബിന്ദു ഈശ്വരനല്ലേ? ഇത്തരം അന്ധവിശ്വാസങ്ങൾക്കും അനാചാരങ്ങൾക്കും അടിമകളായ ജനങ്ങൾ നമ്മുടെ ലക്ഷ്യത്തിന് തടസമല്ലേ? അപ്പോൾ നിരീശ്വരവാദത്തിന്റെ വസ്തുതകളും പരമാർഥങ്ങളും ജനങ്ങളെ ധരിപ്പിക്കേണ്ട ആവശ്യകത വളരെ വലുതല്ലേ?

ടി ഡി ശശിധരൻ
ചരൾ

പാർട്ടിയും മതവും തമ്മിൽ പ്രായോഗികതലത്തിൽ യോജിക്കാൻ കഴിയും എന്ന് സഖാവ് പ്രസ്താവിക്കുകയുണ്ടായല്ലോ. എന്നാൽ മാർ ക്സിസ്റ്റ് പാർട്ടിയും മതസ്ഥാപനങ്ങളും തമ്മിൽ ആശയപരമായിത്തന്നെ പ്രത്യക്ഷത്തിൽ ഏറ്റുമുട്ടലുകൾ നടക്കുമ്പോൾ, പ്രത്യേകിച്ച് മാർക്സിസം ലെനിനിസത്തിൽ വിശ്വസിക്കുന്ന ഒരു പാർട്ടിക്ക് മതങ്ങളെ പ്രായോഗികതലത്തിൽ യോജിപ്പിക്കാൻ കഴിയും എന്ന് പറയുമ്പോൾ സ്വാഭാവികമായും ആശയക്കുഴപ്പത്തിന് വഴിവെക്കുന്നു. ഒന്ന് വ്യക്തമാക്കിയാൽ കൊള്ളാം.

ടി വി കുഞ്ഞിക്കണ്ണൻ
കുക്കാനം കരിവെള്ളൂർ

മതങ്ങളും ഈശ്വരവിശ്വാസവും വെറുതെ ഉണ്ടായതല്ല, ആരെങ്കിലും ഒരാൾ ബോധപൂർവം സൃഷ്ടിച്ചതുമല്ല. അവയുടെ ഉത്ഭവത്തിന് ചില

ഭൗതികസാഹചര്യങ്ങളുണ്ട്. ആ സാഹചര്യങ്ങൾ നിലനിൽക്കുന്ന കാലത്തോളം നാം ഇഷ്ടപ്പെട്ടാലും ഇല്ലെങ്കിലും അവ നിലനിൽക്കുകതന്നെ ചെയ്യും.

ആദ്യം പ്രകൃതിയുടെ മുമ്പിൽ, പിന്നെ ജീവിതപ്രയാസങ്ങൾ സൃഷ്ടിക്കുന്ന ചൂഷണ പ്രധാന സാമൂഹിക വ്യവസ്ഥയുടെ മുമ്പിൽ, മനുഷ്യനുള്ള നിസ്സഹായതയാണ് മതങ്ങളുടെയും ഈശ്വരവിശ്വാസത്തിന്റെയും ഉത്ഭവത്തിനടിസ്ഥാനമായ ഭൗതിക സാഹചര്യങ്ങൾ. ഈ നിസ്സഹായതയിൽനിന്ന് സ്വയം രക്ഷപ്പെടുന്നതിനുവേണ്ടി തന്റെ സ്വന്തം ഭാവനയിൽ മനുഷ്യൻ വാർത്തെടുത്ത സാങ്കൽപ്പിക ലോകമാണ് ഐഹിക ലോകത്തിന്റെ സമാന്തരമായി രൂപംകൊണ്ടതായി കണക്കാക്കപ്പെടുന്ന 'പാരത്രികലോകം.'

ഭാവനയുടെ സൃഷ്ടിയായ ഈ സാങ്കൽപ്പിക ലോകത്തിന്റെയും അതിന്റെ നേതാവായ ഈശ്വരന്റെയും ആവശ്യമില്ലാത്ത—അവയ്ക്ക് പ്രസക്തിയില്ലാത്ത—ഒരു പുതിയ സാഹചര്യം സയൻസിന്റെ പുരോഗതിയോടുകൂടി വരാൻ തുടങ്ങിയിട്ടുണ്ട്. ഈശ്വരതുല്യമായി കരുതപ്പെട്ട പ്രകൃതി പ്രതിഭാസങ്ങൾ—സൂര്യചന്ദ്രാദി ഗ്രഹങ്ങളും ബാഹ്യാകാശവുമടക്കം പ്രപഞ്ചമാകെ—മനുഷ്യന്റെ ബോധപൂർവമായ പ്രവർത്തനത്തിനു വിധേയമാണെന്നും അവയിൽ പലതിനെയും മനുഷ്യന്റെ സ്വന്തം ഉപയോഗത്തിനുവേണ്ടി മാറ്റിമറിക്കാൻ കഴിയുമെന്നും സയൻസിന്റെ പുരോഗതി തെളിയിച്ചു കഴിഞ്ഞിരിക്കുന്നു. അതോടെ പ്രകൃതിയുടെ മുമ്പിൽ മനുഷ്യനുള്ള നിസ്സഹായതയുടെ അടിത്തറ തകർന്നു.

പക്ഷേ, ബൂർഷ്വാ-ഫ്യൂഡൽ ചൂഷണങ്ങളിൽ അധിഷ്ഠിതമായ സാമൂഹികവ്യവസ്ഥ ഇന്നും മനുഷ്യനെ കീഴടക്കിക്കൊണ്ടിരിക്കുകയാണ്. അതിൽ നിന്ന് മുക്തിനേടിയ ഗണ്യമായ ഒരു വിഭാഗം (സോഷ്യലിസ്റ്റ് ലോകത്തിലെ) മനുഷ്യരുണ്ടെങ്കിലും ഇന്നത്തെ മനുഷ്യ സമൂഹത്തിൽ ഭൂരിപക്ഷം സാമൂഹ്യ വ്യവസ്ഥയുടെ ചൂഷണത്തിനിരയായി കഴിയുകയാണ്. സാമ്പത്തിക കുഴപ്പങ്ങളും അതിൽനിന്നുളവാകുന്ന രാഷ്ട്രീയ സാമൂഹ്യ കുഴപ്പങ്ങളും സഹിച്ച് മുമ്പു പ്രകൃതിയുടെ മുമ്പിലെന്നതുപോലെ ഇന്ന് സമൂഹത്തിന്റെ മുമ്പിലും നിസ്സഹായരായി നോക്കിനിൽക്കാനേ ഇവർക്കു കഴിയുന്നുള്ളൂ. ഈ സ്ഥിതി തുടരുന്ന കാലത്തോളം മതങ്ങളുടെയും ഈശ്വരവിശ്വാസത്തിന്റെയും അടിത്തറ തകരുകയില്ല.

അതുകൊണ്ടു ജനങ്ങളുടെമേൽ മതത്തിനുള്ള സ്വാധീനവും ഈശ്വരവിശ്വാസവും മറ്റും യുക്തിവാദത്തിന്റെ—അല്ലെങ്കിൽ നിരീശ്വരത്വത്തിന്റെ—ആശയങ്ങൾ പ്രചരിപ്പിച്ചുകൊണ്ട് മാത്രം നശിപ്പിക്കാൻ കഴിയുമെന്ന് യാഥാർഥ്യബോധമുള്ള ഒരാൾക്കു വിശ്വസിക്കാൻ കഴിയില്ല. പ്രകൃതി പ്രതിഭാസങ്ങളുടെയും സാമൂഹ്യ വ്യവസ്ഥയുടെയും മുമ്പിൽ നിൽക്കുമ്പോഴുണ്ടാകുന്ന നിസ്സഹായതാബോധത്തിനു പരിഹാരമുണ്ടാക്കാൻ വേണ്ട പ്രായോഗിക പ്രവർത്തനം നടത്തണം. സയൻസിന്റെ ഉപയോഗം കൂടുതൽ കൂടുതൽ വളർത്തുകയും, ചൂഷണ വ്യവസ്ഥയിൽനിന്നു മോചനം നേടിയ ഒരു പുതിയ സമൂഹത്തെ വാർത്തെടുക്കുകയും ചെയ്യാൻ സഹായിക്കുന്ന

തരത്തിൽ അധ്വാനിക്കുന്ന ബഹുജനങ്ങളെ തൊഴിലാളിവർഗ നേതൃത്വത്തിൽ സംഘടിപ്പിച്ച് മേധാവി വർഗങ്ങൾക്കെതിരായി സാമ്പത്തിക-രാഷ്ട്രീയ-സൈദ്ധാന്തിക മണ്ഡലങ്ങളിൽ ഒരേ സമയത്ത് ഏകീകൃതമായ രീതിയിൽ സമരം സംഘടിപ്പിക്കണമെന്നർഥം. ഇതിലൂടെ ഭാവിയെക്കുറിച്ചുള്ള ശുഭപ്രതീക്ഷ ബഹുഭൂരിപക്ഷം ജനങ്ങൾക്കുണ്ടാകുമ്പോൾ മാത്രമേ മതങ്ങളുടെയും ഈശ്വര വിശ്വാസത്തിന്റെയും അടിത്തറ തകരുകയുള്ളൂ.

ഇവിടെ സ്വാഭാവികമായും ഒരു വൈരുധ്യമുണ്ട്. ചൂഷണപ്രധാനമായ സാമൂഹിക വ്യവസ്ഥയോടൊപ്പം മതത്തിന്റെ സ്വാധീനം കൂടി ഇല്ലാതാക്കണമെന്ന വ്യക്തമായ കാഴ്ചപ്പാടോടെ പ്രവർത്തിക്കുന്നവരാണ് മാർക്സിസ്റ്റ്-ലെനിനിസ്റ്റുകാർ; ഭൗതിക വാദത്തിനുവേണ്ടി ആത്മീയവാദത്തിനെതിരായി, നിരന്തരമായ ആശയസമരം നടത്തുന്നവരാണവർ. പക്ഷേ, അവർ സംഘടിപ്പിക്കാൻ ശ്രമിക്കുന്ന ബഹുജനങ്ങളിൽ ഭൂരിപക്ഷം മതവിശ്വാസികളും ദൈവഭക്തന്മാരുമാണ്. അവരുടെ മതവികാരങ്ങളെ വ്രണപ്പെടുത്തിക്കൊണ്ടുള്ള ഏതു പ്രവർത്തനവും സാമൂഹ്യ വിപ്ലവത്തിനു തടസം സൃഷ്ടിക്കും. അതേപോലെ തന്നെ, അവർക്കിന്നുള്ള മതപരമായ അന്ധവിശ്വാസത്തോട് വിട്ടുവീഴ്ച ചെയ്താൽ അവരുൾക്കൊള്ളുന്ന വർഗസംഘടനയും അതിന്റെ നേതൃത്വത്തിലുള്ള വിപ്ലവസമരവും ഫലപ്രാപ്തിയിൽ എത്തുകയില്ല. അതുകൊണ്ടാണ് ലെനിൻ ഇങ്ങനെ പറഞ്ഞത്:

> സോഷ്യലിസ്റ്റുകാരായ തൊഴിലാളി വർഗത്തിന്റെ പാർട്ടിയെ സംബന്ധിച്ചിടത്തോളം മതം ഒരു സ്വകാര്യവിഷയമല്ല. തൊഴിലാളി വർഗത്തിന്റെ വിമോചനത്തിനുള്ള വർഗബോധമുള്ള മുന്നണിപ്പടയാളികളുടെ സംഘടനയാണ് നമ്മുടെ പാർട്ടി. അത്തരം ഒരു സംഘടനക്ക് വർഗബോധക്കുറവ്, അജ്ഞത, മതവിശ്വാസങ്ങളുടെ രൂപത്തിലുള്ള വിജ്ഞാന വിരോധം എന്നിവയോട് ഉദാസീനത പാലിക്കാൻ പറ്റില്ല.... മതത്തിന്റെ മഞ്ഞുപാടയുടെ യഥാർഥത്തിലുള്ള ചരിത്രം, സാമ്പത്തിക വേരുകളെക്കുറിച്ചുള്ള വിശദീകരണം, അതിനാൽ നമ്മുടെ പരിപാടിയുടെ വിശദീകരണത്തിൽ ഉൾക്കൊള്ളിച്ചിട്ടുണ്ട്. നാസ്തികതയുടെ പ്രചാരണം നമ്മുടെ പ്രചാരണത്തിന്റെ അവശ്യഘടകമാണ്.....

എന്നാൽ, ബൂർഷ്വാസിയുടെ ഇടയിലുള്ള ഉൽപ്പതിഷ്ണുക്കളായ ജനാധിപത്യവാദികൾ പലപ്പോഴും ചെയ്യുന്നതുപോലെ, മതപ്രശ്നത്തെ വർഗസമരവുമായി ബന്ധമില്ലാത്ത 'ബുദ്ധിപരമായ' പ്രശ്നമായി അമൂർത്തവും ആദർശപരവുമായ രീതിയിൽ ഉന്നയിക്കുന്ന തെറ്റിൽ നാം ഒരു സാഹചര്യത്തിലും വീണുകൂടാ... മാനവരാശിയുടെ കഴുത്തിൽ തൂങ്ങുന്ന മതമാകുന്ന നുകം സമൂഹത്തിനകത്തുള്ള സാമ്പത്തികനുകത്തിന്റെ സൃഷ്ടിയും പ്രതിഫലനവും മാത്രമാണെന്നു മറക്കുന്നത് ബൂർഷ്വാ-സങ്കുചിത മനസ്കതയായിരിക്കും. മുതലാളിത്തത്തിന്റെ കറുത്ത ശക്തിക്കെതിരായ സ്വന്തം

സമരത്തിലൂടെ തൊഴിലാളിവർഗത്തിന് അറിവ് വയ്ക്കുന്നില്ലെങ്കിൽ എത്ര ലഘുലേഖകൾ കൊണ്ടും എത്ര പ്രബോധനം നടത്തിയതുകൊണ്ടും അവർക്ക് അതുണ്ടാകാൻ പോകുന്നില്ല. ഭൂമിയിൽ സ്വർഗം സൃഷ്ടിക്കുന്നതിനുവേണ്ടിയുള്ള മർദിത വർഗത്തിന്റെ ഈ യഥാർഥ വിപ്ലവസമരത്തിനുള്ള ഐക്യമാണ്. ആകാശത്തിലുള്ള സ്വർഗത്തെക്കുറിച്ചുള്ള ഐക്യത്തെക്കാൾ നമുക്ക് കൂടുതൽ പ്രധാനം.

ഇവിടെയാണ് പാർട്ടിയും മതവും തമ്മിൽ പ്രായോഗികമായി യോജിക്കുന്നതിന്റെ പ്രാധാന്യം ഉയർന്നു വരുന്നത്. മതവിശ്വാസികളും അല്ലാത്തവരുമായ ബഹുജനങ്ങൾ ചേർന്ന് നടത്തുന്ന പ്രക്ഷോഭങ്ങളും സമരങ്ങളുമുണ്ട്. അവയിലൂടെ മാത്രമേ 'ഇഹലോകത്തിൽ സ്വർഗം' സൃഷ്ടിക്കാനുള്ള പ്രവർത്തനം നടത്താൻ കഴിയൂ. ഈ പ്രവർത്തനം വിജയകരമായി നടത്താനാകട്ടെ, മതവിശ്വാസികളായി മാത്രമല്ല, മതപുരോഹിതന്മാരായിട്ടുപോലും സഹകരിച്ച് പ്രവർത്തിക്കേണ്ടിയിരിക്കുന്നു. അങ്ങനെ ചെയ്യുന്നതു തൊഴിലാളി വർഗവിപ്ലവം വിജയിപ്പിക്കാൻ ആഗ്രഹിക്കുന്നവരുടെ മുഴുവൻ കടമയാണ്. ഈ പ്രവർത്തനത്തിലൂടെയല്ലാതെ 'പാരത്രിക ലോകത്തിൽ സ്വർഗം സൃഷ്ടിക്കുന്നത്' സംബന്ധിച്ച അന്ധവിശ്വാസങ്ങൾ നീക്കാൻ കഴിയുമെന്ന് കരുതുന്നത് അസംബന്ധമാണ്.(03.01.1975)

5

മതം ഒരു സമരമുഖം മാത്രം

മതത്തിന്റെ പേര് പറഞ്ഞിട്ടാണല്ലോ വർഗീയ പാർട്ടികൾ ഇവിടെ മുതലെടുക്കുന്നത്. പിഞ്ചുഹൃദയങ്ങളിൽ അടിച്ചേൽപ്പിക്കുന്ന അ ന്ധവിശ്വാസങ്ങൾ നിലനിർത്തുവാൻ കോളെജുകളിലും യൂണി വേഴ്സിറ്റികളിൽപ്പോലും മതപ്രബോധനം നടത്തുന്നുണ്ട്. ഇത്ത രത്തിലുള്ള സാഹചര്യത്തിൽ പാർട്ടിയുടെ നിരീശ്വര നയംകൊ ണ്ടാണ് ഇന്ത്യയിലെ ഭൂരിപക്ഷം വരുന്ന തൊഴിലാളികൾ മതത്തിന്റെ പേരിൽ മറ്റ് രാഷ്ട്രീയ പാർട്ടികളിൽ കടിച്ചുതൂങ്ങിയത്. ഇന്ന് കേര ളത്തിൽ കൂടുതൽ പ്രചാരമുള്ള *മലയാള മനോരമ, മാതൃഭൂമി, ചന്ദ്രിക* എന്നീ പത്രങ്ങളെല്ലാം മാർക്സിസ്റ്റ് പാർട്ടിയെ കരി വാരിതേയ്ക്കാൻ ഒരു ഭീകര നിരീശ്വര പ്രസ്ഥാനമാക്കി മാറ്റിയിരി ക്കുകയാണല്ലോ. ഇത്തരത്തിലുള്ള മാർക്സിസ്റ്റു വിരുദ്ധ പ്രസ്ഥാ നത്തിന് കുത്തകക്കാർ മറ്റു സ്റ്റേറ്റുകളിലും പ്രചാരം കൊടുത്തി ട്ടാണല്ലോ പാർട്ടിക്ക് മറ്റു സ്റ്റേറ്റുകളിൽ തീരെ സ്വാധീനമില്ലാതെ പോയത്. ഒരു പാർട്ടിയിൽ അന്ധമായി വിശ്വസിക്കുന്നവർ മറ്റൊരു പാർട്ടിയെപ്പറ്റി കേൾക്കുവാനും അറിയുവാനും ഇഷ്ടപ്പെടുന്നില്ല. ഇത്തരത്തിൽ പോകുകയാണെങ്കിൽ പാർട്ടിക്ക് പൂർണവളർച്ചയെ ത്താൻ എത്രകാലം ഇനിയും പിന്നിടേണ്ടിവരും? കോൺഗ്രസിന്റെ പ്രചാരണങ്ങളിൽപെട്ട് പൊതുജനം കഴുതകളാകുന്ന പരിതഃ സ്ഥിതി വരുമോ? മറ്റു സ്റ്റേറ്റുകളിലുള്ള ഭൂരിപക്ഷം വരുന്ന തൊഴി ലാളിവർഗത്തെ ഏകോപിക്കുവാൻ പാർട്ടിക്ക് സാധിക്കുന്നുണ്ടോ?

കെ വി എസ് മുഹമ്മദ്

മലപ്പുറം

ജനങ്ങളെ വ്യാമോഹിപ്പിച്ചും തെറ്റിദ്ധരിപ്പിച്ചും സ്വന്തം വർഗമേധാവിത്വം നിലനിർത്താൻ ഭരണവർഗങ്ങൾ പ്രയോഗിക്കുന്ന ഒരേ ഒരായുധം മതമാണെന്ന ധാരണയോടെയാണ് ചോദ്യകർത്താവ് പ്രശ്നം സമീപിക്കുന്നത്. അത് ശരിയല്ല.

തൊഴിലാളി വർഗത്തിന്റെയും മറ്റധ്വാനിക്കുന്ന ബഹുജനങ്ങളുടെയും ഇടയിൽ വർഗബോധം വളർത്തി, ജനങ്ങളുടേതായ ഒരു വിപ്ലവസേന രൂപീകരിച്ച്, ബൂർഷ്വാ–ജന്മിവർഗ ഭരണകൂടം തകർക്കാൻ ശ്രമിക്കുന്ന വിപ്ലവകാരികൾക്കു നേരിടേണ്ടതായ നിരവധി ആശയഗതികളുണ്ട്. അതിലൊന്നു മാത്രമാണ് മതം.

ഉദാഹരണത്തിന്, ഭരണകൂടത്തെ സംബന്ധിച്ചു ജനങ്ങൾക്ക് ഇന്നുള്ള ധാരണ എടുക്കുക. പ്രസിഡന്റും ഗവർണർമാരും, പാർലമെന്റും, നിയമസഭകളും കേന്ദ്രത്തിലും സംസ്ഥാനങ്ങളിലുമുള്ള മന്ത്രിസഭകൾ അവയ്ക്കു കീഴെ പഞ്ചായത്തുവരെയുള്ള തിരഞ്ഞെടുക്കപ്പെട്ട സ്ഥാപനങ്ങൾ—ഇവയാണ് ഇന്ത്യയിലെ ഭരണകൂടമെന്നാണല്ലോ ജനങ്ങൾ ധരിച്ചിട്ടുള്ളത്. ഈ ധാരണയോടെ ഓരോ മന്ത്രിസഭാമാറ്റത്തെയും 'ഭരണകൂടത്തിലെ മാറ്റ'മായി പലരും വിശേഷിപ്പിക്കാറുണ്ട്.

ഇതു ശരിയല്ല. ഇവയെല്ലാം ഭരണകൂടത്തിന്റെ താൽക്കാലികവും ബാഹ്യവുമായ രൂപങ്ങൾ മാത്രമാണ്: ഈ രൂപങ്ങൾക്കു പിന്നിൽ നിൽക്കുന്ന യഥാർഥ ശക്തിയുണ്ട്—ബലപ്രയോഗം. അതിന്റെ ഉപകരണങ്ങൾ പട്ടാളവും പൊലീസും കോടതിയും ജയിലുമാണ്. ഇവയുടെ ആകത്തുകയാണ് ഭരണകൂടം.

ഈ സത്യം പുറത്തുകൊണ്ടുവന്നതാണ് മാർക്സിൽനിന്നും എംഗൽസിൽനിന്നും തൊഴിലാളിവർഗത്തിന് കിട്ടിയ മുഖ്യസംഭാവന. ഈ മാർക്സിസ്റ്റു സിദ്ധാന്തത്തിൽ വെള്ളം ചേർത്ത് അതിനെ നിഷ്പ്രഭമാക്കിയ റിവിഷനിസ്റ്റുകാരിൽ നിന്ന് ഈ സിദ്ധാന്തത്തെ രക്ഷിച്ചെടുത്തതാണ് ലെനിന്റെ സംഭാവന.

ഈ മാർക്സിസ്റ്റു സിദ്ധാന്തത്തിന് പുനരുജ്ജീവനം നൽകിയ ലെനിനു തന്നെ, രണ്ടു വൈകൃതങ്ങൾക്കെതിരായി പോരാടേണ്ടിവന്നു.

പാർലമെന്ററി ജനാധിപത്യമെന്നാൽ ഭൂരിപക്ഷത്തിന്റെ ഭരണമാണ്, ഭൂരിപക്ഷം തൊഴിലാളികളാണ്; അതുകൊണ്ട് പാർലമെന്ററി ജനാധിപത്യ വ്യവസ്ഥ ഉപയോഗിച്ചു തന്നെ മുതലാളിത്ത വ്യവസ്ഥ തകർത്ത് സോഷ്യലിസം സ്ഥാപിക്കാൻ കഴിയും—ഇതാണ് ലെനിന് എതിർക്കേണ്ടിവന്ന ഒരു ചിന്താഗതി.

ഇതോടൊപ്പം മറ്റൊരു ചിന്താഗതി കൂടി രൂപംകൊണ്ടിരുന്നു. പാർലമെന്ററി സ്ഥാപനങ്ങൾ ബൂർഷ്വാസിയുടെ സൃഷ്ടിയാണ്; അതിൽ നമുക്ക് യാതൊരു കാര്യവുമില്ല; അതിൽ ഏതെങ്കിലും വിധത്തിൽ പങ്കെടുക്കുന്നത് വിപ്ലവത്തെ വഞ്ചിക്കലായിരിക്കും.

ഇതു രണ്ടിനെയും എതിർത്തുകൊണ്ടു ലെനിൻ ചൂണ്ടിക്കാണിച്ചു:

ശത്രുവർഗത്തിനെതിരായ സമരത്തിൽ തൊഴിലാളി വർഗത്തിനുപയോഗിക്കാവുന്ന നിരവധി ആയുധങ്ങളിലൊന്ന് ബൂർഷ്വാ പാർലമെന്ററി സ്ഥാപനങ്ങളാണ്; അവയെ ബൂർഷ്വാസിയുടെ കുത്തകയാക്കിവയ്ക്കാൻ അനുവദിക്കുന്നത് വിപ്ലവത്തെ ശക്തിപ്പെടുത്തലല്ല, ക്ഷീണിപ്പിക്കലാണ്; ഈ സ്ഥാപനങ്ങൾ ഉപയോഗിച്ചു സ്വന്തം വർഗസംഘടന ശക്തിപ്പെടുത്താൻ തൊഴിലാളി വർഗത്തിന്റെ വിപ്ലവനേതൃത്വത്തിനു കടമയുണ്ട്; പക്ഷേ, ഇതു മറ്റു മാർഗങ്ങളുപയോഗിച്ചു ശക്തിപ്പെടുന്ന തൊഴിലാളി വർഗം ശത്രുവർഗത്തിനു യഥാർഥത്തിൽ ഒരു ഭീഷണിയായി മാറുമ്പോൾ അതു പാർലമെന്ററി വ്യവസ്ഥയെന്ന മറനീക്കി തനിനിറത്തിൽ പുറത്തുവരും; ഭരണകൂടത്തിന്റെ യഥാർഥ ഉള്ളടക്കമായ പട്ടാളവും പൊലീസും, കോടതിയും ജയിലും നഗ്നരൂപത്തിൽ പ്രത്യക്ഷപ്പെടും.

അതുകൊണ്ട് പാർലമെന്ററി വ്യവസ്ഥ ഉപയോഗപ്പെടുത്താൻ സാധ്യതയുള്ളേടത്ത് അതുപയോഗിക്കാതിരിക്കുന്നതും അതുപയോഗിച്ചു ശക്തിപ്പെടുന്നതിന്റെ അനിവാര്യ ഫലമായി ബലപ്രയോഗത്തിന്റേതായ ഏറ്റുമുട്ടൽ വിപ്ലവത്തിന്റെ അജണ്ടയിൽ വരുമെന്ന സത്യം മറക്കുന്നതും ഒരുപോലെ വിപ്ലവത്തെ ക്ഷീണിപ്പിക്കുമെന്നാണ് ലെനിൻ നമ്മെ പഠിപ്പിക്കുന്നത്.

ഭരണകൂടത്തെ സംബന്ധിച്ച ഈ മാർക്സിസ്റ്റ് സിദ്ധാന്തത്തിനും അതിന്റെ ആക്രമണമേറ്റു തകർന്ന വിവിധ രാഷ്ട്രീയ സിദ്ധാന്തങ്ങൾക്കും പുറമെ, മനുഷ്യജീവിതത്തിന്റെ വിവിധ വശങ്ങളിലോരോന്നിനെയും സ്പർശിക്കുന്ന നിരവധി ആശയഗതികൾ രാജ്യത്ത് പ്രചരിക്കുന്നുണ്ട്. അവയിലെല്ലാം തന്നെ ഭരണവർഗ താൽപ്പര്യങ്ങളും അധ്വാനിക്കുന്ന ബഹുജനങ്ങളുടെ താൽപ്പര്യങ്ങളും തമ്മിലുള്ള ഏറ്റുമുട്ടലുകളും നടക്കുന്നുണ്ട്. ഇത്ര സർവവശ സ്പർശിയായ ആശയസമരത്തിന്റെ ഒരു പ്രധാനഭാഗം മാത്രമാണ് മതത്തിന്റെ കാര്യത്തിലുള്ള സമരം.

മതത്തിന്റെതടക്കമുള്ള ആശയങ്ങളുടെ രംഗത്തുള്ള ഈ സമരമാകട്ടെ, സാമ്പത്തികവും രാഷ്ട്രീയവുമായ രംഗങ്ങളിൽ അനുദിനം—അനുനിമിഷം തന്നെ—നടന്നുകൊണ്ടിരിക്കുന്ന പ്രായോഗിക ബഹുജനസമരങ്ങളുമായി ബന്ധപ്പെട്ടു കിടക്കുകയാണുതാനും. ആശയരംഗത്തു പിന്തിരിപ്പൻ നിലപാടെടുക്കുന്ന ജനവിഭാഗങ്ങൾപോലും സാമ്പത്തികവും രാഷ്ട്രീയവുമായ രംഗങ്ങളിൽ പുരോഗമന വിപ്ലവശക്തികളുടെ കൂടെ ചേർന്നുകൊണ്ട് സമരം നടത്താൻ പലപ്പോഴും നിർബന്ധിക്കപ്പെടാറുണ്ട്—മറിച്ചും. ഈ സമരത്തിലോരോന്നിലും വിവിധ രംഗങ്ങളിൽ യോജിച്ചണിനിരക്കുന്ന ജനവിഭാഗങ്ങളെ അതാതു രംഗത്തുള്ള സമരങ്ങളിൽ സഹായിക്കുന്നതോടൊപ്പം അവരുടെ ഇടയിലുള്ള പിന്തിരിപ്പൻ ചിന്താഗതികൾക്കെതിരായി ഉറച്ചുനിന്നു പോരാടുക കൂടി ചെയ്താലേ വിപ്ലവപ്രസ്ഥാനവും മാർക്സിസ്റ്റ്–ലെനിനിസ്റ്റ് പാർട്ടിയും വളരുകയുള്ളൂ എന്നതാണ് സത്യം. (19.12.1975)

6

കത്തോലിക്കരും കമ്യൂണിസ്റ്റുകാരും

യൂറോപ്യൻ രാജ്യങ്ങളിലും ലാറ്റിനമേരിക്കൻ രാജ്യങ്ങളിലും കത്തോലിക്കാ മതവിശ്വാസികളാണ് ഭൂരിപക്ഷം. ആ രാജ്യങ്ങളിലെ കത്തോലിക്കരിൽ ഭൂരിഭാഗവും കമ്യൂണിസ്റ്റ് പ്രസ്ഥാനത്തോട് കൂറ് പുലർത്തിക്കൊണ്ട് ഭരണാധികാരത്തിലേക്ക് അടുത്തുവരുന്നു. എന്നാൽ ഇന്ത്യയിലെ, പ്രത്യേകിച്ച് കേരളത്തിലെ കത്തോലിക്കർ കമ്യൂണിസ്റ്റ് പ്രസ്ഥാനത്തോട് അകന്നുനിൽക്കാനുള്ള കാരണം വിശദീകരിക്കാമോ?

ടി വി കുഞ്ഞിക്കണ്ണൻ
ചെറുപുഴ

ഇന്ത്യയിലെന്നപോലെ ചോദ്യകർത്താവ് പേരെടുത്തു പറയുന്ന മറ്റു രാജ്യങ്ങളിലും കത്തോലിക്കാപള്ളി കമ്യൂണിസ്റ്റ്-സോഷ്യലിസ്റ്റ് പ്രസ്ഥാനങ്ങളുടെ ബദ്ധശത്രുവായാണ് പ്രവർത്തിച്ചുപോന്നിരുന്നത്. 'അവിടുത്തെ കത്തോലിക്കരിൽ ഭൂരിഭാഗവും കമ്യൂണിസ്റ്റ്' പ്രസ്ഥാനത്തോടു കൂറുപുലർത്തിക്കൊണ്ട് ഭരണാധികാരത്തിലേക്ക് അടുത്തുവരുന്നു' എന്ന ചോദ്യകർത്താവിന്റെ വിലയിരുത്തൽ ശരിയല്ല.

ഇന്ത്യയിലെന്നപോലെ യൂറോപ്യൻ-ലാറ്റിനമേരിക്കൻ രാജ്യങ്ങളിലും മറ്റുവിരുദ്ധ ചിന്താഗതികളോടൊപ്പം കത്തോലിക്കാപള്ളിയുടെ പ്രചാരവേലയ്ക്കും എതിരായി പോരാടിക്കൊണ്ടാണ് കമ്യൂണിസ്റ്റ്-സോഷ്യലിസ്റ്റ് പ്രസ്ഥാനങ്ങൾ വളർന്നിട്ടുള്ളത്. പള്ളിയുടെ പ്രചാരവേലക്കെതിരായ ഈ സമരത്തിന് ദശാബ്ദങ്ങളുടെ പഴക്കമുണ്ട്. അതിൽ ഭാഗികമായി വിജയം നേടിയതിനാലാണ്, പോപ്പിന്റെ ആസ്ഥാനം നിൽക്കുന്ന റോം അടക്കം ഇറ്റലിയിലെ പല നഗരങ്ങളിലും കമ്യൂണിസ്റ്റ് മേയർമാർ വന്നിട്ടുള്ളത്.

ഈ കമ്യൂണിസ്റ്റ് മുന്നേറ്റം പ്രാദേശിക തലത്തിൽ തടയാൻ കഴിയില്ലെന്ന് ബോധ്യപ്പെട്ടപ്പോൾ ദേശീയ തലത്തിലെങ്കിലും അതു തടയാൻ, കമ്യൂണിസ്റ്റ് പാർട്ടിക്ക് സജീവമായി പങ്കാളിത്തമുള്ള ഒരു ഗവൺമെന്റ് വരാതിരിക്കാൻ അമേരിക്കൻ സാമ്രാജ്യാധിപത്യം നടത്തുന്ന ശ്രമങ്ങൾക്ക് ഇറ്റലിയിലുള്ള പിൻബലം കത്തോലിക്കാപള്ളിയുടെ നിയന്ത്രണത്തിലുള്ള ക്രിസ്ത്യൻ ഡെമോക്രാറ്റിക് പാർട്ടിയാണ്.

ഇതുതന്നെ ഫ്രാൻസ് മുതലായ മറ്റു യൂറോപ്യൻ രാജ്യങ്ങളിലും ലാറ്റിനമേരിക്കയിലും നടക്കുന്നു. പള്ളിയുടെ സ്വാധീനവലയത്തിൽപ്പെട്ട ബഹുജനങ്ങളെ ഇതിൽനിന്ന് മോചിപ്പിക്കാനുള്ള രൂക്ഷമായ സമരം ദീർഘകാലം നടത്തിയതിന്റെ ഫലമായി കത്തോലിക്കാ ബഹുജനങ്ങളിൽ ഒരു വിഭാഗത്തെ (ചോദ്യകർത്താവ് കരുതുന്നതുപോലെ 'ഭൂരിഭാഗ'ത്തെയല്ല) വിവിധ മതവിശ്വാസികളും അവിശ്വാസികളും ഉൾപ്പെടുന്ന സാമ്പത്തിക രാഷ്ട്രീയ സമരങ്ങളിൽ പങ്കാളികളാക്കാൻ കഴിഞ്ഞിട്ടുണ്ടെന്നു മാത്രം. ഈ സംയുക്ത സമരങ്ങളിൽ പങ്കെടുക്കുന്ന കത്തോലിക്കാ ബഹുജനങ്ങൾ മതവിശ്വാസങ്ങളിലും ആചാരാനുഷ്ഠാനങ്ങളിലും പള്ളിക്കു വിധേയരായിത്തന്നെ പ്രവർത്തിക്കുന്നു. 'ദൈവത്തിനുള്ളത് ദൈവത്തിന് ഭരണാധികരിക്കുള്ളത് ഭരണാധികാരിക്ക്' എന്ന തത്വമനുസരിച്ച് മതം രാഷ്ട്രീയകാര്യങ്ങളിലോ രാഷ്ട്രം മതകാര്യങ്ങളിലോ പങ്കെടുക്കാതിരിക്കുക എന്ന നിലപാടിൽ അവർ എത്തിയെന്നുമാത്രം.

ഇതിനുള്ള സമരം കേരളത്തിലും നടന്നുകൊണ്ടിരിക്കുകയാണ്. അതിന്റെ ഫലമായി ഇവിടെയും കത്തോലിക്കരിൽ ഒരു വിഭാഗം (പുരോഹിതന്മാരിൽ ഒരു വിഭാഗമടക്കം) സാമ്പത്തിക രാഷ്ട്രീയ കാര്യങ്ങളിൽ പള്ളിയുടെ നിർദേശങ്ങൾക്ക് കീഴ്വഴങ്ങാത്ത ഒരു നിലയിലെത്തിയിട്ടുണ്ട്. 1967 മുതൽ ഇന്നേവരെ കേരളത്തിലെ പള്ളി മേധാവികൾ പോലും പഴയ കടുംപിടുത്തം വിട്ട് കമ്യൂണിസ്റ്റുകാരുമായി ഒരതിരുവരെ സഹകരിക്കുക എന്ന നിലപാടെടുക്കുയുണ്ടായി. യഥാർഥം പറയുകയാണെങ്കിൽ, 1960-നു ശേഷം ഇപ്പോൾ ആദ്യമായാണ് എല്ലാ രൂപത്തിലുമുള്ള കമ്യൂണിസത്തിനെതിരായി ഒരു കുരിശുയുദ്ധം പ്രഖ്യാപിക്കുക എന്ന നിലപാട് കേരളത്തിലെ കത്തോലിക്കാ ബിഷപ്പുമാർ എടുക്കുന്നത്.

അതായത് കത്തോലിക്കാ പള്ളിയും കമ്യൂണിസവും തമ്മിലുള്ള ബന്ധത്തിന്റെ കാര്യത്തിൽ ഇറ്റലി, ഫ്രാൻസ് മുതലായ രാജ്യങ്ങളും കേരളവും തമ്മിൽ മൗലികമായി ഒരു വ്യത്യാസവുമില്ല. രണ്ടിടത്തും പള്ളി കമ്യൂണിസത്തിനെതിരാണ്. പക്ഷേ പള്ളിയുടെ അനുയായികളിൽ അധികമധികമാളുകൾ സ്വന്തം അനുഭവത്തിലൂടെ കമ്യൂണിസത്തിന്റെ സാമ്പത്തികരാഷ്ട്രീയ പരിപാടി അംഗീകരിക്കുന്നു. അങ്ങനെ വിശ്വാസികളായ കത്തോലിക്കരും കമ്യൂണിസ്റ്റുകാരും തമ്മിൽ സഹകരണബന്ധം വളരുന്നു. ഈ പ്രക്രിയയുടെ അളവിലും തൂക്കത്തിലും മാത്രമാണ് ഇറ്റലിയെപ്പോലുള്ള ചില രാജ്യങ്ങളും കേരളവും തമ്മിൽ വ്യത്യാസമുള്ളത്.(12.10.1979)

7

മതവിശ്വാസികളോടുള്ള പാർട്ടിയുടെ സമീപനം

ഒരു ഇസ്ലാംമത വിശ്വാസിയായ എനിക്ക് കമ്യൂണിസ്റ്റ് (മാർക്സിസ്റ്റ്) പാർട്ടിയിൽ പ്രവർത്തിക്കുവാൻ സാധിക്കുമോ? അതിലെ അംഗങ്ങൾ നിരീശ്വരവാദികളാകണം എന്ന് ചില സുഹൃത്തുക്കൾ വാദിക്കുന്നു. (മുതലാളി സുഹൃത്തുക്കളും കോൺഗ്രസ്, മുസ്ലിം ലീഗ് സുഹൃത്തുക്കളും) അങ്ങും സി പി ഐ നേതാവ് എം എൻ ഗോവിന്ദൻനായരും മതവിശ്വാസത്തിന് എതിരാണെന്ന് അവർ സമർഥിക്കുന്നു. ഹിന്ദു, ക്രിസ്ത്യൻ, മുസ്ലിം മത വിശ്വാസികൾക്ക് എന്റെ പ്രിയ പാർട്ടിയായ കമ്യൂണിസ്റ്റ് (മാർക്സിസ്റ്റ്) പാർട്ടി എതിരാണോ? അങ്ങയുടെയും മാർക്സിസ്റ്റ് പാർട്ടി സഖാക്കളുടെയും തൊഴിലാളി പ്രേമം, ആർ എസ് എസിന്റെ വർഗീയതയെ ചെറുക്കൽ, ഇന്ദിരാഗാന്ധിയുടെ ഏകാധിപത്യത്തിനെതിരെ സന്ധിയില്ലാ സമരം എന്നിവ എന്നിൽ വർധിച്ച സന്തോഷം പകരുമ്പോൾ മതവിശ്വാസ നിലപാട് വേദനപ്പെടുത്തുന്നു. ഇക്കാര്യത്തിൽ അങ്ങയുടെ വിശദീകരണം പ്രതീക്ഷിക്കുന്നു.

മിസ്റ്റർ എം
കോഴിക്കോട്

ഇസ്ലാമിലോ മറ്റേതെങ്കിലും മതത്തിലോ വിശ്വസിക്കുന്നുവെന്നത് കമ്യൂണിസ്റ്റ് (മാർക്സിസ്റ്റ്) പാർട്ടിയിൽ സജീവമായി പ്രവർത്തിക്കുന്നതിനോ പാർട്ടി അംഗമാകുന്നതിനുപോലുമോ തടസമല്ല. പാർട്ടിയുടെ പരിപാടി, പാർട്ടി അതതുകാലത്ത് അംഗീകരിക്കുന്ന രാഷ്ട്രീയ പ്രമേയങ്ങൾ എന്നിവ നടപ്പിൽ വരുത്തണം, അങ്ങനെ ചെയ്യുന്നത് താൻ അംഗമായ പാർട്ടി ഘടകത്തിന്റെ തീരുമാനമനുസരിച്ച് ആയിരിക്കണം. ഇതു മാത്രമാണ് പാർട്ടി മെംബർഷിപ്പിനുള്ള വ്യവസ്ഥ.

മതവിശ്വാസികൾക്ക് പാർട്ടിയിൽ സ്ഥാനമുണ്ടോ എന്ന ചോദ്യം ലെനിന്റെ കാലത്തുതന്നെ ഉന്നയിക്കപ്പെടുകയുണ്ടായി. അതിന് അദ്ദേഹം നൽകിയ മറുപടിയെ ആസ്പദമാക്കിയാണ് മുകളിൽ കൊടുത്ത ഉത്തരം നൽകിയത്.

ഒരു ദർശനമെന്ന നിലയ്ക്ക് മാർക്സിസം ഭൗതികവാദപരമാണ്. ആ നിലയ്ക്ക് മാർക്സിസ്റ്റ് ദാർശനിക നിലവാരത്തിൽ മതവിശ്വാസവുമായി പൊരുത്തപ്പെട്ടുപോകാൻ കഴിയില്ല. പക്ഷേ മാർക്സിസത്തെ ആസ്പദമാക്കി പ്രവർത്തിക്കുന്ന ഏതൊരു പാർട്ടിയുടെയും പ്രായോഗിക പ്രവർത്തനം തൊഴിലാളിവർഗ നേതൃത്വത്തിൽ അധ്വാനിക്കുന്ന ബഹുജനങ്ങളെയും മറ്റെല്ലാ ജനാധിപത്യവാദികളെയും ചൂഷകവർഗ ഭരണകൂടത്തിനെതിരായി സംഘടിപ്പിക്കുകയാണ്. ഇങ്ങനെ സംഘടിപ്പിക്കപ്പെടേണ്ട തൊഴിലാളികൾ, മറ്റധ്വാനിക്കുന്ന ബഹുജനങ്ങൾ, എല്ലാ വിഭാഗങ്ങളിലും പെട്ട ജനാധിപത്യവാദികൾ എന്നിവരിലാകട്ടെ അവിശ്വാസികളെന്ന പോലെ വിശ്വാസികളും ധാരാളമുണ്ടാകും.

അപ്പോൾ മാർക്സിസത്തെ ആസ്പദമാക്കി പ്രവർത്തിക്കുന്ന കമ്യൂണിസ്റ്റ് (മാർക്സിസ്റ്റ്) പാർട്ടി, ഒരു വശത്ത് ഭൗതികവാദത്തിനുവേണ്ടി ആത്മീയവാദ ചിന്താഗതിക്കെതിരായി ആശയരംഗത്ത് സമരം നടത്തുന്നു; ഇതിൽ മറ്റെല്ലാ വിഭാഗങ്ങളിലുംപെട്ട ഭൗതികവാദികളുമായി സഹകരിക്കുന്നു. മറുവശത്ത് ദൈനംദിനം ഉയർന്നുവരുന്ന സാമ്പത്തിക-രാഷ്ട്രീയ-സാമൂഹ്യപ്രശ്നങ്ങളെ ആസ്പദമാക്കി പ്രായോഗികസമരങ്ങൾ സംഘടിപ്പിക്കുന്നു. ഇതിൽ വിശ്വാസിയെന്നോ അവിശ്വാസിയെന്നോ വ്യത്യാസമില്ലാതെ അതത് പ്രശ്നത്തെ ആസ്പദമാക്കി സമരം നടത്താൻ തയാറുള്ള എല്ലാവരെയും യോജിപ്പിച്ച് അണിനിരത്തുന്നു.

ഇതിൽ രണ്ടാമത്തെ ജോലി സത്യസന്ധമായും കൂറോടുകൂടിയും ചെയ്യാൻ തയാറാവുകയെന്നതാണ് പാർട്ടി മെംബർ ആകുന്നതിനുള്ള ഉപാധി.

ഈ കാഴ്ചപ്പാടനുസരിച്ച് പ്രവർത്തിക്കുന്ന കമ്യൂണിസ്റ്റ് (മാർക്സിസ്റ്റ്) പാർട്ടിക്കെതിരായി യുക്തിവാദികൾ ഒരു ആരോപണം ഉന്നയിക്കാറുണ്ട്; മതവിശ്വാസത്തിന്റെ കാര്യത്തിൽ പാർട്ടി വിട്ടുവീഴ്ച ചെയ്യുന്നു; ഭൗതികവാദത്തെ ആസ്പദമാക്കിയ മാർക്സിസത്തിന് ഇത് യോജിച്ചതല്ല.

ഈ ആരോപണത്തിന്റെ മറുപുറമാണ് ഈയിടെ കേരളത്തിലെ കത്തോലിക്കാ ബിഷപ്പുമാർ ഈശ്വരവിശ്വാസത്തെയും നിരീശ്വരത്വത്തെയും ആസ്പദമാക്കി പുറപ്പെടുവിച്ച പ്രസ്താവന. ഇങ്ങനെ ഇരുവശത്തുനിന്നും വരുന്ന വിമർശനത്തെ ആസ്പദമാക്കിയതാണ് ഈ ചോദ്യം.

ഈ രണ്ടു വിഭാഗങ്ങളിലുംപെട്ട വിമർശകന്മാർ മറക്കുന്ന ഒരു കാര്യമുണ്ട്: കമ്യൂണിസ്റ്റ് (മാർക്സിസ്റ്റ്) പാർട്ടി അടക്കമുള്ള എല്ലാ മാർക്സിസ്റ്റ് -ലെനിനിസ്റ്റ് പാർട്ടികളും കേവല ദാർശനികരുടെ സംഘടനയല്ല, പ്രായോഗിക വിപ്ലവകാരികളുടെ ഒരു സുസംഘടിത സേനയാണ്.

മാർക്സിന്റെ സുപ്രസിദ്ധമായ ഒരു വാചകമെടുത്ത് ഉദ്ധരിക്കാമെ

ങ്കിൽ, 'ദാർശനികർ പ്രപഞ്ചത്തെ വ്യാഖ്യാനിക്കുന്നു നമുക്കാവശ്യമോ, പ്രപഞ്ചത്തെ മാറ്റിത്തീർക്കലാണ്.'

പ്രപഞ്ചത്തെ മാറ്റിത്തീർക്കുന്നതിനുള്ള ശക്തി കിടക്കുന്നതാകട്ടെ തൊഴിലാളിവർഗത്തിലും മറ്റധ്വാനിക്കുന്ന ബഹുജനങ്ങളിലുമാണ്. അതിൽ ബഹുഭൂരിപക്ഷവും ഇതിനു മുകളിൽ ചൂണ്ടിക്കാണിച്ചതുപോലെ മതവിശ്വാസികളാണ്. അപ്പോൾ മതവിശ്വാസികളും അവിശ്വാസികളുമടങ്ങുന്ന തൊഴിലാളികളെയും മറ്റധ്വാനിക്കുന്ന ജനങ്ങളെയും സംഘടിപ്പിച്ചണിനിരത്തി ചൂഷകവർഗ ഭരണകൂടത്തെ തകർക്കുകയെന്ന ജോലിയിൽനിന്നു ഒഴിഞ്ഞുനിന്നുകൊണ്ട് ഭൗതികവാദദർശനത്തെ അടിസ്ഥാനപ്പെടുത്തി പ്രപഞ്ചത്തെ വ്യാഖ്യാനിക്കുന്നതുകൊണ്ട് ഒരു തൊഴിലാളിവർഗ വിപ്ലവകാരിക്ക് അയാളുടെ കടമ നിറവേറ്റാൻ കഴിയുകയില്ല.

ഇവിടെയാണ് യുക്തിവാദവും മാർക്സിസവും തമ്മിലുള്ള അന്തരം കിടക്കുന്നത്. യുക്തിവാദിയുടെ ദൃഷ്ടിയിൽ മതം യുക്തിരഹിതമാണ്. അതിനെതിരായ സമരമല്ലാതെ മറ്റൊന്നും ചെയ്യാനില്ല. മാർക്സിസ്റ്റിനാകട്ടെ, അധ്വാനിക്കുന്ന ബഹുജനങ്ങളുടെ സംഘടിത സമരമാണ് സർവപ്രധാനം. ഈ സമരവുമായി ബന്ധപ്പെടുത്തിക്കൊണ്ടുവേണം ദാർശനികരംഗത്ത് ആത്മീയവാദത്തിനെതിരായ സമരം നടത്താൻ.

ചോദ്യത്തിൽ സൂചിപ്പിച്ചതുപോലെ എം എൻ ഗോവിന്ദൻ നായരും ഈ ലേഖകനുമടക്കം കമ്യൂണിസ്റ്റ് നേതാക്കൾ മാർക്സിസ്റ്റ് ദർശനത്തിൽ വിശ്വസിക്കുന്നവരാണ്. അക്കാര്യത്തിൽ ഞങ്ങളും യുക്തിവാദികളും തമ്മിൽ വ്യത്യാസമില്ല. പക്ഷേ ഞങ്ങളുടെ പ്രായോഗിക പ്രവർത്തനം ചോദ്യകർത്താവിനെപ്പോലുള്ള മതവിശ്വാസികളെക്കൂടി സജീവ പങ്കാളികളാക്കിക്കൊണ്ടുള്ള ബഹുജനസംഘടനകൾ കെട്ടിപ്പടുക്കലും ശക്തിപ്പെടുത്തലുമാണ്. അതുകൊണ്ടാണ് ലോകത്തിൽ ഒരു കമ്യൂണിസ്റ്റ് പാർട്ടിയുടെയും ഭരണഘടനയിൽ പാർട്ടി മെംബറാകുന്നതിനുള്ള വ്യവസ്ഥകളുടെ കൂട്ടത്തിൽ 'മതവിശ്വാസിയല്ലാതാവുക' എന്നു ചേർക്കാത്തത്.

ഇന്ത്യയിലെ കമ്യൂണിസ്റ്റ് (മാർക്സിസ്റ്റ്) പാർട്ടി അടക്കം ലോകത്തെങ്ങുമുള്ള മാർക്സിസ്റ്റ്–ലെനിനിസ്റ്റ് പാർട്ടികളുടെ അണികളിൽ മതവിശ്വാസികളായ, ക്രിസ്ത്യാനികൾ, മുസ്ലിങ്ങൾ, ഹിന്ദുക്കൾ മുതലായവർ ലക്ഷക്കണക്കിനുണ്ട്. അവരുടെ മതവിശ്വാസം പാർട്ടിയോടുള്ള വിശ്വാസത്തിൽനിന്ന് അവരെ പിന്തിരിപ്പിച്ചിട്ടില്ല. എന്നുമാത്രമല്ല തങ്ങൾ അംഗീകരിക്കുന്ന മതവിശ്വാസമനുസരിച്ചുള്ള ജനസേവനത്തിനു തികച്ചും പറ്റിയ ഒരു വേദിയാണ് പാർട്ടി എന്ന് അവരിൽ പലരും കരുതുന്നു. അതുപോലെ ഒരാളാകാൻ, തന്റെ ഇസ്ലാംമതവിശ്വാസം പുലർത്തിക്കൊണ്ടുതന്നെ പാർട്ടിയുടെ നയപരിപാടികൾ നടപ്പാക്കാൻ ചോദ്യകർത്താവിന് ഒരു തടസവുമുണ്ടാകേണ്ടതില്ല.(23.11.1979)

8

ഭൂരിപക്ഷ-ന്യൂനപക്ഷ മതങ്ങളുടെ ചരിത്ര പശ്ചാത്തലം

താങ്കളുടെ പാർട്ടി പറയുന്നതുപോലെ ന്യൂനപക്ഷം ഒരു സുപ്രഭാതത്തിൽ ആകാശത്തുനിന്ന് പൊട്ടിവീണതല്ല. എന്നാൽ അവർ സ്വയം ഉണ്ടാക്കിയതാണ്. കേരളത്തിലെയോ അല്ലെങ്കിൽ ഇന്ത്യയിലെയോ ജനങ്ങൾ ഭൂരിപക്ഷം ഹിന്ദുക്കളാണ്. അവരെല്ലാം താങ്കളെപ്പോലെ ചിന്തിക്കുന്നവരാണെന്ന് പറയുന്നത് ഒരുപക്ഷേ താങ്കളുടെ അറിവില്ലായ്മ ആയിരിക്കും. ഭൂരിപക്ഷമായ ഹിന്ദുക്കളെ എതിർക്കുകയും ന്യൂനപക്ഷമായ മറ്റു മതങ്ങളെ അനുകൂലിക്കുകയും ചെയ്യുന്ന കമ്യൂണിസ്റ്റ് (മാർക്സിസ്റ്റ്) പാർട്ടിക്ക് ക്ഷീണം സംഭവിക്കും എന്ന കാര്യം താങ്കൾ സൗകര്യപൂർവം മറക്കുന്നു. കേരളത്തിൽ ക്രിസ്ത്യൻ മതമല്ലാതെ ഹിന്ദുമതമോ മുസ്ലീംമതമോ പരസ്യമായി നിരീശ്വരവാദികൾക്ക് വോട്ടുചെയ്യരുത് എന്നു പറഞ്ഞിട്ടില്ല.

ഒ പി ത്യാഗി ബില്ലിൽ ഇങ്ങനെ പറയുന്നു:

ഭരണഘടനയിൽ ഉൾപ്പെടുത്തിയ മൗലിക സ്വാതന്ത്ര്യങ്ങളിലൊന്ന് മതത്തിൽ വിശ്വസിക്കാനും ആചരിക്കാനും അത് പ്രചരിപ്പിക്കാനുമുള്ള സ്വാതന്ത്ര്യമാണ്. ഒരു മതത്തിൽനിന്നും മറ്റൊരു മതത്തിലേക്ക് സ്വന്തം ഇഷ്ടപ്രകാരവും സ്വതന്ത്രമായ മനഃസാക്ഷിക്കനുസരിച്ചും ഒരാൾ മാറുന്നതിനെ ചോദ്യം ചെയ്യാൻ പാടില്ലാത്തതാകുന്നു. എന്നാൽ ഭയപ്പെടുത്തിയോ തെറ്റായ പ്രേരണ ചെലുത്തിയോ പ്രലോഭിപ്പിച്ചോ അതു ചെയ്യാതിരിക്കുന്നതിന് സ്റ്റേറ്റ് ശ്രദ്ധിക്കേണ്ടതാണ്. പട്ടികജാതി പട്ടികവർഗങ്ങളിൽപ്പെട്ടവർക്ക് ഈ സംരക്ഷണം

നൽകേണ്ടത് അത്യാവശ്യവും അവഗണിക്കാനാവാത്ത കാര്യവുമാണ്. ഈ ലക്ഷ്യം നേടുന്നതിനുതകുന്നവിധം സ്റ്റേറ്റ് പോളിസിയുണ്ടാക്കേണ്ടതാണ്.

ഇതിനെപ്പറ്റിയുള്ള താങ്കളുടെ അഭിപ്രായം എന്താണ്?

ആർ മാധവൻ നായർ
നെട്ടയം

ഇന്ത്യ ഒരു മതേതര രാഷ്ട്രമാണെന്നും ഇവിടെ എല്ലാ മതസ്ഥരും തുല്യരാണെന്നും സർക്കാർ ആനുകൂല്യങ്ങൾ ജാതിമത വ്യത്യാസമില്ലാതെ ഏതൊരു പൗരനും വിനിയോഗിക്കാം, ഉപകാരപ്പെടുത്താം എന്നുമൊക്കെയാണ് നമ്മുടെ ഭരണാധികാരികളും രാഷ്ട്രീയ പാർട്ടികളും പറയുന്നതും പ്രസംഗിക്കുന്നതും വാദിക്കുന്നതും. എന്നാൽ എന്റെ അറിവിൽ, ഹിന്ദുമതാരാധനാ കേന്ദ്രങ്ങളായ ക്ഷേത്രങ്ങളിൽനിന്നും കിട്ടുന്ന ആദായം സർക്കാർ ഖജനാവിലേക്ക് മുതൽക്കൂട്ടുകയും അവിടത്തെ തന്ത്രികൾ അടക്കമുള്ള ജീവനക്കാരെ സർക്കാർ ബോർഡുകൾ നിയമിക്കുകയും നിയന്ത്രിക്കുകയും ചെയ്യുകയും മിച്ചവരുമാനം (അധികവും മിച്ചമാണ്) പൊതുഭരണത്തിനാവശ്യമായി വരുന്നിടത്ത് വികസനപ്രവർത്തനത്തിനും മറ്റുമായി വിനിയോഗിക്കുകയും ചെയ്യുകയാണ്. ഇത് 'ജാതിമത ഭേദമെന്യേ ഹിന്ദുവിനും മുസൽമാനും ക്രിസ്ത്യാനിക്കും ലഭിക്കുകയും ചെയ്യുന്നു. എന്നാൽ ക്രിസ്ത്യൻ പള്ളികൾ, മുസ്ലിം ദേവാലയങ്ങൾ എന്നിവിടങ്ങളിലെ വരുമാനത്തെപ്പറ്റി എന്തെങ്കിലും ഈ ജനാധിപത്യ മതേതര സർക്കാരിന് അറിയാമോ? അവിടങ്ങളിലെ വരുമാന–വിനിയോഗത്തിന്മേൽ സർക്കാരിന് എന്തെങ്കിലും നിയന്ത്രണം ഉണ്ടോ? ഇവിടങ്ങളിലെ വരുമാനം പൊതുഖജനാവിൽ എത്താറുണ്ടോ? ഇല്ലായെങ്കിൽ അത് പൊതുവിൽ ഹിന്ദുമതവിശ്വാസികളോടു ചെയ്യുന്ന ഒരു വഞ്ചനയല്ലേ? ഇക്കാര്യത്തിൽ ഒരു മാറ്റം വരുത്താൻ—അതായത് ദേവസ്വം ബോർഡുകൾ പോലുള്ള ബോഡികൾ ഉണ്ടാക്കി ക്രിസ്തു–മുസ്ലിം ദേവാലയങ്ങളിലെയും വരുമാനം പൊതുഖജനാവിൽ എത്താൻതക്ക മാർഗമുണ്ടാക്കി വിനിയോഗത്തിലും ജീവനക്കാരിലും നിയന്ത്രണമുണ്ടാക്കി നീതി നടത്താൻ—മാർക്സിസ്റ്റ് പാർട്ടി ശ്രദ്ധിക്കുകയും മറ്റുള്ളവരെ പ്രോത്സാഹിപ്പിക്കുകയും ചെയ്യുമോ?

എസ് രാധാകൃഷ്ണൻ
ശ്രീകാര്യം

'ന്യൂനപക്ഷം ഒരു സുപ്രഭാതത്തിൽ ആകാശത്തുനിന്നു പൊട്ടി വീണതല്ല' എന്ന ഒന്നാം ചോദ്യകർത്താവിന്റെ അഭിപ്രായം തികച്ചും ശരിയാണ്. എന്നുവച്ച് 'ഭൂരിപക്ഷം ഒരു സുപ്രഭാതത്തിൽ ആകാശത്തു നിന്നു പൊട്ടിവീണതാണ്' എന്നു പറയാമോ? വയ്യെന്നാണ് ചരിത്രവസ്തുതകൾ തെളിയിക്കുന്നത്.

ഭൂരിപക്ഷം എന്നു പറയപ്പെടുന്ന ഹൈന്ദവസമൂഹം ചുരുങ്ങിയതു നാലു സഹസ്രാബ്ദങ്ങളുടെയെങ്കിലും വളർച്ചയിലൂടെ ഉരുത്തിരിഞ്ഞു വരുന്നതാണ്. 'ഭാരതം എന്ന ഇന്ത്യ'ക്കു വെളിയിൽവച്ചു രചിക്കപ്പെട്ട ആദ്യകാല ഋഗ്വേദ സൂക്തങ്ങൾ തൊട്ട്, ഇന്നത്തെ ശങ്കരാചാര്യന്മാരുടെ വചനങ്ങൾ വരെയുള്ള ആധികാരിക ഹൈന്ദവകൃതികൾ രൂപം പൂണ്ടതു സങ്കീർണമായ ഒരു പ്രക്രിയയിലൂടെയാണ്.

ആദ്യകാല ഹൈന്ദവ സംസ്കാരത്തിനാകട്ടെ, അതേ കാലത്തെ ഗ്രീക്ക്-പേർഷ്യൻ സംസ്കാരവുമായി അടുത്ത ബന്ധമുണ്ടായിരുന്നുതാനും. അവയെല്ലാം ഒരേ സാമൂഹ്യവളർച്ചയുടെ വിവിധ രൂപങ്ങളായിരുന്നു.

അതായത്, ഇന്നത്തെ ഇന്ത്യയിലെ ഭൂരിപക്ഷമായ ഹൈന്ദവരുടെ പൗരാണിക ചരിത്രകാലത്ത്, ഇന്നത്തെ ക്രിസ്തീയ-ഇസ്ലാമിക സമൂഹത്തിന്റെ പൗരാണിക രൂപങ്ങളുമായി ഏകോദരസഹോദരങ്ങളുടേതുപോലുള്ള ബന്ധമുണ്ടായിരുന്നു. അവ മൂന്നും പരസ്പരം സ്വാധീനിച്ചിരുന്നു. ഓരോന്നിന്റെയും അംശങ്ങൾ മറ്റുള്ളവയിൽ പ്രതിഫലിച്ചിരുന്നു.

സാമൂഹ്യ വളർച്ചയുടെ അനന്തരകാലഘട്ടങ്ങളിൽ ഈ മൂന്നും തമ്മിൽ പിരിഞ്ഞു. ക്രിസ്തീയ-ഇസ്ലാമിക-ഹൈന്ദവ സമൂഹങ്ങൾ അങ്ങനെയാണ് രൂപം കൊണ്ടത്.

ഈ ഓരോന്നിനുമകത്തു തന്നെ വിവിധ ഭാഗങ്ങൾ ഉടലെടുത്തു —ക്രിസ്തീയ വിഭാഗത്തിൽ അന്തോഖ്യയെയും റോമിനെയും ആസ്ഥാനമാക്കിക്കൊണ്ടുള്ള രണ്ട് സഭകൾ; ഹൈന്ദവരിൽ ബൗദ്ധ-ജൈനാദി വിഭാഗങ്ങൾ മുതലായവ. പിന്നീട് ഓരോന്നിനും ഒട്ടനേകം അവാന്തരവിഭാഗങ്ങൾ രൂപമെടുത്തു. ഇന്ത്യയിൽ തന്നെ ഈ മൂന്ന് മതസമുദായങ്ങളും എത്രയെത്രയോ ഖണ്ഡങ്ങളായി പിരിഞ്ഞു കിടക്കുകയാണ്.

ഈ മൂന്ന് മതവിഭാഗങ്ങളും വളരുകയും പിളരുകയും ചെയ്തതാകട്ടെ, അതാതു കാലത്തെ ഭരണസംവിധാനത്തിൽ വന്നുകൊണ്ടിരുന്ന മാറ്റങ്ങളുമായി ബന്ധപ്പെട്ടിട്ടാണുതാനും. മതവും ഭരണയന്ത്രവും തമ്മിൽ, മതവും സ്വകാര്യസ്വത്തുടമാവകാശവും തമ്മിൽ, മതവും വിദ്യാഭ്യാസ-സാംസ്കാരികാദി മേഖലകളിലെ പ്രവർത്തനങ്ങളും തമ്മിൽ—ഇങ്ങനെ സാമൂഹ്യ ജീവിതത്തിന്റെ വിവിധ വശങ്ങൾ മതവുമായി ബന്ധപ്പെട്ടാണ് കിടന്നിരുന്നത്.

'ഗോബ്രാഹ്മണഹിതം' മുൻനിർത്തി രാജ്യം ഭരിക്കുന്ന ഹൈന്ദവരും

ഇതിന്റെ ക്രിസ്തീയ-ഇസ്ലാമികാദി രൂപഭേദങ്ങളോടുകൂടിയവരും വിവിധ രാജ്യങ്ങളിൽ നാടുവാഴാൻ തുടങ്ങി. 'തിയോക്രാറ്റിക്ക് സ്റ്റേറ്റ്' എന്ന് ഇംഗ്ലീഷിൽ വിളിക്കപ്പെടുന്ന മതമേധാവിത്വ ഭരണവ്യവസ്ഥയാണ് സമീപകാലംവരെ ലോകത്തെല്ലായിടത്തും നിലനിന്നിരുതെന്നർഥം.

ഇതിനൊരു മാറ്റം വന്നത് ബൂർഷ്വാ വളർച്ചയുടെ കാലത്തും ആ വളർച്ചയുടെ ഫലമായുമാണ്. പൗരാണിക-മധ്യകാല സമൂഹത്തെ ബന്ധിച്ചിരുന്ന മറ്റു പല ചങ്ങലക്കെട്ടുകളെയുമെന്നപോലെ ഭരണത്തെയും വിദ്യാഭ്യാസത്തെയും സാമൂഹ്യ-സാംസ്കാരിക ജീവിതത്തെയാകെയും മതത്തോട് ബന്ധിച്ചിരുന്ന ചങ്ങലക്കെട്ടുകളെയും ബൂർഷ്വാസി പൊട്ടിച്ചെറിഞ്ഞു. മതം രാഷ്ട്രീയ കാര്യത്തിലോ രാഷ്ട്രത്തലവന്മാർ മതകാര്യങ്ങളിലോ ഇടപെടരുതെന്ന അർഥത്തിൽ മതനിരപേക്ഷമായ (അല്ലെങ്കിൽ മതേതരമായ) രാഷ്ട്രത്തിന്റെ ആശയം ഉടലെടുത്തു.

ഏതു മതത്തിലും വിശ്വസിക്കുക, അതനുസരിച്ചുള്ള ആചാരാനുഷ്ഠാനങ്ങൾ നടത്തുക എന്നതുപോലെ ഒരു മതത്തിലും വിശ്വസിക്കാതിരിക്കുക, മതപരമായ ഒരാചാരാനുഷ്ഠാനവും നടത്താതിരിക്കുക എന്നതിനും സ്വാതന്ത്ര്യമുള്ള ഒരു രാഷ്ട്രീയ ഭരണസംവിധാനം രൂപംകൊണ്ടു.

യൂറോപ്പിൽ ഈ പ്രക്രിയ തുടങ്ങിവച്ചത് 19-ാം നൂറ്റാണ്ടിലായിരുന്നു, അവിടെ മുതലാളിത്ത വളർച്ച തുടങ്ങിയതപ്പോഴായിരുന്നുവല്ലോ. ഇന്ത്യയിൽ ഈ പ്രക്രിയ തുടങ്ങാൻ കാലതാമസം നേരിട്ടു. മുതലാളിത്ത വളർച്ചയുടെ കാര്യത്തിൽ ഇന്ത്യ യൂറോപ്പിന് പിറകിലായിരുന്നുവല്ലോ.

എന്നാൽ, മുതലാളിത്ത വളർച്ചയോടൊപ്പം ഇവിടെയും മതനിരപേക്ഷ (മതേതര) രാഷ്ട്രമെന്ന ആശയം ഉടലെടുക്കുകയും വളരുകയും ചെയ്യാൻ തുടങ്ങി. ഇതിന്റെ പരിണതഫലമാണ് പ്രസിഡന്റ് മുതൽ ആധികാരിക സ്ഥാനമേറ്റെടുക്കേണ്ടവർ സ്ഥാനമേൽക്കുമ്പോൾ ചെയ്യേണ്ട സത്യപ്രതിജ്ഞയ്ക്ക് രണ്ടു രൂപങ്ങൾ—മതവിശ്വാസികൾക്കുള്ളതും അവിശ്വാസികൾക്കുള്ളതും—ഭരണഘടനയിലുൾക്കൊള്ളിച്ചത്.

ചരിത്രപരമായ കാരണങ്ങളാൽ മതത്തിനു ജനങ്ങളുടെ പേരിലുള്ള സ്വാധീനം ഇന്ത്യയിൽ ഇന്നും ശക്തമാണ്. അതാകട്ടെ, രാഷ്ട്രീയ ജീവിതത്തിൽ പ്രതിഫലിക്കുകയും ചെയ്യുന്നു.

വിദേശീയ അടിമത്തത്തിൽ നിന്നു മോചനം നേടുകയെന്ന ലക്ഷ്യം തന്നെ പുരാതന ഹൈന്ദവ സമൂഹവും സംസ്കാരവും പുനരുദ്ധരിക്കുകയെന്നും മധ്യകാല ഇസ്ലാമിക മേധാവിത്വം വീണ്ടെടുക്കുകയെന്നുമുള്ള രണ്ടു രൂപങ്ങളിൽ പ്രകടമായി. ഇതാണ് സ്വാതന്ത്ര്യലബ്ധിയോടുകൂടി ഇന്ത്യയും പാകിസ്ഥാനുമെന്ന രണ്ടു രാഷ്ട്രങ്ങൾ രൂപംകൊള്ളാൻ ഇടയാക്കിയത്.

ഈ രണ്ടു സ്വതന്ത്രരാഷ്ട്രങ്ങൾ ഉയർന്നുവന്നിട്ടും പ്രശ്നം പരിഹരി

ക്കപ്പെട്ടില്ല. നേരെമറിച്ചു, തിരഞ്ഞെടുക്കപ്പെട്ട ജനപ്രതിനിധികൾ അവരോടുത്തരവാദപ്പെട്ട കേന്ദ്ര–സംസ്ഥാന ഗവൺമെന്റുകൾ എന്നിവയടങ്ങുന്ന ജനാധിപത്യ ഭരണസംവിധാനം നിലവിൽവന്നപ്പോൾ ഭരണവർഗങ്ങളിൽപ്പെട്ടവരുടെ അധികാര മൽസരത്തിൽ ജാതി–മതാദിപരിഗണനകൾ ഒരു പങ്കുവഹിക്കാൻ തുടങ്ങി.

1952–ൽ നടന്ന ഒന്നാം പൊതുതിരഞ്ഞെടുപ്പിൽ ഹിന്ദു മഹാസഭ, രാമരാജ്യപരിഷത്ത്, മുസ്ലിം ലീഗ് മുതലായ മതരാഷ്ട്രീയ സംഘടനകളും വിവിധ സംസ്ഥാനങ്ങളിലെ ജാതി സംഘടനകളും സജീവമായി രംഗത്തുവരികയുണ്ടായി. ആ തിരഞ്ഞെടുപ്പിനുശേഷം ഹിന്ദുരാഷ്ട്രവാദത്തെ ആസ്പദമാക്കിയ ആർഎസ്എസിന്റെ രാഷ്ട്രീയമുഖമെന്ന നിലയ്ക്ക് ജനസംഘം രംഗത്തുവന്നു. ക്രിസ്തീയ–ഇസ്ലാമിക–സിഖ് മതാധ്യക്ഷന്മാരും തിരഞ്ഞെടുപ്പിൽ സ്വാധീനം ചെലുത്താൻ തുടങ്ങി.

മതനിരപേക്ഷ(മതേതര) രാഷ്ട്രമെന്ന ആധുനിക ചിന്താഗതിയോടുള്ള വെല്ലുവിളിയാണ് ഇതെല്ലാം. എന്നാൽ, അവയിൽ വച്ച് മറ്റേതിനെക്കാളും രാജ്യവ്യാപകവും അതുകൊണ്ടുതന്നെ ആപൽക്കാരിയുമായത് ഹിന്ദുരാഷ്ട്രവാദത്തെ ആസ്പദമാക്കിയ ആർ എസ് എസാണ്.

എന്തുകൊണ്ടെന്നാൽ 20–ാം നൂറ്റാണ്ടിൽ നിന്നു 21–ാം നൂറ്റാണ്ടിലേക്കു കുതിക്കേണ്ട, കുതിച്ചുകൊണ്ടിരിക്കുന്ന, ഇന്ത്യൻ സമൂഹത്തെ നിരവധി നൂറ്റാണ്ടുകൾ പുറകോട്ടു വലിക്കുകയാണ് 'ഹിന്ദുരാഷ്ട്ര' വാദം ചെയ്യുന്നത്. ഹിന്ദു സമൂഹത്തിൽ രണ്ടു നൂറ്റാണ്ടോളമായി നടന്നുവരുന്ന ആധുനികവൽക്കരണം പോലും തടയുന്നവർ അധർമത്തിനുവേണ്ടിയാണ് പോരാടുന്നത്. അതുകൊണ്ടാണ് ക്രിസ്തീയ–ഇസ്ലാമികാദി വർഗീയതകളോട് ഒരു വിട്ടുവീഴ്ചയും ചെയ്യാതെ തന്നെ ആർ എസ് എസിന്റെ ഹൈന്ദവ വർഗീയതക്കെതിരായി വിട്ടുവീഴ്ചയില്ലാത്ത സമരം കമ്യൂണിസ്റ്റ് (മാർക്സിസ്റ്റ്) പാർട്ടിയും മറ്റ് ഇടതുപക്ഷ ജനാധിപത്യശക്തികളും നടത്തുന്നത്.

ഒന്നാം ചോദ്യകർത്താവ് ഉദ്ധരിച്ചതുപോലെ കമ്യൂണിസ്റ്റ് (മാർക്സിസ്റ്റ്) പാർട്ടിയും മറ്റു ഇടതുജനാധിപത്യപ്പാർട്ടികളും 'ഹിന്ദുക്കളെ എതിർക്കുകയും മറ്റു മതങ്ങളെ അനുകൂലിക്കുകയും' അല്ല ചെയ്യുന്നത്. പിന്നെയോ, എല്ലാ മതവിഭാഗങ്ങൾക്കും, അതോടൊപ്പംതന്നെ മതവിശ്വാസമില്ലാത്തവർക്കും തുല്യാവകാശമുണ്ടായിരിക്കണമെന്ന് വാദിക്കുകയാണ്.

നിർഭാഗ്യവശാൽ, ആർ എസ് എസുകാരടക്കമുള്ള ഹൈന്ദവനേതാക്കൾ ഈ രാജ്യം ഹിന്ദുക്കളുടേതാണ്, അഹിന്ദുക്കൾക്കും അവിശ്വാസികൾക്കും ഇവിടെ സ്ഥാനമില്ല, എന്ന രീതിയിൽ പെരുമാറുന്നു. അഹിന്ദുക്കൾക്ക് (വിശേഷിച്ചു മുസ്ലിങ്ങൾക്ക്) എതിരായ വർഗീയ കലാപങ്ങൾ അവർ സംഘടിപ്പിക്കുന്നു. ഹിന്ദുക്കളിൽത്തന്നെ ബഹുഭൂരിപക്ഷം വരുന്ന അവശജാതിക്കാരെ രണ്ടാംതരം പൗരന്മാരായി കണക്കാക്കുന്ന പുരാതന–മധ്യകാല ഹൈന്ദവസമൂഹം പുനരുദ്ധരിക്കാൻ അവർ ശ്രമിക്കുന്നു.

ഇതാണ് അവരോടുള്ള എതിർപ്പിനു കാരണം.

രണ്ടാം ചോദ്യകർത്താവ് ഉന്നയിക്കുന്ന ദേവസ്വങ്ങളുടെ കാര്യവും ഇതുമായി ബന്ധപ്പെട്ടതാണ്. 'ഗോബ്രാഹ്മണ ഹിത'ത്തിനുവേണ്ടി നാടുവാണ ഹൈന്ദവ രാജാക്കന്മാരും ഹൈന്ദവ ഭൂപ്രഭുക്കന്മാരും ക്ഷേത്രങ്ങളുടെ ഉടമകൾ കൂടിയായിരുന്നു. ആധുനിക ബൂർഷ്വാ ഭരണസംവിധാനം രൂപപ്പെടാൻ തുടങ്ങിയതോടുകൂടി ഭരണാധികാരത്തിൽനിന്നു ക്ഷേത്രങ്ങളെ വേർപ്പെടുത്തേണ്ടിവന്നു. അവയുടെ പേരിലുള്ള സ്വത്തുക്കളുടെ ഭരണത്തിനു വേറെ വ്യവസ്ഥകളുണ്ടാക്കേണ്ടിവന്നു. ഇതാണ് ദേവസ്വംബോർഡുകളുടെ ഉൽഭവത്തിനടിസ്ഥാനം.

എന്നാൽ ദേവസ്വം ബോർഡുകളുടെ ഘടനയിൽ അഹിന്ദുക്കൾക്കു സ്ഥാനമില്ല (ഉണ്ടെന്ന് ചോദ്യകർത്താവ് ധരിച്ചത് തെറ്റാണ്) ഹിന്ദുക്കളായ എംഎൽഎമാരും ഹിന്ദുക്കളായ മന്ത്രിമാരുമാണ് ദേവസ്വം ബോർഡ് മെമ്പർമാരെ തിരഞ്ഞെടുക്കുന്നത്. ഈ തിരഞ്ഞെടുപ്പിലോ ദേവസ്വം ഭരണത്തിലോ അഹിന്ദുക്കൾക്ക് യാതൊരുസ്ഥാനവുമില്ല.

മുസ്ലീങ്ങളുടേതായ 'വഖ്ഫു'കൾക്കും ഇതു ബാധകമാണ്. അവയുടെ ഭരണത്തിനു മുസ്ലിങ്ങളുടെ പ്രതിനിധികളെന്ന നിലയ്ക്കു ഗവൺമെന്റ് തിരഞ്ഞെടുക്കുന്ന മെംബർമാർ ചേർന്ന കമ്മിറ്റികളുമുണ്ട്. അവയുടെ പ്രവർത്തനമാകട്ടെ, ദേവസ്വങ്ങളുടേതെന്ന പോലെ ഒരു മന്ത്രിയുടെ വകുപ്പിൽപ്പെട്ടതാണുതാനും.

ഹൈന്ദവരും മുസ്ലീങ്ങളുമായ ഭരണാധികാരികൾ സ്റ്റേറ്റിന്റേതിനോടൊപ്പം ദേവാലയങ്ങളുടെ കൂടി മേലാളന്മാരായിരുന്ന മുൻകാല ചരിത്രത്തിന്റെ ഒരവശിഷ്ടമാണിത്. മതനിരപേക്ഷ (മതേതര) രാഷ്ട്രമെന്ന ആശയം പൂർണമായി പ്രയോഗത്തിൽ വരുമ്പോൾ മതവുമായി ബന്ധപ്പെട്ട രാഷ്ട്രത്തിന്റെ ഇത്തരം അവശിഷ്ടങ്ങൾ ഇല്ലാതാകും. (04.08.1980)

9

ഉത്സവ പരിപാടിയും കമ്യൂണിസ്റ്റുകാരും

ദേവാലയങ്ങളിലെ ഉത്സവപരിപാടികളോടനുബന്ധിച്ച് നടത്തുന്ന സാംസ്കാരിക സമ്മേളനത്തിൽ ഒരു കമ്യൂണിസ്റ്റുകാരന് പങ്കെടുത്ത് പ്രസംഗിക്കാമോ? ഏതു വേദിയും വിപ്ലവാശയ പ്രചരണത്തിന് ഉപയോഗപ്പെടുത്തേണ്ടത് ഒരു മാർക്സിസ്റ്റുകാരന്റെ കടമയാണെന്ന് പങ്കെടുക്കുന്നവർ പറയുന്നു: അതിനെ എതിർക്കുന്നവരാകട്ടെ, കമ്യൂണിസ്റ്റ് ചിന്തകന്മാരെ ഉൾപ്പെടെ ദേവാലയ സങ്കേതങ്ങളിൽ പങ്കെടുപ്പിച്ചുകൊണ്ട് ആശയരംഗത്തുള്ള പരിമിതമായ എതിർപ്പുകളെപ്പോലും ഇല്ലാതാക്കി ദൈവവിശ്വാസത്തിന് ചുറ്റും മനുഷ്യസമൂഹത്തെ മൊത്തമായി തളച്ചിടുന്നതിനുള്ള ഉയർന്ന രൂപമായി പിന്തിരിപ്പൻ സ്ഥാപിത താൽപ്പര്യക്കാർ ബോധപൂർവം ആസൂത്രണം ചെയ്യുന്ന പദ്ധതിയായതുകൊണ്ട് ഒരു കമ്യൂണിസ്റ്റുകാരൻ ഈവിധ സമ്മേളനത്തിൽ പങ്കെടുത്ത് സംസാരിക്കാൻ പാടില്ലെന്ന് അതിനെ എതിർക്കുന്നവരും വാദിക്കുന്നു. ഇതിൽ ഏതാണ് ശരി?

കെ കെ തങ്കപ്പക്കുറുപ്പ്
ചെങ്ങന്നൂർ

ഓരോ കമ്യൂണിസ്റ്റുകാരനും പ്രാഥമികമായി നോക്കിയാൽ അധ്വാനിക്കുന്ന ബഹുജനങ്ങളുടെ ഒരു മുന്നണിപ്പടയാളിയാണ്. ആ നിലയ്ക്ക് ബഹുജനങ്ങളുടെ നിത്യജീവിതത്തിൽ സജീവമായി പങ്കെടുക്കുന്നത് അയാളുടെ കടമയാണ്.

ഉത്സവാഘോഷങ്ങളും അതുപോലുള്ള ചടങ്ങുകളും അധ്വാനിക്കുന്ന ബഹുജനങ്ങളുടെ നിത്യജീവിതത്തിന്റെ ഭാഗമാണ്. വിപ്ലവപ്രസ്ഥാനത്തിൽ പങ്കെടുക്കുന്ന ജനലക്ഷങ്ങൾ ഒത്തുകൂടുന്ന സന്ദർഭങ്ങളാണവ. ആ നില

യ്ക്ക് ബഹുജന സമരങ്ങളുടെ മുന്നണിപ്പടയാളിയായ കമ്യൂണിസ്റ്റുകാരന് ഇത്തരം ചടങ്ങുകളിൽ പങ്കെടുക്കാൻ ബാധ്യതയില്ലേ എന്ന് ന്യായമായും ചോദിക്കാം. അതാണ് ചോദ്യകർത്താവ് ചൂണ്ടിക്കാണിക്കുന്ന രണ്ടുവാദഗതികളിലൊന്ന്.

പക്ഷേ കമ്യൂണിസ്റ്റുകാർ സാധാരണ ബഹുജനങ്ങളുടേതിൽനിന്ന് ഉയർന്നുനിൽക്കുന്ന സാംസ്കാരികനിലവാരം, ശാസ്ത്രീയവീക്ഷണം, വർഗബോധം എന്നിവയുടെ ഉടമകൾ കൂടിയാണ്. അവരുടെ ആശയപരമായ അടിത്തറ മാർക്സിസം–ലെനിനിസമാണ്. വൈരുധ്യാത്മകവും ചരിത്രപരവുമായ ഭൗതികവാദമാണ്. മതപരമായതടക്കം എല്ലാത്തരം അന്ധവിശ്വാസങ്ങൾക്കും എതിരായി നിരന്തരമായ ആശയസമരം നടത്താൻ ബാധ്യതപ്പെട്ടവരാണവർ. ദേവാലയങ്ങളിലെ ഉത്സവങ്ങളും അതുപോലുള്ള ചടങ്ങുകളുമാകട്ടെ, മതപരമായ അന്ധവിശ്വാസങ്ങളെ ആസ്പദമാക്കിയതും അവയെ ശക്തിപ്പെടുത്താൻ സഹായിക്കുന്നതുമാണ്.

അപ്പോൾ ലക്ഷക്കണക്കിന് അധ്വാനിക്കുന്ന ബഹുജനങ്ങൾക്ക് വിശ്വാസമുള്ള ഇത്തരം ചടങ്ങുകളിൽ കമ്യൂണിസ്റ്റുകാർ പങ്കുകൊള്ളുന്നതു സംബന്ധിച്ച പ്രശ്നത്തിന് ലളിതമായ ഉത്തരം നൽകാൻ സാധ്യമല്ല. ജനലക്ഷങ്ങളുടെ നിത്യജീവിതവുമായി ഇഴുകിച്ചേർന്ന് സ്വന്തം ജീവിതം രൂപപ്പെടുത്തുമ്പോൾ തന്നെ ജനലക്ഷങ്ങൾ സ്വീകരിച്ചു കഴിഞ്ഞിട്ടില്ലാത്ത ശാസ്ത്രീയവീക്ഷണത്തിനുവേണ്ടി വിശ്രമരഹിതമായി പ്രവർത്തിക്കുകയാണ് കമ്യൂണിസ്റ്റുകാരുടെ കടമ. ഇതു നിറവേറ്റുമ്പോൾ ചിലപ്പോൾ മതപരമായ അന്ധവിശ്വാസങ്ങളുടെ പുറകെ പോകുക, മറ്റു ചിലപ്പോൾ ബഹുജനങ്ങളിൽനിന്നും തികച്ചും ഒറ്റപ്പെടുക—ഇതിലേതെങ്കിലും പാളിച്ച പറ്റാനുള്ള എല്ലാ സാധ്യതകളുമുണ്ട്.

ഈ രണ്ട് സാധ്യതകളും ഒഴിവാക്കിക്കൊണ്ട്—എല്ലാ പാളിച്ചകളിൽനിന്നും അതീതമായിക്കൊണ്ടെന്നർഥം—കമ്യൂണിസ്റ്റുകാരുടെ ദ്വിമുഖ കടമ നിറവേറ്റുന്നത് വ്യക്തിഗതമായ ഒരു പ്രശ്നമല്ല. വ്യക്തികളായ കമ്യൂണിസ്റ്റുകാർ പ്രത്യേക വ്യക്തികളായി നിന്നുകൊണ്ട് പാളിച്ചകളിൽനിന്ന് രക്ഷപ്പെടുകയെന്ന രീതിയിൽ പ്രശ്നം കൈകാര്യം ചെയ്യാൻ തുടങ്ങിയാൽ അത് നമ്മെ എവിടെയുമെത്തിക്കില്ല. എന്തുകൊണ്ടെന്നാൽ, വൈവിധ്യമാർന്ന പരിതഃസ്ഥിതികളിൽ ഏതെങ്കിലുമൊരു പാളിച്ചയ്ക്ക് ഇരയാവാത്ത യാതൊരു വ്യക്തിയുമില്ല. എന്നാൽ വിമർശന—സ്വയംവിമർശനങ്ങളെ ആസ്പദമാക്കി പാർട്ടി ഘടകങ്ങളുടെ നിയന്ത്രണത്തിൽ പ്രവർത്തിക്കുന്ന കമ്യൂണിസ്റ്റുകാർക്ക് പാളിച്ച കഴിയുന്നത്ര കുറയ്ക്കാനും പാളിപ്പോയാൽ ഉടൻ തന്നെ അത് തിരുത്താനും കഴിയും.

ലെനിൻ ചൂണ്ടിക്കാണിച്ചതുപോലെ യാതൊരു തെറ്റും ചെയ്യാതിരിക്കുകയല്ല കമ്യൂണിസ്റ്റ് പാർട്ടിയുടെ ലക്ഷണം. പിന്നെയോ? തെറ്റു പറ്റുന്നത് കഴിയുന്നത്ര കുറയ്ക്കുക, പറ്റിയാൽ ഉടനെതന്നെ അതു തിരുത്തുക—ഇതാണ് കമ്യൂണിസ്റ്റുകാർ ചെയ്യാൻ നോക്കേണ്ടത്. മതവിശ്വാസികളും അന്ധവിശ്വാസങ്ങളിൽ മുഴുകിക്കിടക്കുന്നവരുമായ ബഹുജനങ്ങളുടെ ഇടയിൽ നിന്നുകൊണ്ട് അവരെ സംഘടിപ്പിക്കുമ്പോൾ തന്നെ അവരുടേതി

നെക്കാൾ ഉയർന്ന ശാസ്ത്രീയ (ചരിത്രപരമായ ഭൗതികവാദത്തിന്റെ) വീക്ഷണമുള്ള കമ്യൂണിസ്റ്റുകാർക്ക് ഇതു വിശേഷിച്ചും പ്രസക്തമാണ്. സ്വന്തം ഘടകത്തിന്റെയും കീഴ്ഘടകങ്ങളുടെയും വിമർശനാത്മകമായ ഉപദേശ നിർദേശങ്ങളിലൂടെ മാത്രമേ ഇക്കാര്യത്തിൽ പറ്റാനിടയുള്ള തെറ്റുകൾ കുറയ്ക്കാൻ കഴിയുകയുള്ളു. (12.09.1980)

10

കമ്യൂണിസത്തോടുള്ള കത്തോലിക്കാ സഭയുടെ സമീപനം

ബ്രസീലിലെ സ്വേച്ഛാധിപത്യ–സൈനികഭരണകൂടത്തിനെതിരെ അവിടത്തെ തൊഴിലാളിവർഗത്തിന്റെയും അവരോടൊപ്പം സമരരംഗത്തിറങ്ങുവാൻ ധീരമായി മുന്നോട്ടുവന്നിട്ടുള്ള കത്തോലിക്കാ പള്ളിയുടെയും പുരോഗമനപരമായ നയത്തെ ജോൺപോൾ മാർപ്പാപ്പ തന്റെ ചരിത്രപ്രസിദ്ധമായ ബ്രസീൽ സന്ദർശനവേളയിൽ പൂർണമായും അംഗീകരിച്ചിരിക്കുകയാണല്ലോ.

പോളണ്ടുകാരനായ പാപ്പയുടെ മർദിത, ചൂഷിത വർഗത്തിന് അനുകൂലമായതും സ്വേച്ഛാധിപത്യ വിരുദ്ധവുമായ സമീപനത്തെ പോർത്തുഗലിലെ കമ്യൂണിസ്റ്റ് പാർട്ടി നേതാവ് ആൽവാറോ കുഞ്ഞാൽ ലിസ്ബണിൽ നടന്ന വമ്പിച്ച ഒരു റാലിയിൽവച്ച് സ്വാഗതം ചെയ്തിട്ടുണ്ടെന്ന് മാത്രമല്ല, ആസന്നമായ പൊതുതിരഞ്ഞെടുപ്പിൽ പോർത്തുഗലിലെ പള്ളിയുടെ കമ്യൂണിസ്റ്റ് വിരുദ്ധ സമീപനത്തെ കത്തോലിക്കർ തള്ളിക്കളയുമെന്നും അദ്ദേഹം പ്രവചിച്ചിട്ടുണ്ട്. (ആഗോള പ്രശസ്ത വാർത്താ ഏജൻസിയായ *റോയ്ട്ടർ* ജൂലായ് 14–ന് ലിസ്ബണിൽനിന്ന് റിപ്പോർട്ട് ചെയ്തത്)

കത്തോലിക്കർക്കും ഇതര ക്രൈസ്തവ വിഭാഗങ്ങൾക്കും അതേസമയം മറ്റ് മതങ്ങൾക്കും വമ്പിച്ച സ്വാധീനമുള്ള നമ്മുടെ നാട്ടിലെ കമ്യൂണിസ്റ്റുകാർ മാർപ്പാപ്പയുടെ ബ്രസീൽ പ്രഖ്യാപനത്തെ എങ്ങനെ വിലയിരുത്തുന്നുവെന്ന് അറിയാൻ അതിയായ കൗതുകമുണ്ട്. കാരണം പാപ്പയെക്കാൾ വലിയ കത്തോലിക്കർ ചമയുന്നവർ നമ്മുടെ നാട്ടിലുണ്ടല്ലോ. അവരുടെ പാപ്പരത്തത്തെ പൊളിച്ചു കാണിക്കാൻ പാപ്പയുടെ പ്രഖ്യാപനം വളരെ സഹായിക്കും. മാത്രമല്ല, ഇത്തരം സംരംഭങ്ങൾക്ക്

കമ്യൂണിസ്റ്റ് പ്രസ്ഥാനം മുതിരുന്നുവെങ്കിൽ ഇടതുപക്ഷപ്രസ്ഥാനം, മതവിശ്വാസികൾക്ക് മുൻതൂക്കമുള്ള നമ്മുടെ നാട്ടിൽ, തഴച്ചുവളരുകയും ചെയ്യുമെന്ന് എനിക്ക് അഭിപ്രായമുണ്ട്.

കെ വി ജോൺസൺ

കുവൈത്ത്

ചോദ്യകർത്താവ് പരാമർശിക്കുന്ന രണ്ടു പ്രസ്താവനകളും പൂർണ രൂപത്തിൽ ഞാൻ കണ്ടിട്ടില്ല; അതുകൊണ്ട് ചോദ്യകർത്താവിന്റെ സംശയം വ്യക്തമായും പൂർണമായും ദൂരീകരിക്കാൻ വയ്യ.

പക്ഷേ, ലോക കത്തോലിക്കാ മതമേധാവികളുടെ ഇടയിൽ അടുത്ത കാലത്ത് കാര്യമായ പല നയമാറ്റങ്ങളും വന്നിട്ടുണ്ടെന്നത് ഒരു വസ്തുതയാണ്. സോഷ്യലിസ്റ്റ് ലോകത്തോടും ലോകകമ്യൂണിസ്റ്റ് പ്രസ്ഥാനത്തോടും അവർ കുറെക്കാലമായി അംഗീകരിച്ചുപോന്ന സമീപനത്തിൽ പ്രത്യക്ഷമായ മാറ്റങ്ങൾ വന്നുകഴിഞ്ഞിട്ടുണ്ട്. അവയെ വസ്തുനിഷ്ഠമായി വിലയിരുത്തി കത്തോലിക്കാ പള്ളിയോടു ലോകവിപ്ലവപ്രസ്ഥാനം അംഗീകരിക്കേണ്ട നയസമീപനം തിട്ടപ്പെടുത്തുകയാണാവശ്യം.

ഇവിടെ ഒരു കാര്യം ഓർക്കേണ്ടതുണ്ട്. കത്തോലിക്കാ മതമേധാവികൾ മാത്രമല്ല, മുമ്പ് അന്ധമായ കമ്യൂണിസ്റ്റ് വിരോധം വച്ചുപുലർത്തിയിരുന്ന പലരും അടുത്തകാലത്ത് തങ്ങളുടെ വികാരം അത്ര അന്ധമായി പ്രകടിപ്പിക്കുന്നില്ല.

അമേരിക്കയടക്കമുള്ള സാമ്രാജ്യകോയ്മകൾ ആദ്യം സോവിയറ്റ് യൂണിയനോടും പിന്നീട് ചൈനയോടും കാണിച്ച ശത്രുതാമനോഭാവം അതേപോലെ പ്രകടിപ്പിക്കാൻ അവർക്ക് ഇന്ന് കഴിയുന്നില്ലല്ലോ. രണ്ടാം ലോകമഹായുദ്ധകാലത്ത് ഫാസിസ്റ്റ് കൂട്ടുകെട്ട് തകർക്കുന്ന കാര്യത്തിൽ സോവിയറ്റ് യൂണിയനുമായി സഹകരിച്ചത് മുതൽക്കിങ്ങോട്ട് പല സന്ദർഭങ്ങളിലും മാറി മാറി പല സോഷ്യലിസ്റ്റ് കോയ്മകളുമായി സഹകരണാത്മകമായ ബന്ധം പുലർത്താൻ ഏറ്റവും കടുത്ത സാമ്രാജ്യ കോയ്മകൾക്കുപോലും തയ്യാറാവേണ്ടി വന്നിട്ടുണ്ട്. ഹ്രസ്വകാലത്തേക്കാണെങ്കിലും സോവിയറ്റ് യൂണിയനുമായി സന്ധിചെയ്യാൻ ഹിറ്റ്ലർ പോലും തയ്യാറായ കാര്യം കൂടി ഇവിടെ ഓർക്കേണ്ടതുണ്ട്.

പിന്നീട് മാറി മാറി സോവിയറ്റ് യൂണിയനോടോ ചൈനയോടോ സൗഹാർദവും ശത്രുതയും പുലർത്തിക്കൊണ്ടാണ് സാമ്രാജ്യ കോയ്മകളും താന്താങ്ങളുടെ വിദേശനയം രൂപപ്പെടുത്തിയത്.

ഇതിനുള്ള മുഖ്യകാരണം ലോകരാഷ്ട്രീയത്തിൽ വിവിധ കോയ്മകൾ തമ്മിലുള്ള ബലാബലത്തിൽ വന്ന മാറ്റമാണ്. സോഷ്യലിസ്റ്റ് കോയ്മകൾ മൊത്തത്തിലും, അവയിൽ വച്ചേറ്റവും പ്രധാനപ്പെട്ട സ്ഥാനത്തുനിൽക്കുന്ന സോവിയറ്റ് യൂണിയൻ, ചൈന എന്നീ രാജ്യങ്ങൾ വിശേഷിച്ചും ലോകരാഷ്ട്രീയത്തിൽ വമ്പിച്ച സ്വാധീനം ചെലുത്തുന്ന 'വൻകോയ്മ'കളായി മാറിയിരിക്കുന്നു. അവയെ അവഗണിച്ചുകൊണ്ടുള്ള ലോകരാഷ്ട്രീയം ഇ

ന്നൊരാൾക്കും ചിന്തിക്കാൻ വയ്യെന്നായിരിക്കുന്നു. സോഷ്യലിസ്റ്റ് രാജ്യങ്ങളെ മുഴുവൻ കൂട്ടമായോ അവയിൽ ചിലവയെ ഒറ്റതിരിച്ചോ ആക്രമിച്ചു തകർക്കാമെന്ന പ്രതീക്ഷയും ഇന്നത്തെ ലോകരാഷ്ട്രീയ സാഹചര്യത്തിൽ ഒരു സാമ്രാജ്യ വൻകോയ്മക്കും ഉണ്ടാവാൻ വയ്യെന്നായിരിക്കുന്നു.

റഷ്യയിലെ ഒക്ടോബർ വിപ്ലവത്തിനുശേഷം ആഗോളാടിസ്ഥാനത്തിൽ രൂപംപൂണ്ട കമ്യൂണിസ്റ്റ് വിരുദ്ധ പാളയത്തിലെ ഒരു പ്രധാന ശക്തിയായ വത്തിക്കാനും ഇതു ബാധകമാണ്. വത്തിക്കാനിലെ മതമേധാവികളുടെ മുമ്പിൽ മറ്റൊരു പ്രശ്നം കൂടിയുണ്ട്; ഇറ്റലിയടക്കം കത്തോലിക്കാ ഭൂരിപക്ഷമുള്ള പല രാജ്യങ്ങളിലും സോഷ്യലിസ്റ്റ് ലോകത്തിലെ പൊതു സ്വാധീനം മാത്രമല്ല, അതാതു രാജ്യത്തെ കമ്യൂണിസ്റ്റ് പ്രസ്ഥാനത്തിന്റെ ജനസ്വാധീനവും അടിക്കടി വർധിച്ചുവരികയാണ്. മതവിശ്വാസികളായ കത്തോലിക്കരിൽപെട്ട ലക്ഷക്കണക്കിനാളുകൾ കമ്യൂണിസ്റ്റുകാർക്ക് വോട്ടുനൽകി വിജയിപ്പിക്കുന്നു; അവരെ അധികാരത്തിന്റെ വക്കുവരെ എത്തിക്കുന്നു.

മതപരമായ കാര്യങ്ങളിൽ പോപ്പ് മുതൽക്കുള്ള മതമേലധ്യക്ഷന്മാരുടെ ഉപദേശനിർദേശങ്ങൾ അക്ഷരംപ്രതി അനുസരിക്കുന്നതു പോലെതന്നെ, രാഷ്ട്രീയ കാര്യങ്ങളിൽ കമ്യൂണിസ്റ്റ് പാർട്ടിയോടു കൂറുപുലർത്തുന്ന ലക്ഷോപലക്ഷം കത്തോലിക്കരാണ് ഇറ്റലിയിലും ഫ്രാൻസിലും ഏറ്റവും വലിയ രാഷ്ട്രീയ പാർട്ടി എന്ന സ്ഥാനത്തേക്ക് കമ്യൂണിസ്റ്റ് പാർട്ടിയെ ഉയർത്തിയിട്ടുള്ളത്. സ്പെയിൻ, പോർത്തുഗൽ, ലാറ്റിനമേരിക്കൻ രാജ്യങ്ങൾ എന്നിവിടങ്ങളിലെല്ലാം ഇറ്റലിയെയും ഫ്രാൻസിനെയും അപേക്ഷിച്ച് കുറഞ്ഞ തോതിലാണെങ്കിലും ഇതേ പ്രവണത കാണാം.

ഇതാകട്ടെ, കത്തോലിക്കാ വിഭാഗത്തിൽപ്പെട്ടതടക്കം ക്രിസ്ത്യൻ മതവിശ്വാസത്തിനും യോജിച്ചതാണുതാനും. എന്തുകൊണ്ടെന്നാൽ 'ദൈവത്തിനുള്ളത് ദൈവത്തിന്, സീസർക്കുള്ളത് സീസർക്ക്' എന്നതാണ് ക്രിസ്ത്യൻ മതപ്രമാണം. രാഷ്ട്രമേധാവികൾ മതത്തിന്റെയോ മതമേധാവികൾ ഭരണത്തിന്റെയോ കാര്യത്തിൽ ഇടപെടരുതെന്നാണല്ലോ ഇതിനർഥം.

ഈ പ്രമാണത്തെ ലംഘിച്ചുകൊണ്ട് കമ്യൂണിസ്റ്റുകാർ മാത്രമല്ല 'കമ്യൂണിസ്റ്റ് സഹയാത്രികർ' എന്നു വിളിക്കപ്പെടുന്നവർ പോലും വർജ്യരാണെന്ന നിലക്കാണ് കത്തോലിക്കാ മതമേധാവികൾ കമ്യൂണിസ്റ്റ് വിരുദ്ധ 'കുരിശുയുദ്ധ'ത്തിൽ ഒരു കാലത്ത് പങ്കുകൊണ്ടത്. അത് ഇന്നത്തെ കാലത്ത് യോജിച്ചതല്ലെന്ന ധാരണ മതമേധാവികൾക്കിടയിൽ വരാൻ തുടങ്ങിയിട്ട് കാലം കുറച്ചായി.

ഇതിന് വ്യക്തമായ രൂപംകൊടുക്കാൻ തുടങ്ങിയ പോപ്പ് ഇന്നത്തെ മാന്യദേഹമല്ല. അദ്ദേഹത്തിന്റെ മുൻഗാമികളിലൊരാൾ—പോപ്പ് ജോൺ—1960 കളിൽ തുടങ്ങിവച്ച നീക്കമാണിത്. ആ വഴിക്കു തന്നെ ഇന്നത്തെ പോപ്പും നീങ്ങുന്നതിന്റെ സൂചനയായിരിക്കാം ചോദ്യകർത്താവ് പരാമർശിക്കുന്ന പ്രസ്താവന.

പോപ്പ് ജോണിന്റെ കാലംതൊട്ട് കത്തോലിക്കാ മതമേധാവികൾ തു

ടങ്ങിവച്ച ഈ നീക്കത്തെ കമ്യൂണിസ്റ്റുകാർ സ്വാഗതം ചെയ്യുന്നു. ഇന്നത്തെ ബ്രഷ്നേവ് അടക്കം പല കമ്യൂണിസ്റ്റ് നേതാക്കളും പോപ്പിനെ സന്ദർശിച്ചിട്ടുണ്ട്. കത്തോലിക്കാപള്ളിയും സോഷ്യലിസ്റ്റ് ലോകവും തമ്മിലുള്ള ബന്ധം സാധാരണഗതിയിലാക്കുന്നത് ലോകകമ്യൂണിസ്റ്റ് പ്രസ്ഥാനത്തിന്റെ താൽപ്പര്യങ്ങൾക്ക് തികച്ചും അനുയോജ്യമാണ്. പോർത്തുഗൽ അടക്കം കത്തോലിക്കാ ഭൂരിപക്ഷമുള്ള രാജ്യങ്ങളിലെ കമ്യൂണിസ്റ്റുകാർക്കു വിശേഷിച്ചും ഇത് ബാധകമാണ്. അതായിരിക്കണം കുഞ്ഞാലിന്റെ പ്രസ്താവനയുടെ അർഥം.

കൂട്ടത്തിൽ പറയട്ടെ, കേരളമടക്കം ഇന്ത്യയിലെ പല സംസ്ഥാനങ്ങളിലുമുള്ള കമ്യൂണിസ്റ്റുകാർക്കും അവരുടെ പ്രസ്ഥാനം, കത്തോലിക്കാ പള്ളിയുമായി സൗഹൃദപൂർവവും സഹകരണാത്മകവുമായ രീതിയിലാക്കുന്നതാവശ്യമാണ്. അതിനുള്ള ശ്രമം ഇന്ത്യയിലെ കമ്യൂണിസ്റ്റ് പ്രസ്ഥാനം സദാ നടത്തിപ്പോന്നിട്ടുമുണ്ട്. പക്ഷേ സാർവദേശീയാടിസ്ഥാനത്തിലോ ഇന്ത്യയിലോ കത്തോലിക്കാ മേധാവികൾ അവരുടെ പഴയ കമ്യൂണിസ്റ്റ് വിരോധത്തിൽ മൗലികമായ എന്തെങ്കിലും മാറ്റം വരുത്തിയിട്ടുണ്ടെന്ന് കരുതുന്നത് പിശകായിരിക്കും. കേരളത്തിൽ നടന്ന ലോകസഭാ-നിയമസഭാ തിരഞ്ഞെടുപ്പുകളിൽ മതമേധാവികളിലൊരു വിഭാഗം ഇന്ദിരാകോൺഗ്രസിന് വേണ്ടി പരസ്യമായി പ്രവർത്തിച്ച കഥ പ്രസിദ്ധമാണല്ലോ. ഇതുപോലെ ഒരുവിധത്തിലല്ലെങ്കിൽ മറ്റൊരുവിധത്തിൽ ഇടതുപക്ഷ പ്രസ്ഥാനങ്ങളെ എതിർക്കുന്ന നിലപാട് ലോകത്തിൽ പലേടത്തും അവർ നടത്തുന്നുണ്ടെന്ന വസ്തുത മറന്നുപോകരുത്. അതുകൊണ്ട് ലോക സാമ്രാജ്യകോയ്മകളോടെന്നപോലെ, കത്തോലിക്കാ മതമേധാവികളോടുമുള്ള സമീപനത്തിൽ കമ്യൂണിസ്റ്റ് പ്രസ്ഥാനം ഒരു വശത്ത് സഹകരണാത്മകവും മറുവശത്ത് ജാഗ്രത പുലർത്തുന്നതുമായ സമീപനം അംഗീകരിക്കേണ്ടിയിരിക്കുന്നു.(03.10.1980)

11

ഇന്ത്യൻ സമൂഹത്തിൽ മതത്തിനുള്ള സ്ഥാനം

കഴിഞ്ഞ കേരള തെരഞ്ഞെടുപ്പു കാലത്ത് താങ്കൾ തുടർച്ചയായി *ദേശാഭിമാനി* ദിനപത്രത്തിൽ എഴുതിവന്ന 'തെരഞ്ഞെടുപ്പും സമകാലിക രാഷ്ട്രീയ പ്രശ്നങ്ങളും' എന്ന ലേഖനത്തിന്റെ ഒരു ഭാഗമായ 'ഇന്ത്യൻ പാരമ്പര്യ'ത്തെക്കുറിച്ചുള്ള ചില ഭാഗങ്ങൾ ഇവിടെ ഉദ്ധരിച്ച് സംശയനിവാരണത്തിന് തുനിയുന്നു:

ഹൈന്ദവ സംസ്കാരമെന്നപേരിൽ ഇന്നു പരക്കെ അറിയപ്പെടുന്നത് ഉൽഭവിക്കുന്നതിന് മുമ്പ്—ആര്യന്മാർ ഇന്ത്യയിലേക്ക് കടന്നുവരികയും, ആ കടന്നുവരവിനിടക്ക് ഋഗ്വേദത്തിന്റെ ആദ്യ ഭാഗങ്ങൾ അവർ രചിക്കുകയും ചെയ്യുന്നതിന് മുമ്പ്—ഇവിടെയൊരു ഉയർന്ന സംസ്കാരമുണ്ടായിരുന്നുവെന്ന സത്യം അവർ മറച്ചുവയ്ക്കുന്നു. ഹൈന്ദവസംസ്കാരം, അടിയുറച്ചതിൽ പിന്നീട് പലപ്പോഴും ഇങ്ങോട്ടു കടന്നുവന്നവർ സൃഷ്ടിച്ച പാരമ്പര്യം—ഇസ്ലാമിക-ക്രൈസ്തവ സംസ്കാരങ്ങൾ—'ഇന്ത്യൻ സംസ്കാര'ത്തിന്റെ ഭാഗമാണെന്ന സത്യം അവർ അംഗീകരിക്കുന്നില്ല.

ഹൈന്ദവ സംസ്കാരമെന്ന പേരിൽ അറിയപ്പെടുന്നതിനുമുമ്പ് ഏത് ഉയർന്ന സംസ്കാരമായിരുന്നു അക്കാലത്ത് ഇന്ത്യയിൽ നിലവിലുണ്ടായിരുന്നത്? ഹൈന്ദവ സംസ്കാരം അടിയുറച്ചതിന് ശേഷം ഇങ്ങോട്ട് കടന്നുവന്നവർ സൃഷ്ടിച്ച പാരമ്പര്യം എങ്ങനെ 'ഇന്ത്യൻ സംസ്കാര'ത്തിന്റെ ഭാഗമാകും? അങ്ങനെയാണെങ്കിൽ ബ്രിട്ടീഷുകാർ ഇവിടെ വന്നതിനുശേഷം സൃഷ്ടിച്ചതും ഇപ്പോഴും നിലനിൽക്കുന്നതുമായ സംസ്കാരം (പടർന്നുപിടിച്ചുകൊണ്ടിരിക്കുന്ന സാ

(്രാജ്യത്വ സംസ്കാരമടക്കം) 'ഇന്ത്യൻ സംസ്കാര'ത്തിന്റെ ഭാഗമാണെന്ന് അംഗീകരിക്കേണ്ടിവരില്ലേ? ഭൂരിപക്ഷം മുസ്ലിങ്ങളും ക്രിസ്ത്യാനികളും ഈ മണ്ണിന്റെ മക്കളാണ് തങ്ങളെന്ന് ഓർക്കുന്നുണ്ടോ? തങ്ങളുടെ പുണ്യസ്ഥലമായി വല്ല വിദേശ രാജ്യങ്ങളെയും അവർ കാണുന്നു. അറേബ്യയിലുള്ള ഷേക്കുകളുടെയും സയ്യിദുകളുടെയും പിൻഗാമികളാണെന്ന് അവർ അവകാശപ്പെടുന്നു. ഇവർക്കെങ്ങനെ ഇന്ത്യയുടെ പാരമ്പര്യവും സംസ്കാരവും ഉയർത്തിപ്പിടിക്കാനാവും?

കെ പി ബാലകൃഷ്ണൻ

ബോംബെ–79

മതത്തിന്റെ ഉത്സവവും വളർച്ചയും, അതിന് സമൂഹത്തിൽ— ഇന്ത്യൻ സമൂഹത്തിൽ വിശേഷിച്ചും—ഉള്ള സ്ഥാനം എന്നിവ സംബന്ധിച്ച ചോദ്യകർത്താവിന്റെ ധാരണ യാഥാർഥ്യത്തിന് നിരക്കുന്നതല്ല.

ലോക ചരിത്രത്തിൽ പല മതങ്ങളും ഉൽഭവിക്കുകയും വളരുകയും ചെയ്തിട്ടുണ്ട്. അതൊന്നുംതന്നെ ഏതെങ്കിലുമൊരു രാജ്യത്തിന്റെ മാത്രം സൃഷ്ടിയല്ല. ഒരേ മതത്തിൽ വിശ്വസിക്കുന്ന ജനകോടികൾ ഡസൻ കണക്കിന് രാജ്യങ്ങളിൽ ചിന്നിച്ചിതറിക്കിടക്കുകയാണ്. ഒരേ രാജ്യത്ത് ജീവിക്കുന്നവരിൽ തന്നെ പല മതങ്ങളിലും വിശ്വസിക്കുന്നവരുണ്ടുതാനും.

ഇന്ത്യയുടെ കാര്യം തന്നെയെടുക്കാം. ഈ രാജ്യത്തിന് തനതായ മതവിശ്വാസവും സംസ്കാരവുമുണ്ടെന്നും അത് ഹൈന്ദവരുടേതാണെന്നും ഹിന്ദുരാഷ്ട്രീയവാദികൾ വാശിയോടെ പറയുന്നു. അതുതന്നെയല്ലേ ചോദ്യകർത്താവിന്റെയും ധാരണയെന്ന് സംശയിക്കേണ്ടിയിരിക്കുന്നു.

എന്നാൽ, ഇന്നത്തെ ഇന്ത്യൻ ജനതയിൽ ഹിന്ദുക്കളെന്നപോലെതന്നെ മുസ്ലീങ്ങളും ക്രിസ്ത്യാനികളും പാഴ്സികളുമുണ്ട്. അടുത്തകാലം വരെ കേരളത്തിലെങ്കിലും ജൂതന്മാരുണ്ടായിരുന്നു. ഇന്ന് തന്നെ ബുദ്ധമതക്കാർ, സിക്കുകാർ മുതലായവരും ഗണ്യമായ സംഖ്യയുണ്ട്.

ഈ വിവിധ മതവിശ്വാസികളെല്ലാം തലമുറതലമുറയായി ഇന്ത്യയിൽ ജീവിച്ചിരുന്നവരാണ്. ഇന്ത്യയിലല്ലാതെ മറ്റൊരു രാജ്യവും അവർക്ക് സ്വന്തമായിട്ടില്ല. ഹിന്ദുക്കളെന്നപോലെ ഇവരും ഇന്ത്യയുടെ മക്കളാണ്.

നേരേമറിച്ച്, ഇസ്ലാമിക-ക്രൈസ്തവാദി മതവിഭാഗങ്ങളിൽപ്പെട്ടവർക്ക് മുഴുവൻ സ്വന്തമായ ഒരു രാജ്യമില്ല. ക്രിസ്തുമതത്തിന്റെ ഉത്സഭവസ്ഥാനത്ത് ആ മതവിശ്വാസികൾക്കല്ല ഭരണാധികാരമുള്ളത്. ക്രിസ്തുമതവിശ്വാസികൾക്ക് ഭൂരിപക്ഷമുള്ള പടിഞ്ഞാറൻ യൂറോപ്പ്, അമേരിക്കാഭൂഖണ്ഡം എന്നീ പ്രദേശങ്ങളാകട്ടെ, യേശു ക്രിസ്തുവിന്റെ കാലം കഴിഞ്ഞ് എത്രയോ നൂറ്റാണ്ടുകൾ പിന്നിട്ടാണ് ക്രൈസ്തവരാജ്യങ്ങളായി മാറിയത്.

ധർമാദർശ പ്രചാരണത്തിനുവേണ്ടിയുള്ള മിഷനറി പ്രവർത്തനം മതപരിവർത്തനത്തിന് വേണ്ടിയുള്ള ബലപ്രയോഗം മുതലായവ മാനവ

ചരിത്രത്തിൽ ധാരാളം നടന്നിട്ടുണ്ട്. ആ വഴിക്കാണ് മറ്റു മതവിശ്വാസികളെ സ്വന്തം മതത്തിലേക്ക് ചേർക്കാൻ പല വിഭാഗങ്ങളിലുംപെട്ട പ്രമാണിമാർക്ക് കഴിഞ്ഞത്. അതെല്ലാം നടന്നുകൊണ്ടിരുന്ന ചരിത്രകാലഘട്ടത്തിൽ, മതത്തിന് സാമൂഹ്യപുരോഗതിയുമായി അടുത്ത ബന്ധമുണ്ടായിരുന്നുവെന്നത് നേരാണ്. മതവുമായി ബന്ധപ്പെടുത്തിക്കൊണ്ടാണ് അക്കാലത്ത് സമൂഹവും അതിന്റെ സംസ്കാരവും വളർന്നുവന്നത്.

പക്ഷേ, അക്കാലത്തുപോലും മതവിശ്വാസത്തിന്റെയും സംഘടനയുടെയും പുറകിൽ സാമ്പത്തികവും സാമൂഹികവുമായ ശക്തികൾ പ്രവർത്തിച്ചിരുന്നു. മനുഷ്യാധ്വാനത്തിന്റെ ഉൽപ്പാദനക്ഷമത വർദ്ധിക്കുകയും കൃഷി-വ്യാപാര-വ്യവസായാദികൾ വളരുകയും ചെയ്യുന്ന തോതിൽ വിവിധ ജനവിഭാഗങ്ങൾ തമ്മിൽ കൊള്ളക്കൊടുക്കലുകൾ ആവശ്യമായിരുന്നു. ആ പ്രക്രിയയെ സഹായിക്കുംവിധത്തിലാണ് മതപ്രചരണത്തിനാവശ്യമായ മിഷനറി പ്രവർത്തനം, രാജ്യങ്ങൾ വെട്ടിപ്പിടിക്കാനുള്ള യുദ്ധങ്ങൾ എന്നിവ നടന്നത്.

ഇന്ത്യയിൽ ബുദ്ധമതത്തിന് സാർവത്രികമായ പ്രചാരണം ലഭിച്ച ഒരു കാലമുണ്ടല്ലോ. അതിൽ ക്രിയാത്മകമായ പങ്കു വഹിച്ച ഭരണാധികാരിയാണ് അശോകചക്രവർത്തി. അദ്ദേഹം യുദ്ധങ്ങളിലൂടെയും വെട്ടിപ്പിടിത്തങ്ങളിലൂടെയും സാമ്രാജ്യം വികസിപ്പിച്ചു. വികസിതമായ തന്റെ സാമ്രാജ്യത്തിനകത്തും വെളിയിൽപ്പോലും ബുദ്ധമതസിദ്ധാന്തങ്ങൾ പ്രചരിപ്പിക്കുന്നതിന് മിഷനറിമാരെ സംഘടിതമായി അയച്ചു. ഈ പ്രവർത്തനങ്ങളുടെ ആത്യന്തികമായ ഫലം, ഇന്ത്യാരാജ്യത്താകെയും വെളിയിൽത്തന്നെയും വാണിജ്യവികസനത്തിന് കളമൊരുക്കുകയായിരുന്നു.

ഇന്ത്യക്കകത്തെന്നപോലെ വെളിയിലുള്ള നാടുകളുമായും ഇതേ തരത്തിലുള്ള കൊള്ളക്കൊടുക്കലുകൾ നടന്നതിന്റെ ഫലമായാണ് ഇവിടെ അഹൈന്ദവ മതവിശ്വാസികൾ അധികമധികം ഉണ്ടാവാൻ തുടങ്ങിയത്. വ്യാപാരാവശ്യങ്ങൾക്ക് പശ്ചിമേഷ്യയിൽനിന്ന് ഒന്നിനുപുറകെ മറ്റൊന്നായി സംഘങ്ങൾ വരാൻ തുടങ്ങിയതാണ് ജൂതന്മാർ, പാർസികൾ, ക്രിസ്ത്യാനികൾ, മുസ്ലിങ്ങൾ എന്നിവരുടെ ഉത്ഭവത്തിന് വഴിവച്ചത്.

ഈ വിവിധ മതവിശ്വാസികൾ കേരളമടക്കം അറബിക്കടലിന്റെ തീരത്തുള്ള പ്രദേശങ്ങളിൽ ഗണ്യമായ തോതിൽ തലമുറതലമുറയായി ജീവിച്ചുപോരുന്നുവെന്നത് അർഥഗർഭമാണ്. ഇതുപോലെ ഇന്ത്യയിൽനിന്നുള്ള വ്യാപാരികളുടെ പ്രവാഹം തെക്കുകിഴക്കൻ ഏഷ്യയിൽ മുഴുവൻ ഹൈന്ദവ-ബുദ്ധ-ജൈന മതങ്ങളുടെ പ്രചാരണത്തിന് സഹായിച്ചു.

വടക്കെ ഇന്ത്യയിലാകട്ടെ, സമാധാനപരമായ വ്യാപാരബന്ധം മാത്രമല്ല, വെട്ടിപ്പിടിത്തയുദ്ധങ്ങളും നടന്നു. പടിഞ്ഞാറുനിന്നും വടക്കുപടിഞ്ഞാറുനിന്നും ഇങ്ങോട്ട് കടന്നാക്രമിച്ചവർ ഇസ്ലാംമതവിശ്വാസികളായിരുന്നതിനാൽ, അവരുടെ വെട്ടിപ്പിടിത്തങ്ങളും ഇന്ത്യക്കാരുടെ പ്രതിരോധവും ഹൈ

ന്ദവ-മുസ്ലിം മതവിഭാഗങ്ങൾ തമ്മിലുള്ള ഏറ്റുമുട്ടലിന്റെ രൂപം കൈക്കൊണ്ടു.

അതായത്, ഹൈന്ദവ-ഇസ്ലാമിക-ക്രൈസ്തവാദി മതവിഭാഗങ്ങൾ തമ്മിലുള്ളതെന്ന് പ്രത്യക്ഷത്തിൽ തോന്നുന്ന സംഘട്ടനങ്ങൾ, ചരിത്രത്തിന്റെ വിവിധ കാലഘട്ടങ്ങളിൽ സാമ്പത്തികവും രാഷ്ട്രീയവുമായ മേഖലകളിൽ നടന്ന സംഘട്ടനങ്ങളുടെ സാംസ്കാരിക രൂപമാണ്. എന്തിനേറെ, ഹൈന്ദവമതവിശ്വാസത്തിന്റെ ഉത്ഭവവും വളർച്ചയും തന്നെ സാമ്പത്തികവും രാഷ്ട്രീയവുമായ മേഖലകളിൽ നടന്നുകൊണ്ടിരുന്ന ചലനങ്ങളുടെ സാംസ്കാരിക രൂപമാണ്.

ഹൈന്ദവ സംസ്കാരത്തിന്റെ ഉത്ഭവം തന്നെയെടുക്കാം. ഇന്ന് നാം അറിയുന്നതുപോലുള്ള ഹൈന്ദവമതത്തിന് വലിയ കാലപ്പഴക്കമൊന്നുമില്ല. അതിന്റെ അടിത്തറയായി കണക്കാക്കപ്പെടുന്ന വേദങ്ങളിൽവച്ച് ഏറ്റവും പുരാതനമായ *ഋഗ്വേദ*ത്തിന്റെ ആദ്യഭാഗങ്ങൾ രചിക്കപ്പെട്ടത്, ആര്യവിഭാഗത്തിൽപ്പെട്ട ഗോത്രവർഗങ്ങൾ വെളിയിൽനിന്ന് ഇന്ത്യയിലേക്ക് അതിക്രമിച്ച് കടക്കുന്നതിനിടയ്ക്കാണ്. ഇവിടെ കടന്നുവന്നതിൽ പിന്നീടാകട്ടെ, സ്വദേശീയരായ ഗോത്രവർഗക്കാരെ സായുധസംഘട്ടനത്തിൽ കീഴടക്കി അവരെ 'ദാസ'ന്മാരാക്കി.

ഇന്നത്തെ ജാതിവ്യവസ്ഥയുടെ ആദ്യരൂപമായ ചാതുർവർണ്യത്തിന്റെ ഉത്ഭവം ഇതാണ്. അന്നത്തെ ആദ്യകാല വൈദിക മതവും ഇന്നത്തെ ഹൈന്ദവ മതാചാരാനുഷ്ഠാനങ്ങളും തമ്മിൽ അജഗജാന്തരമുണ്ട്. *ഋഗ്വേദ* രചനയുടെ കാലത്തിനുശേഷം അതു രചിച്ച ഋഷിമാരുടെ അനന്തരഗാമികൾക്കിടയിൽ നടന്ന ഒട്ടേറെ സംഘട്ടനങ്ങളിൽ നിന്നാണ് ബൗദ്ധ-ജൈന പ്രഭൃതികളായ ഒട്ടേറെ മതവിഭാഗങ്ങളും വേദാന്താദി ദർശനങ്ങളും രൂപംകൊണ്ടത്.

ഹൈന്ദവ സംസ്കാരത്തിന്റെ തന്നെ മറ്റു രൂപങ്ങളായ സിഖുമതം, പിന്നീട് രൂപംകൊണ്ട ബ്രഹ്മസമാജാദി നവീകരണ പ്രസ്ഥാനങ്ങൾ മുതലായവയെല്ലാം ഹൈന്ദവസംസ്കാരത്തിന്റെ അവാന്തര ഭാഗങ്ങളായാണ് ഹൈന്ദവ പുനരുദ്ധാരണക്കാർ അവകാശപ്പെടുന്നത്. ഹൈന്ദവസമൂഹത്തിലും സംസ്കാരത്തിലും നടന്ന പരിവർത്തനങ്ങൾ അവരും അംഗീകരിക്കുന്നുവെന്നല്ലേ ഇതിനർഥം?

*ഋഗ്വേദ*ത്തിന്റെ രചയിതാക്കളായ ആര്യ ഗോത്രവർഗക്കാർ ഇങ്ങോട്ട് കടന്നുവരുന്നതിന് മുമ്പ് ഇന്നത്തെ ഇന്ത്യയും പാകിസ്താനുമുൾപ്പെടുന്ന ഒരു വിശാല ഭൂപ്രദേശത്ത് ആര്യന്മാരുടേതിനേക്കാളും പുരാതനമായ ഒരു സംസ്കാരം നിലനിന്നതായി ആ പ്രദേശത്തു നടന്ന ഖനന പ്രക്രിയയിൽനിന്ന് വ്യക്തമായിട്ടുണ്ട്. ഹാരപ്പ, മോഹൻജദാരോ എന്നീ സ്ഥലങ്ങളിൽനിന്ന് കുഴിച്ചെടുക്കപ്പെട്ട അവശിഷ്ടങ്ങൾ *ഋഗ്വേദ*സൂക്തങ്ങളിൽ ചിത്രീകരിക്കപ്പെട്ടതിനേക്കാൾ വളർച്ച പ്രാപിച്ചതായിരുന്നുവെന്ന്

ചരിത്രകാരന്മാർ വ്യക്തമാക്കുന്നു. സിന്ധു നദീതട പ്രദേശങ്ങളിലാണ് ഈ ആര്യപൂർവ സമൂഹം ജീവിച്ചിരുന്നതെന്നതിനാൽ, സൈന്ധവ സമൂഹം, സൈന്ധവസംസ്കാരം എന്നെല്ലാമുള്ള പേരുകളിൽ അവ അറിയപ്പെടുന്നു.

ഹൈന്ദവ സംസ്കാരത്തിന്റെ ആദ്യരൂപമായ *ഋഗ്വേദം* രചിച്ച ആര്യ ഗോത്രവർഗങ്ങൾ ഇവിടെ എത്തുന്നതിനുമുമ്പ് സിന്ധുനദീതടപ്രദേശത്ത് ജീവിച്ച ജനവിഭാഗങ്ങളായും പിന്നീട് വ്യാപാരാവശ്യങ്ങൾക്കായോ വെട്ടിപ്പിടിത്തത്തിനുവേണ്ടിയോ കടന്നുവന്ന മറ്റു വിഭാഗങ്ങളായും നടന്ന ഏറ്റുമുട്ടലുകളിലൂടെയാണ്, ആദ്യകാലത്തെ വൈദികമതം പിന്നീട് ഹൈന്ദവ മതമായി വളർച്ച പ്രാപിച്ചത്.

ആദ്യകാല വൈദികമതം ഇന്നത്തെ ഹൈന്ദവ മതമായി മാറിയതുപോലെ ഇസ്ലാം, ക്രിസ്തുമതം മുതലായവയും കാലാന്തരത്തിൽ രൂപഭേദങ്ങൾക്ക് ഇരയായിട്ടുണ്ട്. നിരവധി ശതാബ്ദങ്ങളിലൂടെ ഉണ്ടായ ഈ പുരോഗതി ഇസ്ലാമിക-ക്രിസ്തീയാദി മതവിഭാഗങ്ങളിലും ഒട്ടേറെ മാറ്റങ്ങൾ വരുത്തിയിട്ടുണ്ട്. ഈ മാറ്റങ്ങളെല്ലാം പലപ്പോഴും രാഷ്ട്രീയ-സാമ്പത്തികാദിരംഗങ്ങളിലെ സംഘട്ടനങ്ങൾക്ക് വഴിവച്ചിട്ടുണ്ട്. അയർലൻഡിൽ ഇന്നും നടക്കുന്ന കത്തോലിക്ക-പ്രൊട്ടസ്റ്റന്റ് സംഘട്ടനം, പശ്ചിമേഷ്യൻ പ്രദേശങ്ങളിൽ ഷിയാ-സുന്നി മുസ്ലിം വിഭാഗങ്ങൾ തമ്മിൽ നടക്കുന്ന സംഘട്ടനം മുതലായവ ഇതിന് തെളിവാണ്.

ഇങ്ങനെ മത വിശ്വാസത്തെ രാഷ്ട്രീയ-സാമ്പത്തികാദി മേഖലകളിലെ ചലനങ്ങളുമായി ബന്ധപ്പെടുത്തുന്നരീതി പൗരാണിക വൈദിക കാല സമൂഹത്തിൽ സ്വാഭാവികമായിരുന്നു. ദർശനം, സാഹിത്യം, കലകൾ, ശാസ്ത്രം മുതലായവയെല്ലാം അന്ന് മതത്തിന്റെ വരുതിയിലായിരുന്നു. ഇന്നും അതിന്റെ അവശിഷ്ടങ്ങൾ വളർച്ചയെത്തിയ മുതലാളിത്ത രാജ്യങ്ങളിൽ പോലും കാണാം.

പക്ഷേ, മുതലാളിത്തത്തിന്റെ വളർച്ചയോടുകൂടി ഇതിൽ മൗലികമായ മാറ്റം വന്നു. മതവും ഭരണ-സാമ്പത്തികാദി മേഖലകളിലെ ജീവിതവും തമ്മിലുള്ള ബന്ധം മുറിച്ച് മതം രാഷ്ട്രീയത്തിലും രാഷ്ട്രം മതജീവിതത്തിലും ഇടപെടാതിരിക്കുക എന്ന അർഥത്തിൽ മതേതരരാഷ്ട്രം എന്ന ആശയം രൂപംകൊണ്ടു.

19-ാം നൂറ്റാണ്ടിൽ യൂറോപ്പിലും 20-ാം നൂറ്റാണ്ടിൽ ഏഷ്യയിലും നടന്ന ബൂർഷ്വാ പരിവർത്തനങ്ങളുടെ പ്രധാനമായ ഒരു ഉന്നം, മതനിരപേക്ഷമായ സമൂഹവും രാഷ്ട്രവും കെട്ടിപ്പടുക്കുക എന്നതാണ്. ഓരോ വ്യക്തിക്കും അയാൾക്കിഷ്ടമുള്ള മതത്തിൽ വിശ്വസിക്കാം, ഒരു മതത്തിലും വിശ്വസിക്കാതിരിക്കാം എന്ന സ്ഥിതി കൈവരുത്തുകയാണെന്നർഥം.

മറ്റേതൊരു രാജ്യത്തിലുമെന്നതിനേക്കാൾ ഇന്ത്യയിൽ കൂടുതൽ പ്രസക്തിയുള്ള വീക്ഷണമാണിത്. എന്തുകൊണ്ടെന്നാൽ, ഹൈന്ദവ ഭൂരി

പക്ഷം, മുസ്ലിങ്ങളടക്കമുള്ള മറ്റ് മതവിഭാഗക്കാരുൾക്കൊള്ളുന്ന ഗണ്യമായ ന്യൂനപക്ഷങ്ങൾ—ഇതാണ് ഇന്നത്തെ ഇന്ത്യയുടെ സ്ഥിതി.

കേരളമടക്കം ചില സംസ്ഥാനങ്ങളിൽ ജനസംഖ്യയുടെ പകുതിയോളം വരുന്നത് ന്യൂനപക്ഷങ്ങളാണ്.

ഇതിലേതെങ്കിലുമൊരു മതവിഭാഗം മാത്രം ഇന്ത്യക്കാർ, മറ്റുള്ളവർ വിദേശികൾ എന്ന നിലപാടെടുത്താൽ ഇന്ത്യൻ ജനതയുടെ ഐക്യമാകെ തകരും. അവിഭക്ത ഇന്ത്യ ഇന്നത്തെ ഇന്ത്യൻ യൂണിയനും പാകിസ്താനും ബംഗ്ലാദേശുമായതിന്റെ അനുഭവം നമ്മുടെ മുമ്പിലുണ്ടല്ലോ. ആ സ്ഥിതിക്ക് ഇന്ന് നിലവിലുള്ള ഇന്ത്യൻ യൂണിയനെയെങ്കിലും ശിഥിലീകരിക്കാതെ നിലനിർത്തണമെങ്കിൽ ഹൈന്ദവർ, മുസ്ലീങ്ങൾ, ക്രിസ്ത്യാനികൾ മുതലായ വ്യത്യാസമൊന്നുമില്ലാതെ ഇന്ത്യക്കാർ ഒന്നാണെന്ന നിലയിൽ കാണാൻ കഴിയണം. ആർ എസ് എസുകാരുടെ ഹിന്ദുരാഷ്ട്രവാദം, ജമാ അത്തെ ഇസ്ലാമിയുടെ ഇസ്ലാമിക സിദ്ധാന്തം, ക്രിസ്ത്യൻ മതമേധാവികളുടെ 'മതാന്തരീക്ഷവാദം' എന്നിവക്കെതിരായി സംഘടിതമായ സമരം നടത്താൻ മതേതര ജനാധിപത്യവാദികൾ തയ്യാറാവണം.

അവസാനമായി ഒരു കാര്യം വ്യക്തമാക്കണം: ആദ്യകാലത്തെ ആര്യഗോത്രവർഗക്കാർ തൊട്ട് മധ്യകാലത്തെ മുഗളന്മാർ വരെയുള്ള വിഭാഗക്കാർ ഇന്ത്യയിലേക്ക് കടന്നുവന്നു. ഇവിടെ എത്തിയതിൽ പിന്നീട് ഇന്ത്യൻ ജനതയുടെ ഭാഗമായി, അതിൽ അലിഞ്ഞു ചേർന്നു. ഇങ്ങോട്ട് കടന്നുവന്ന കാലത്തെ അവരുടെ സ്ഥിതി എന്തായിരുന്നാലും, ഇവിടെ എത്തിയതിൽ പിന്നീട് അവരെല്ലാം ഇന്ത്യക്കാരായി മാറി. അവരെല്ലാം ചേർന്ന് സൃഷ്ടിച്ചതാണ് ഇന്ത്യൻ സംസ്കാരം.

നേരെമറിച്ച് കഴിഞ്ഞ നാലഞ്ച് നൂറ്റാണ്ടുകാലത്ത് ഇങ്ങോട്ട് കടന്നുവന്ന് ആധിപത്യം സ്ഥാപിക്കാൻ ശ്രമിച്ച് പരാജയപ്പെട്ട മറ്റു യൂറോപ്യന്മാരും ഇതിൽ വിജയംനേടിയ ബ്രിട്ടീഷുകാരും ഇവിടെ എത്തിയതിൽ പിന്നീടും വിദേശീയരായി തുടർന്നു. ഫ്രഞ്ച് അധീനപ്രദേശങ്ങൾ, പോർത്തുഗീസ് അധീനമായ ഗോവ എന്നിവയടക്കം ഇന്നത്തെ ഇന്ത്യൻ യൂണിയനും പാകിസ്ഥാനും ബംഗ്ലാദേശുമടക്കം അവിഭക്ത ഇന്ത്യയാകെ രണ്ടു നൂറ്റാണ്ടോളം കാലം വിദേശ ഭരണത്തിൻ കീഴിലായിരുന്നു.

അവരുടെ കാലത്തുണ്ടായിരുന്ന വിദേശീയ മേധാവിത്വത്തോട്, മധ്യകാലത്തെ മുഗള ഭരണാധികാരികളെ താരതമ്യപ്പെടുത്തുന്നത് യാഥാർഥ്യത്തിന് നിരക്കുന്നതല്ല.(04.02.1983)

12

മതങ്ങളെ സൃഷ്ടിച്ച സാഹചര്യം ഇന്നു നിലനിൽക്കുന്നുണ്ടോ?

ഹമീദ് ചേന്ദമംഗലൂർ *മാതൃഭൂമി* വരാന്തപ്പതിപ്പിലെഴുതിയ 'യുക്തിവാദികളുടെ മതവിമർശനം' എന്ന ലേഖനത്തിന് ഒരു മറുപടിയെന്നോണം *മാതൃഭൂമി*യുടെതന്നെ വാരാന്തപ്പതിപ്പിൽ 'കത്തുകൾ' എന്ന പംക്തിയിൽ ഇടമറുക് എഴുതിയത് ഇവിടെ കുറിക്കട്ടെ:

> അടുത്ത കാലത്ത് പലരും പറയാറുണ്ട്, മതം ഉത്ഭവിച്ച സാഹചര്യങ്ങൾക്കെതിരായ സമരമാണ് മതമില്ലാതാക്കാനുള്ള സമരമെന്ന്." മാർക്സിന്റെ സുപ്രധാനമായ ഈ വാചകത്തെ ഖണ്ഡിച്ചുകൊണ്ട് അത് അർഥശൂന്യമെന്ന് സമർഥിക്കാനായി അദ്ദേഹം പറയുന്നു: "ലോകത്തിൽ ഏറ്റവും അംഗസംഖ്യ കൂടുതലുള്ളത് ക്രിസ്തുമതത്തിനാണ്. ആ മതം ഉണ്ടായത് എ ഡി നാലാം ശതകത്തിൽ റോമാ സാമ്രാജ്യത്തിലാണ്. അടിമത്തമായിരുന്നു ആ രാജ്യത്തിന്റെ സമ്പത്തികാടിത്തറ. ആ സാഹചര്യം മാറി ഫ്യൂഡലിസവും മുതലാളിത്തവും ചില സ്ഥലങ്ങളിൽ തൊഴിലാളിവർഗ സർവാധിപത്യവും വന്നു. ഇനിയും അടിമത്തത്തിനെതിരായി എങ്ങനെ സമരം നടത്തും? ക്രസ്തുമതം കഴിഞ്ഞാൽ അംഗസംഖ്യ കൂടുതലുള്ള ഇസ്ലാംമതം ഉത്ഭവിച്ചത് അറേബ്യയിലെ ഗോത്രവർഗക്കാർക്കിടയിലാണ്. അവിടെപോലും ആ സാമൂഹ്യവ്യവസ്ഥിതി മാറി. ഇനിയും യുക്തിവാദികൾ പഴയ ഗോത്രസംസ്കാരത്തിനെതിരായി സമരം ചെയ്യണോ? ഹിന്ദുമതത്തിന്റെ കാര്യത്തിലും ഇതാണ് സ്ഥിതി. ഗുപ്തരാജാക്കന്മാരുടെ കാലത്ത് അവരുടെ സാമ്രാജ്യത്തോടൊപ്പമാണത് വളർന്നത്. ഇപ്പോൾ രാജഭരണം ഇന്ത്യയിലില്ല. പിന്നെങ്ങനെ മതങ്ങൾ

ആവിർഭവിക്കാനിടയായ സാഹചര്യങ്ങൾക്കെതിരെ സമരം ചെയ്യും?

മാർക്സിന്റെ മഹത്തായ ഒരു വാചകം ഉദ്ധരിച്ച് 'വൈരുധ്യാത്മക ഭൗതികവാദ'ത്തെയും 'മാർക്സിസ'ത്തെയും കടന്നാക്രമിച്ചുകൊണ്ടദ്ദേഹം തുടരുന്നു:

ഇന്നത്തെ സാമൂഹ്യ വ്യവസ്ഥിതിയാണ് മതങ്ങളെ നിലനിർത്തുന്നതെന്നും, ഈ സാമൂഹ്യ വ്യവസ്ഥിതി മാറിയാൽ മതങ്ങൾ സ്വയമേവ ഇല്ലാതാകുമെന്നും മാർക്സിസ്റ്റുകാർ സാധാരണ പറയും.

ഈ വാദഗതി അർഥശൂന്യമാണെന്നും, റഷ്യ, കിഴക്കൻ യൂറോപ്യൻ രാജ്യങ്ങൾ, ചൈന തുടങ്ങിയവ അത് തെളിയിക്കുന്നുവെന്നും അദ്ദേഹം പറയുന്നു. വിപ്ലവം കഴിഞ്ഞിട്ട് 66 വർഷം തികഞ്ഞിട്ടും റഷ്യയിൽ മതം സുശക്തമാണിന്നും. അവിടത്തെ സാമൂഹ്യവ്യവസ്ഥിതി മാറിയില്ല എന്നാണോ അർഥമാക്കേണ്ടത്? അല്ലെങ്കിൽ മാറ്റം വന്നിട്ടില്ലെന്ന് മാർക്സിസ്റ്റുകാർ സമ്മതിക്കുമോ എന്നദ്ദേഹം ചോദിക്കുന്നു. മാർക്സ്, എംഗൽസ്, ലെനിൻ, മാവോ എന്നിവർക്കും തെറ്റുപറ്റുമെന്നും ഇവരിൽ ആരെങ്കിലും വല്ലപ്പോഴുമിങ്ങനെ പറഞ്ഞതാകാമെന്നും അദ്ദേഹം പറയുന്നു.
അങ്ങനെയെങ്കിൽ മാർക്സിന് തെറ്റുപറ്റിയതാണോ? അതോ ഇടമറുക് കരുതുംപോലെ വല്ലപ്പോഴുമങ്ങ് പറഞ്ഞുപോയതോ? മതം ഉൽഭവിച്ച സാഹചര്യങ്ങൾക്കെതിരായ സമരം പരാജയമാണോ? അതിന് ഇന്ന് പ്രസക്തിയില്ലേ? ഇതേ സംബന്ധിച്ച് നമ്മുടെ പാർട്ടിയുടെ വീക്ഷണം എന്ത്? റഷ്യയുൾപ്പെടെയുള്ള കമ്യൂണിസ്റ്റ് രാഷ്ട്രങ്ങളിൽ ഇപ്പോഴും മതം നിലനിൽക്കുന്നത് മാർക്സിസത്തിന്റെ പരാജയമാണോ?

എം വി രവി
നഗരിപ്പുറം

മതം ഉത്ഭവിച്ച സാഹചര്യം' എന്ന പദപ്രയോഗത്തെ തെറ്റായാണ് ഇടമറുക് വ്യാഖ്യാനിക്കുന്നത്. ഓരോ മതവും അതാതിന്റെ സവിശേഷ രൂപത്തിൽ ഉത്ഭവിക്കാനിടയായ സാഹചര്യമെന്നാണ് അദ്ദേഹം അതിന് അർഥമാക്കുന്നത്. മാർക്സ് ആകട്ടെ, മതവിശ്വാസവും മതസംബന്ധമായ ആചാരാനുഷ്ഠാനങ്ങളും പൊതുവിൽ ഉത്ഭവിക്കാൻ ഇടയായ സാഹചര്യത്തെ കുറിച്ചാണ് പറയുന്നത്.

ഓരോ മതവും ഉത്ഭവിക്കുന്നതിന് അതിന്റേതായ സവിശേഷ സാഹചര്യം ഉണ്ടെന്നത് നേരാണ്. ആ സാഹചര്യം മാറുമ്പോൾ ആ മതത്തിന്റേതായ വിശ്വാസങ്ങൾ, ആചാരാനുഷ്ഠാനങ്ങൾ, എന്നിവയിൽ മാറ്റം വരും,

ഇത്തരം മാറ്റങ്ങൾ ഓരോ മതത്തിലും വന്നിട്ടുണ്ടെന്നത് ചരിത്ര സത്യമാണ്.

ഇടമറുക് ചൂണ്ടിക്കാണിക്കുന്ന ക്രിസ്തുമതം, യേശുക്രിസ്തുവിന്റെ കാലത്തേതു പോലെയല്ല ഇന്ന് നിലനിൽക്കുന്നത്. അതിന്റെ വിശ്വാസങ്ങളിലും ആചാരാനുഷ്ഠാനങ്ങളിലും പല തവണ പല മാറ്റങ്ങളും വന്നു. മാത്രമല്ല, പശ്ചിമേഷ്യയിൽ ഉത്ഭവിച്ച ക്രിസ്തുമതം കിഴക്കോട്ടും പടിഞ്ഞാറോട്ടും തെക്കോട്ടും വടക്കോട്ടുമെല്ലാം പോയപ്പോൾ പുതിയ പുതിയ സ്വഭാവങ്ങളും സവിശേഷതകളും അത് ഉൾക്കൊള്ളുകയും ചെയ്തു.

ഇതുപോലെതന്നെ ഇസ്ലാം, ഹിന്ദുമതം, ബുദ്ധമതം മുതലായവക്കോരോന്നിനും അത് ഉത്ഭവിച്ച കാലം, ഉത്ഭവ സ്ഥലം എന്നിവയെ പ്രതിഫലിപ്പിക്കുന്ന ചില സ്വഭാവങ്ങളും സവിശേഷതകളുമുണ്ട്. സാഹചര്യങ്ങളുടെ മാറ്റത്തെ തുടർന്ന് അവയ്ക്കോരോന്നിനും രൂപാന്തരമുണ്ടായി. ഈ മാറ്റങ്ങളുടെയെല്ലാം പ്രതിഫലനം കേരളത്തിലെ ഹിന്ദുക്കൾ, ക്രിസ്ത്യാനികൾ, മുസ്ലീങ്ങൾ എന്നിവരിൽ കാണുകയും ചെയ്യാം. മറ്റെവിടത്തെയും ഹിന്ദുവിനില്ലാത്ത ചില സവിശേഷതകൾ കേരളത്തിലെ ഹിന്ദുവിനുണ്ട്. ക്രിസ്ത്യാനി, മുസ്ലിം എന്നീ മതവിഭാഗങ്ങൾക്കാകട്ടെ, ലോകത്തിൽ മറ്റെവിടെയുമില്ലാത്ത ചില സവിശേഷതകളുമുണ്ട്.

അതായത് ഇടമറുക് കരുതുന്നതുപോലെ മതങ്ങൾ അവയുടെ ഉത്ഭവകാലം തൊട്ടിന്നേവരെ യാതൊരുമാറ്റവുമില്ലാതെ തുടരുകയല്ല. സാഹചര്യങ്ങൾ മാറുമ്പോൾ മതത്തിന്റെ സ്വഭാവത്തിലും മാറ്റംവരുന്നു. സുറിയാനി, ലത്തീൻ, കത്തോലിക്കാ, പ്രോട്ടസ്റ്റന്റ് മുതലായ ഒട്ടേറെ വിഭാഗങ്ങൾ ക്രിസ്ത്യാനികളിലും ഷിയാ–സുന്നി വിഭാഗങ്ങൾ മുസ്ലീങ്ങളിലും ശൈവ–വൈഷ്ണവാദി വിഭാഗങ്ങൾ ഹിന്ദുക്കളിലും വന്നത് ഇങ്ങനെയാണ്.

സാഹചര്യങ്ങളിൽ വന്ന മാറ്റങ്ങളെ തുടർന്നു വിവിധ മതവിഭാഗങ്ങളുടെ വിശ്വാസങ്ങൾ, ആചാരാനുഷ്ഠാനങ്ങൾ എന്നിവയിൽ ഈ മാറ്റങ്ങൾ എല്ലാം വന്നിട്ടുണ്ടെങ്കിലും, മതം ഇല്ലാതായിട്ടില്ല. അതെന്തുകൊണ്ട്? ഇടമറുകിന്റെ വാദഗതിയനുസരിച്ചാണെങ്കിൽ അദ്ദേഹം പ്രതിനിധാനം ചെയ്യുന്ന യുക്തിവാദ പ്രസ്ഥാനത്തിന്റെ വളർച്ച മതത്തെ തന്നെയും നശിപ്പിക്കേണ്ടതായിരുന്നു. എന്തുകൊണ്ട് അത് ഉണ്ടായില്ല? ജനങ്ങൾ 'വിവരം കെട്ടവ'രായതിനാലാണോ? അതോ 'ശാസ്ത്രീയമായ യുക്തിവാദ'ം അംഗീകരിക്കാൻ മാർക്സിസ്റ്റുകാർ തയ്യാറില്ലാത്തതുകൊണ്ടാണോ? രണ്ടിലേതായാലും ജനങ്ങളുടെ വിവരക്കേടിനും അതിനെ എതിർക്കാൻ തയ്യാറില്ലാത്ത മാർക്സിസ്റ്റുകാരുടെ കൊള്ളരുതായ്മക്കുമെതിരെ ബഹുജനങ്ങളെ താൻ പ്രതിനിധാനം ചെയ്യുന്ന യുക്തിവാദ പ്രസ്ഥാനത്തിന്റെ പിന്നിലണിനിരത്താൻ ഇടമറുകിന് എന്തുകൊണ്ടു കഴിയുന്നില്ല.

കേരളത്തിന്റെ മാത്രം കാര്യമെടുത്താലും, ലോകമാകെ എടുത്തു പരിശോധിച്ചാലും, യുക്തിവാദ പ്രസ്ഥാനത്തിനു മാർക്സിസത്തെക്കാൾ പഴക്കമുണ്ട്. എം സി ജോസഫ്, രാമവർമ്മ തമ്പുരാൻ മുതലായവരുടെ നേതൃ

ത്വത്തിൽ *യുക്തിവാദി*യെന്ന മാസിക പ്രസിദ്ധീകരിക്കാൻ തുടങ്ങി അര വ്യാഴവട്ടത്തിലധികം കഴിഞ്ഞിട്ടാണു മാർക്സിസം കേരളത്തിൽ ഒരു പ്രസ്ഥാനമായി ജനിച്ചത്.

സാർവദേശീയമായിട്ടാകട്ടെ യുക്തിവാദ പ്രസ്ഥാനത്തിന്റെ കൂട്ടത്തിൽ പെടുത്താവുന്ന ആധുനിക സാംസ്കാരിക നവോത്ഥാനം തുടങ്ങി എത്രയോ പതിറ്റാണ്ടുകൾക്കു ശേഷമാണ് മാർക്സിസം ജന്മം കൊണ്ടത്. എന്നാൽ ഇന്നു മനുഷ്യസമൂഹത്തിന്റെ നാൽപ്പതു ശതമാനത്തോളം ജീവിക്കുന്ന പ്രദേശങ്ങളിൽ മാർക്സിസം വെന്നിക്കൊടി പറപ്പിച്ചുകൊണ്ടിരിക്കുകയാണ്.

കേരളത്തിലാകട്ടെ, യുക്തിവാദ പ്രസ്ഥാനത്തിന് ആയിരക്കണക്കിനാളുകളുടെ മാത്രം പിൻതുണ കിട്ടുമ്പോൾ മാർക്സിസത്തിനു ലക്ഷോപലക്ഷം ജനങ്ങളുടെ പിന്തുണയുണ്ട്. ഇതെന്തുകൊണ്ട്? മാർക്സിസ്റ്റുകാരുടെ 'കൊള്ളരുതായ്മ'കൊണ്ടും യുക്തിവാദ പ്രസ്ഥാനത്തിന്റെ 'കറകളഞ്ഞ പരിശുദ്ധി'കൊണ്ടുമാണെന്നാണോ ഇടമറുക് വാദിക്കുന്നത്?

ഈ ചോദ്യങ്ങൾക്കുത്തരം കാണണമെങ്കിൽ 'മതം ഉത്ഭവിക്കാനിടയായ സാഹചര്യം' എന്ന മാർക്സിന്റെ പദപ്രയോഗത്തിന്റെ ശരിയായ അർഥം മനസിലാക്കണം.

മുകളിൽ സൂചിപ്പിച്ചതുപോലെ ക്രിസ്തുമതം, ഇസ്ലാം, ഹിന്ദുമതം മുതലായ ഓരോ മതത്തിന്റെയും ഉത്ഭവത്തിനിടയാക്കിയ സാഹചര്യമല്ല മാർക്സ് വിവക്ഷിക്കുന്നത്. പിന്നയോ? മതം എന്ന പൊതു ഏർപ്പാട് ഉണ്ടാകുവാൻ ഇടയാക്കിയ സാഹചര്യമാണ്.

ചരിത്രാതീതമായ ആദിമകാലത്ത് ഇടി, മഴ, വെള്ളപ്പൊക്കം, കാട്ടുതീ മുതലായ പ്രകൃതി പ്രതിഭാസങ്ങളുടെ മുമ്പിൽ മനുഷ്യൻ നിസ്സഹായനായി നിന്ന് സ്വയം രക്ഷപ്പെടുന്നതിന് ഈ പ്രകൃതി പ്രതിഭാസങ്ങളിൽ ഓരോന്നിനും അവൻ ദൈവിക സ്വഭാവം കൽപ്പിച്ച് അവയെ ആരാധിക്കാൻ തുടങ്ങി. അതായത് പ്രകൃതി പ്രതിഭാസങ്ങളുടെ മുന്നിലുള്ള നിസ്സഹായതയാണ് മതത്തെ ആദ്യം സൃഷ്ടിച്ചത്.

പക്ഷേ, പ്രകൃതിപ്രതിഭാസങ്ങളെ പരിമിതമായ തോതിൽ കീഴ്പ്പെടുത്താനുള്ള കഴിവ് മനുഷ്യനിൽ വളരാൻ തുടങ്ങി. തലമുറതലമുറയായി നൂറ്റാണ്ടുകളോളം കാലത്തു നടന്ന പരിവർത്തന പ്രക്രിയയെ തുടർന്ന് മഴവെള്ളം കെട്ടിനിർത്തി കൃഷിചെയ്യാമെന്നും ഇടിമിന്നലിൽക്കൂടി വരുന്ന ഊർജത്തെ ഉൽപ്പാദന പ്രക്രിയക്ക് ഉപയോഗിക്കാമെന്നും മറ്റും കണ്ടുപിടിച്ചു. ഒന്നിനുപുറകെ മറ്റൊന്നായി നടന്ന നിരവധി കണ്ടുപിടിത്തങ്ങളിലൂടെ ആദിമ മനുഷ്യൻ ദൈവങ്ങളെന്ന നിലയ്ക്കു ആരാധിച്ച നവഗ്രഹങ്ങളിൽ ചിലതിൽ മനുഷ്യന്റെ പാദസ്പർശംപോലും ഏൽപ്പിക്കാമെന്നായി.

ആദിമകാലത്ത് പ്രകൃതി പ്രതിഭാസങ്ങളുടെ മുമ്പിൽ നിസ്സഹായനായി നിന്ന മനുഷ്യൻ ക്രമേണ അതിൽനിന്നു സ്വതന്ത്രനാവാൻ തുടങ്ങി.

പക്ഷേ മറ്റൊരുതരം നിസ്സഹായതക്ക് അയാൾ ഇരയായി തീർന്നു. പ്രകൃതി പ്രതിഭാസങ്ങളെ പരിമിതമായ തോതിലെങ്കിലും നിയന്ത്രിക്കാനുള്ള കഴിവുണ്ടാക്കുന്നതിനിടക്ക്, അതിന്റേതായ പ്രക്രിയയുടെ ഭാഗമായിതന്നെ, ആദിമകാലത്ത് സ്വതന്ത്രനായിരുന്ന മനുഷ്യൻ ആ സ്വാതന്ത്ര്യം നഷ്ടപ്പെട്ട ബഹുഭൂരിപക്ഷവും അതു നഷ്ടപ്പെടുത്തിയ ചെറു ന്യൂനപക്ഷവുമെന്ന രണ്ടു വിഭാഗ(വർഗ)ങ്ങളായി തിരിഞ്ഞു. ഈ വർഗ വിഭജനത്തിന്റെ പല രൂപങ്ങളിലൊന്നാണ് ഇടമറുകിന്റെ പരാമർശവിഷയമായ അടിമത്തം.

അടിമത്തമെന്ന ആ സവിശേഷ വ്യവസ്ഥ പിന്നീടുള്ള ഘട്ടങ്ങളിൽ ഇല്ലാതായെങ്കിലും ബഹുഭൂരിപക്ഷം മനുഷ്യർ ഇനിയും സ്വതന്ത്രരായിട്ടില്ല. ഇന്ത്യയിലെ ജാതിസമൂഹം അടക്കം പല രൂപത്തിലുമുള്ള മർദന–ചൂഷണ വിധാനങ്ങളുടെ അവസാനരൂപമായ മുതലാളിത്തമാണ് ഇന്ന് ലോകത്തിന്റെ ഭൂരിഭാഗം വരുന്ന രാജ്യങ്ങളിൽ കൊടികുത്തിവാഴുന്നത്. ഇങ്ങനെ മുമ്പ് പ്രകൃതി പ്രതിഭാസങ്ങളുടെയെന്നപോലെ, ഇപ്പോൾ സാമൂഹ്യ പ്രതിഭാസങ്ങളുടെ മുമ്പിൽ നിസ്സഹായനായി നിൽക്കുന്ന മനുഷ്യന് "ഇഹലോകത്തിലല്ലെങ്കിൽ പരലോകത്തിലെങ്കിലും" രക്ഷകിട്ടുമെന്ന വിശ്വാസം വളർന്നു. അതുകൊണ്ടാണ് മാർക്സ് "മതം നിസ്സഹായർക്ക് സഹായമരുളുന്നു, നിരാശ്രയർക്ക് ആശ്രയം നൽകുന്നു" എന്നെല്ലാം പറഞ്ഞതിനുശേഷം "മതം മനുഷ്യനെ മയക്കുന്ന കറുപ്പാണ്" എന്നു പ്രഖ്യാപിച്ചത്.

ഈ "കറുപ്പിനുള്ള മറുമരുന്ന്" നിരീശ്വരത്വവും നിർമതത്വവും പ്രസംഗിക്കലുമാണെന്ന് ഇടമറുക് കരുതുന്നു. മാർക്സിസ്റ്റുകാരാകട്ടെ പ്രകൃതി പ്രതിഭാസങ്ങളെയെന്നപോലെ സാമൂഹ്യപ്രതിഭാസങ്ങളെയും നിയന്ത്രണത്തിൽ കൊണ്ടുവരാൻ കഴിയുമെന്ന വിശ്വാസം ജനങ്ങൾക്ക് നൽകാൻ ശ്രമിക്കുന്നു. 'പരലോക'ത്തുണ്ടെന്നു മതം പറയുന്ന നല്ലജീവിതം 'ഇഹലോക'ത്തിൽ തന്നെ സൃഷ്ടിക്കാൻ കഴിയും എന്ന ബോധം ജനങ്ങളിൽ വളർത്താനാണവർ ശ്രമിക്കുന്നത്. അതായത് പ്രകൃതിയുടെ മേലെന്നപോലെ സമൂഹത്തിന്റെ മേലും മനുഷ്യന് നിയന്ത്രണമുണ്ടാക്കാൻ കഴിവുണ്ടാക്കുന്ന ഒരു പ്രസ്ഥാനം കെട്ടിപ്പടുക്കാൻ മാർക്സിസ്റ്റുകാർ ശ്രമിക്കുന്നു.

ഇവിടെ യുക്തിവാദക്കാരും മാർക്സിസ്റ്റുകാരും തമ്മിൽ പ്രകടമായ വ്യത്യാസം കാണാം: യുക്തിവാദികളുടെ ദൃഷ്ടിയിൽ മതവിശ്വാസമാണ് എല്ലാ കുഴപ്പങ്ങൾക്കും കാരണം. അതിനെതിരായ സമരമാണ് കേന്ദ്രപ്രശ്നം. മതവിശ്വാസത്തിന് എതിരായ എല്ലാവരെയും ഒന്നിച്ചണിനിരത്തി മതവിശ്വാസികളെ എതിർക്കലാണവരുടെ സമരതന്ത്രം. മാർക്സിസ്റ്റുകാരുടെ ദൃഷ്ടിയിലാകട്ടെ, സാമൂഹ്യ–സാമ്പത്തിക–രാഷ്ട്രീയ രംഗങ്ങളിൽ നടക്കുന്ന മർദന–ചൂഷണ രംഗങ്ങളാണ് കേന്ദ്ര പ്രശ്നം. അവയ്ക്കെതിരായി അണിനിരക്കാൻ തയ്യാറുള്ള എല്ലാ ജനവിഭാഗങ്ങളെയും—വിശ്വാസികളെയും അവിശ്വാസികളെയും ഒരുപോലെ—യോജിപ്പിച്ചണിനിരത്തലാണ് കേന്ദ്രകടമ.

മതവിശ്വാസികളുമായി ഒരുതരത്തിലും സന്ധിയുണ്ടാക്കുകയില്ലെന്ന താണ് യുക്തിവാദികളുടെ നിലപാട്. മാർക്സിസ്റ്റുകാരാകട്ടെ വൈരുധ്യാത്മകവും ചരിത്രപരവുമായ ഭൗതികവാദത്തിനു വേണ്ടി ആശയരംഗത്ത് വ്യാപകമായ പ്രചരണം നടത്തുകയും അക്കാര്യത്തിൽ യുക്തിവാദികളുമായി സഹകരിക്കുകയും ചെയ്യുന്നതോടൊപ്പം തന്നെ, സാമൂഹ്യ-സാമ്പത്തിക-രാഷ്ട്രീയ പ്രശ്നങ്ങളെ ആസ്പദമാക്കിയുള്ള സമരത്തിൽ മതവിശ്വാസികൾ അടക്കമുള്ള ബഹുജനങ്ങളെയാകെ യോജിപ്പിച്ചണിനിരത്താൻ നോക്കുന്നു. അതിന്റെ ഫലമായി മാർക്സിസ്റ്റുകാർക്ക് അധികമധികം ജനങ്ങളുടെ പിന്തുണ നേടാൻ കഴിയുമ്പോൾ യുക്തിവാദികൾ തങ്ങളുടേതായ എത്രയോ ചെറിയ ഒരു വൃത്തത്തിൽ മാത്രമായി ഒതുങ്ങിനിൽക്കുന്നു. തങ്ങൾക്കുള്ള ഈ ദൗർബല്യവും മാർക്സിസ്റ്റു കാർക്കുള്ള ഈ ശക്തിയും കാണാൻ ഇടമറുക് കൂട്ടാക്കുന്നില്ലെന്നതാണ് സത്യം.

അവസാനമായി ഒരു കാര്യം വ്യക്തമാക്കേണ്ടതുണ്ട്. ഇടമറുക് സൂചിപ്പിക്കുന്നതുപോലെ 'സാമൂഹ്യ വ്യവസ്ഥിതി മാറിയാൽ മതങ്ങൾ സ്വയമേവ ഇല്ലാതാകും' എന്നു മാർക്സിസ്റ്റുകാർ പറയുന്നില്ല. സോഷ്യലിസ്റ്റ് സമൂഹത്തിൽപോലും മുൻ സമുദായങ്ങളുടെ സൃഷ്ടിയായ ബോധത്തിന്റെ അവശിഷ്ടങ്ങൾ കാണും. അതിനെതിരായ സമരം സോഷ്യലിസ്റ്റ് സമൂഹത്തിന്റെ വളർച്ചയ്ക്കും കമ്യൂണിസത്തിലേക്കുള്ള പരിവർത്തനത്തിനും ഒഴിച്ചുകൂടാൻ വയ്യാത്ത ആവശ്യമാണ്.

സോഷ്യലിസ്റ്റ് വിപ്ലവത്തിനു വേണ്ടിയുള്ള സമരം വിജയിപ്പിക്കുന്നതിനുതന്നെ, ജാതി-മതാദി സാമൂഹ്യ വ്യവസ്ഥകൾക്കും അവയുടേതായ ആശയഗതികൾക്കും എതിരായി രൂക്ഷമായ സമരം നടത്തേണ്ടതുണ്ട്. അക്കാര്യത്തിൽ ഇടമറുക് പ്രതിനിധാനം ചെയ്യുന്ന യുക്തിവാദികളും മാർക്സിസ്റ്റുകാരും തമ്മിൽ സഹകരിക്കാനുള്ള സാധ്യതയുണ്ട്. മാർക്സിസ്റ്റുകാരും സമരോത്സുകരായ ഭൗതികവാദികളും തമ്മിൽ ഐക്യമുന്നണി എന്ന ആശയം ലെനിന്റേതാണ്.

പക്ഷേ ഇടമറുകും കൂട്ടരും ചെയ്യുന്നപോലെ മതവിശ്വാസികൾ മുഴുവൻ മണ്ടന്മാർ, അവരുമായി അടുക്കുന്നതുപോലും തെറ്റ് എന്ന നിലപാടെടുക്കാൻ മാർക്സിസ്റ്റുകാർക്ക് കഴിയുകയില്ല. സാമൂഹ്യ-സാമ്പത്തിക-രാഷ്ട്രീയ പ്രശ്നങ്ങളിൽ വിശ്വാസിയെന്നോ അവിശ്വാസിയെന്നോ വ്യത്യാസമില്ലാതെ ജനങ്ങളെയാകെ അണിനിരത്തുന്നതോടൊപ്പം അങ്ങനെ അണിനിരത്തുന്നവരുടെ ഇടയിൽ വൈരുധ്യാത്മക-ചരിത്രപര ഭൗതികവാദത്തിന്റെ സന്ദേശമെത്തിക്കാനാണ് മാർക്സിസ്റ്റുകാർ ശ്രമിക്കുന്നത്.(29.07.1983)

13

മാർക്സിസ്റ്റുകാർക്ക് ക്ഷേത്രകാര്യങ്ങളിൽ ഇടപെട്ടുകൂടേ?

ഇന്നു കാണുന്ന പല ക്ഷേത്രങ്ങളും ആർ എസ് എസുകാരുടെ സങ്കേതങ്ങളും ആ സംഘടനയുടെ പരിശീലന കളരികളുമാണ്. കൂടാതെ ഇതിന്റെയെല്ലാം പ്രധാനപ്പെട്ട ഭാരവാഹികൾ ഇങ്ങനെയുള്ള വർഗീയ ചിന്താഗതി വച്ചുപുലർത്തുന്ന കക്ഷികളിലെ (പ്രസ്ഥാനങ്ങളിലെ) അംഗങ്ങളുമാണ്.

ഇങ്ങനെയുള്ള ക്ഷേത്രങ്ങളിലെ കമ്മിറ്റികളിൽ ആ സ്ഥലങ്ങളിലെ മാർക്സിസ്റ്റ് പാർട്ടി പ്രവർത്തകർക്കു കഴിയുന്നത്ര സ്ഥാനങ്ങൾ വഹിച്ചുകൊണ്ട്, ഇത് ഒരു പരിവർത്തന മേഖലയായി രൂപാന്തരപ്പെടുത്തിക്കൂടെ?

ക്ഷേത്രകമ്മിറ്റിയിൽ മെംബർമാരാവുമ്പോൾ ആർഎസ്എസ് പോലെയുള്ള സംഘങ്ങളുടെ പരിശീലന കളരികളെ നിർത്തലാക്കാനും അന്ധവിശ്വാസങ്ങൾ വെച്ചുപുലർത്തി ക്ഷേത്രങ്ങളുടെ മറവിൽ നിന്നുകൊണ്ട് പാവപ്പെട്ടവരെ ചൂഷണം ചെയ്യുന്ന പ്രവണതയെ സമൂഹത്തിന് കാട്ടിക്കൊടുക്കാനും കഴിയില്ലേ? പുരോഗമന കലാസാംസ്കാരിക പരിപാടികൾക്ക് കൂടുതൽ പ്രാധാന്യം നൽകിക്കൊണ്ട് ക്ഷേത്രങ്ങളിൽ കുടികൊള്ളുന്ന അന്ധവിശ്വാസങ്ങളെ സമൂഹത്തിൽ നിന്നു നിർമാർജനം ചെയ്യാൻ നമുക്ക് കഴിയുകയില്ലേ? ക്ഷേത്രങ്ങളെയെല്ലാം ഇന്നത്തെ സമൂഹത്തിനനുയോജ്യമായ സാംസ്കാരിക കേന്ദ്രമാക്കി ഉയർത്തുവാൻ മാർക്സിസ്റ്റ് പാർട്ടി പ്രവർത്തകർ ഉത്തരവാദപ്പെട്ട സ്ഥാനങ്ങൾ വഹിച്ചാൽ കഴിയുകയില്ലേ?

കാൾ മാർക്സിന്റെ തത്വങ്ങൾ ഓരോ രാജ്യത്തിന്റെയും പരിതഃ

സ്ഥിതിക്കനുസരിച്ച് വികസിപ്പിച്ചെടുക്കണമെന്ന ആശയം ഉൾക്കൊണ്ടാണ് ഇങ്ങനെയുള്ള ചോദ്യം ഉന്നയിച്ചത്. കമ്യൂണിസ്റ്റുകാർ നിരീശ്വരവാദികളായിരിക്കണം.

രാജൻ വടക്കയിൽ
ബഹറിൻ

ക്ഷേത്രങ്ങളെ ആർ എസ് എസ് സംഘടനയുടെ പരിശീലന കേന്ദ്രങ്ങളാക്കി മാറ്റിക്കൊണ്ടിരിക്കുകയാണെന്നും അത് തടയാത്ത പക്ഷം വിവിധ മതവിഭാഗങ്ങൾ തമ്മിലുള്ള ബന്ധം കൂടുതൽ കൂടുതൽ വഷളായിക്കൊണ്ടിരിക്കുമെന്നുമുള്ള ചോദ്യകർത്താവിന്റെ അഭിപ്രായം ശരിയാണ്. പക്ഷേ അദ്ദേഹം നിർദേശിക്കുന്ന പരിഹാരമാർഗം ശരിയല്ല.

ക്ഷേത്രങ്ങളെ ആർ എസ് എസ് പരിശീലനംപോലുള്ള കാര്യങ്ങൾക്കുവേണ്ടി ഉപയോഗിക്കുന്നത് കമ്യൂണിസ്റ്റുകാർക്ക് മാത്രം ആപൽകരമായ കാര്യമല്ല. മതസൗഹാർദം നിലനിൽകണമെന്നും അത് തകർക്കുന്നതിനുള്ള ഉപകരണമായി ക്ഷേത്രങ്ങളെ ഉപയോഗിക്കരുതെന്നും ആഗ്രഹിക്കുന്നവർക്ക് മുഴുവൻ അതിൽ താൽപ്പര്യമുണ്ട്.

ദൈവവിശ്വാസികളും ക്ഷേത്രങ്ങളിൽപോയി ആരാധിക്കുന്നവരുമായ ജനലക്ഷങ്ങളിൽ തന്നെ ഭൂരിപക്ഷം തങ്ങളുടെ വിശ്വാസത്തെ ആർ എസ് എസുകാർ ചൂഷണം ചെയ്യുന്നതിൽ ആത്മാർഥമായ പ്രതിഷേധമുള്ളവരാണ്. ആർ എസ് എസിനെപോലുള്ള സംഘടനകളുടെ പ്രചാരവേല, മതവൈരാഗ്യം ഉപയോഗിച്ചു സ്വാർഥതാൽപ്പര്യം സംരക്ഷിക്കാൻ ശ്രമിക്കുന്ന പ്രമാണിവർഗങ്ങളുടെ ഗൂഢതന്ത്രം എന്നിവയെ ഫലപ്രദമായെതിർക്കാൻ ഈ ബഹുഭൂരിപക്ഷത്തിന് കഴിയില്ലെന്നേയുള്ളു. അവരെ ബോധവാന്മാരാക്കി ക്ഷേത്രങ്ങളെ ചുറ്റിപ്പറ്റിക്കൊണ്ടുള്ള ആർ എസ് എസ് പ്രവർത്തനം നിർത്തിവെക്കണമെന്ന ആവശ്യം ഉയർത്താൻ ശ്രമിക്കുകയാണ് വേണ്ടത്.

ഇതിൽ കമ്യൂണിസ്റ്റ് മാർക്സിസ്റ്റ് പാർട്ടിയുടെ പ്രവർത്തകർ ഇടപെടുന്നതുകൊണ്ട് ഗുണമല്ല, ദോഷമാണുണ്ടാവുക. എന്തുകൊണ്ടെന്നാൽ, നിരീശ്വരവാദികളായ കമ്യൂണിസ്റ്റുകാർ ക്ഷേത്രകാര്യങ്ങളിൽ ഇടപെട്ട് മതപ്രചരണം തടയാൻ ശ്രമിക്കുന്നു എന്ന പ്രചാരവേലയിലൂടെ മതവിശ്വാസരം കിട്ടുകയാണ് അതിന്റെ ഫലം.

മതവിശ്വാസികളിൽ ഗണ്യമായ ഒരു വിഭാഗം—കേരളത്തെപ്പോലെ രാഷ്ട്രീയ പ്രബുദ്ധതയുള്ള പ്രദേശങ്ങളിൽ ഭൂരിപക്ഷംതന്നെ—ക്ഷേത്രങ്ങളെ ആയുധപരിശീലനത്തിനുള്ള കളരികളാക്കി ഉപയോഗിക്കുന്നതിനെതിരാണ്. ഈ പരിശീലനം സംഘടിപ്പിക്കുന്നതിലൂടെ ആർ എസ് എസുകാർ ക്ഷേത്രസ്ഥാപനങ്ങളെ ദുരുപയോഗപ്പെടുത്തുമെന്ന അഭിപ്രായമാണ് അവർക്കുള്ളത്. ആ അഭിപ്രായത്തിന് വ്യക്തമായ രൂപംനൽകുക, ആ അഭിപ്രായക്കാരുടെ സമ്മർദം ശക്തിപ്പെടുത്തി ആർ എസ് എസിനെ അതിന്റെ ഇന്നത്തെ മാർഗത്തിൽനിന്ന് പിന്തിരിപ്പിക്കുക—ഇതാണ് ശരിയായ വഴി.

കമ്യൂണിസ്റ്റുകാർക്കാകട്ടെ മറ്റൊരു ജോലി ഇതിന് സമാന്തരമായി ചെയ്യാനുമുണ്ട്. മതം രാഷ്ട്രീയ കാര്യങ്ങളിലും രാഷ്ട്രം മതകാര്യങ്ങളിലും ഇടപെടാതിരിക്കുകയെന്ന മതനിരപേക്ഷതാസിദ്ധാന്തം പ്രവൃത്തിയിൽ വരുത്തുന്നതിന്റെ ഭാഗമായി വൈരുധ്യാത്മകമായ ഭൗതികവാദത്തിന്റെ സിദ്ധാന്തം വ്യാപകമായി പ്രചരിപ്പിക്കലാണത്. മതത്തിന്റെ ഉൽഭവം, വളർച്ച, ഇന്നത്തെ വർഗസമൂഹത്തിൽ ചൂഷകവർഗങ്ങൾ തങ്ങളുടെ ആയുധമായി മതത്തെ ഉപയോഗപ്പെടുത്തുന്നത്—ഇതെല്ലാം സംബന്ധിച്ച് മാർക്സിസം-ലെനിനിസത്തിന്റെ സമീപനം വ്യാപകമായി ജനങ്ങൾക്കിടയിൽ പ്രചരിപ്പിക്കണം. അതിന്റെ ഭാഗമായി യുക്തിവാദികൾ, ശാസ്ത്രകാരന്മാർ മുതലായവരുമായി സഹകരിച്ച് ആധുനിക വിജ്ഞാനത്തിന്റെ (സയൻസിന്റെ) തത്വങ്ങൾ പ്രചരിപ്പിക്കണം. അതേ അവസരത്തിൽ വിശ്വാസി-അവിശ്വാസി വ്യത്യാസമില്ലാതെ അധ്വാനിക്കുന്ന ബഹുജനങ്ങളെയാകെ അവരുടെ ജീവിതപ്രശ്നങ്ങളെ ആസ്പദമാക്കി സംഘടിപ്പിച്ചു പ്രക്ഷോഭങ്ങളിലേക്കും സമരങ്ങളിലേക്കും നയിക്കണം.

മാർക്സിസ്റ്റ്-ലെനിനിസ്റ്റുകാരെന്ന നിലയ്ക്ക് കമ്യൂണിസ്റ്റുകാർ ചെയ്തുതീർക്കേണ്ട ഈ കടമ നിറവേറ്റുന്നതിൽ ചോദ്യകർത്താവ് നിർദേശിക്കുന്നതുപോലെ പാർട്ടി മെംബർമാർ ക്ഷേത്ര കമ്മിറ്റിയിൽ അംഗങ്ങളായാൽ, അത് വിഘാതം സൃഷ്ടിക്കും. ക്ഷേത്രങ്ങളിലും മറ്റുമത സ്ഥാപനങ്ങളിലും ഭാരവാഹിയായിരിക്കുന്ന ഒരാൾക്കും വൈരുധ്യാത്മകമായ ഭൗതികവാദം പ്രചരിപ്പിക്കുകയെന്ന കടമ നിറവേറ്റാൻ കഴിയുകയില്ല. കൂടാതെ മുകളിൽ ചൂണ്ടിക്കാണിച്ചതുപോലെ, ക്ഷേത്രങ്ങളെ ആർഎസ്എസുകാർ ദുരുപയോഗപ്പെടുത്തുന്നതിൽ പ്രതിഷേധമുള്ള ലക്ഷക്കണക്കിന് വിശ്വാസികളുണ്ട്. അവരുടെ എതിർപ്പിന് വ്യക്തമായ രൂപം നൽകാനുള്ള എല്ലാ നീക്കങ്ങൾക്കും പൂർണമായ സഹകരണം നൽകാൻ കമ്യൂണിസ്റ്റുകാർ തയ്യാറാവണം. അതോടൊപ്പം മതകാര്യങ്ങളെയും രാഷ്ട്രീയ കാര്യങ്ങളെയും അന്യോന്യം വേർപെടുത്താനുള്ള ഏത് നീക്കത്തെയും ശക്തിപ്പെടുത്താൻ സഹായിക്കുന്ന പ്രവർത്തനത്തിൽ ഏർപ്പെടുകയും വേണം. (05.08.1983)

14

ജാതി–മത ചിന്തകളോട് പാർട്ടി സന്ധിചെയ്യുന്നില്ലേ?

ഇന്ത്യയിലെ ബഹുഭൂരിപക്ഷം ജനങ്ങളും നാനാതരത്തിലുള്ള ജാതി–മത ചിന്തകൾക്കടിമപ്പെട്ടവരാണ്. അത്തരം ഒരു രാജ്യത്ത് ജനകീയ–ജനാധിപത്യ വിപ്ലവം പൂർത്തീകരിച്ച് നമ്മുടെ പാർട്ടിക്ക് അധികാരത്തിൽ വരണമെങ്കിൽ ആശയവാദികളുമായി സന്ധിചെയ്യണമെന്ന് സഖാവിന്റെ ചോദ്യങ്ങൾക്കുള്ള മറുപടിയിൽ കാണുന്നു. ഒരു തൊഴിലാളിവർഗ പാർട്ടിയെ സംബന്ധിച്ചിടത്തോളം ഇത് തികച്ചും അവസരവാദപരവും പരാജയവുമല്ലേ? പ്രത്യേകിച്ചും മതപൗരോഹിത്യവുമായി സന്ധിചെയ്ത് അധികാരത്തിൽ വന്ന പോളണ്ടിലും മറ്റും സമീപകാലത്തുണ്ടായ സംഭവങ്ങൾ ഇതിന് ഉദാഹരണമല്ലേ?

കെ പത്മനാഭൻ മാസ്റ്റർ
കുടത്തായി ബസാർ

ഇതിനുമുമ്പ് പല തവണ ഉത്തരം പറഞ്ഞിട്ടുള്ള ഒന്നാണീ ചോദ്യം. എങ്കിലും ഒരിക്കൽക്കൂടി സംക്ഷിപ്ത രൂപത്തിൽ ആവർത്തിക്കുകയാണ്. ലെനിന്റെ സുപ്രധാനമായ ഒരു കൃതിയുണ്ട്. *ഇടതുപക്ഷ കമ്യൂണിസം ഒരു ബാലാരിഷ്ടത* എന്നാണ് അതിന്റെ പേര്. അതിലെ ഒരധ്യായത്തിന്റെ തലവാചകം 'ഒത്തുതീർപ്പ് പാടില്ല' എന്നാണ്. അതിൽനിന്ന് ഒരു ഭാഗം താഴെ കൊടുക്കുന്നു:

> വർഗങ്ങളും പാർട്ടികളും തമ്മിൽ ദേശീയമായും സാർവദേശീയമായും ഏറ്റവും സങ്കീർണമായ ബന്ധങ്ങളാണുള്ളത്. അതുകൊണ്ട് പലപ്പോഴും സന്ധികളുണ്ടാക്കുന്നത് ആവശ്യമായിത്തീരും. ഒരു പണിമുടക്കിൽ

ഉണ്ടാക്കിയ 'സന്ധി' ന്യായമായിരുന്നുവോ, അതോ ഒരു കരിങ്കാലിയോ വർഗവഞ്ചകനോ ആയ ടി യു നേതാവ് ചെയ്ത വഞ്ചനാപരമായ 'സന്ധി'യായിരുന്നുവോ എന്നെല്ലാമുള്ള പ്രശ്നങ്ങളെക്കാൾ എത്രയോ കൂടുതൽ, വിഷമമായിരിക്കും രാഷ്ട്രീയമായുണ്ടാക്കുന്ന സന്ധികളെപ്പറ്റി തീരുമാനമെടുക്കൽ. എല്ലാ സന്ദർഭങ്ങളിലേക്കും ബാധകമായ ഒരു ഒറ്റമൂലിയോ പൊതുനിയമമോ (സന്ധികൾ പാടില്ല) ആവിഷ്കരിക്കാൻ നോക്കുന്നത് തനി അസംബന്ധമായിരിക്കും. ഓരോ പ്രത്യേക സന്ദർഭത്തിലും സ്വന്തം ബുദ്ധിശക്തിയുപയോഗിക്കാനും സ്വന്തം നില കണ്ടുപിടിക്കാനും കഴിയണം. വാസ്തവം പറഞ്ഞാൽ ഒരു പാർട്ടി സംഘടനയുടെയും ആ പേരിനർഹമായ പാർട്ടി നേതാക്കന്മാരുടെയും ചുമതലകളിലൊന്നാണത്. അതത് വർഗത്തിന്റെ ചിന്തിക്കുന്ന എല്ലാ പ്രതിനിധികളുടെയും സുദീർഘവും സ്ഥിരവും വിവിധവും സമഗ്രവുമായ പരിശ്രമങ്ങളിലൂടെ കെട്ടുപിണഞ്ഞ രാഷ്ട്രീയ പ്രശ്നങ്ങൾക്ക് വേഗത്തിൽ ശരിയായ ഉത്തരം കാണുന്നതിനാവശ്യമായ അനുഭവവും അറിവും മാത്രമല്ല, അതിനുപുറമെ ഒരുതരം രാഷ്ട്രീയവാസനയും ആർജിക്കുകയെന്നതാണ് ആ ചുമതല.

അതായത്, തൊഴിലാളിവർഗത്തിന്റെ താൽപ്പര്യങ്ങൾ സംരക്ഷിക്കുന്നതിനുവേണ്ടി, അതിന്റെ വർഗശത്രുക്കൾക്കെതിരായി എല്ലാ ജനാധിപത്യ ശക്തികളെയും ഏകോപിപ്പിക്കുന്നതിനുവേണ്ടി, പലപ്പോഴും, പല സന്ധികളുമുണ്ടാക്കാൻ തൊഴിലാളിവർഗ വിപ്ലവപാർട്ടി തയ്യാറാകേണ്ടിവരും. അങ്ങനെ സന്ധികളുണ്ടാക്കാൻ തൊഴിലാളിവർഗ പാർട്ടിക്ക് ബാധ്യതയുള്ള പ്രശ്നങ്ങളിലൊന്നാണ് കേരളമടക്കം ഇന്ത്യയിൽ ജാതി-മത രാഷ്ട്രീയത്തോടുള്ള സമീപനം.

ജാതിവ്യവസ്ഥ, സാമ്പത്തിക-രാഷ്ട്രീയാദി മേഖലകളിൽ മതത്തിന്റെ സ്വാധീനവും മതവിശ്വാസവും അതിനെ ആസ്പദമാക്കി ജനങ്ങൾക്കിടയിൽ വളർന്നുവന്ന ആചാരാനുഷ്ഠാനവും തൊഴിലാളി വർഗ പ്രസ്ഥാനത്തിന്റെ വളർച്ചയ്ക്ക് തടസം നിൽക്കുന്ന സാമൂഹ്യ-സാംസ്കാരിക ശക്തികളാണ്. എന്തുകൊണ്ടെന്നാൽ പ്രമാണിവർഗങ്ങൾക്കെതിരായ സമരത്തിൽ ഒന്നിച്ചു നിൽക്കേണ്ട ബഹുജനങ്ങളെ ജാതിയെയും മതത്തെയും ആസ്പദമാക്കി തമ്മിലടിപ്പിക്കാൻ വർഗശത്രുക്കളെ അതു സഹായിക്കുന്നു. അവയ്ക്കെതിരായി താത്വികമായും പ്രായോഗികമായും പോരാടാൻ മാർക്സിസ്റ്റ്-ലെനിനിസ്റ്റുകാർക്ക് ബാധ്യതയുണ്ട്. അതവർ എങ്ങനെ നിറവേറ്റും എന്നതാണ് ചോദ്യം.

മാർക്സിസം-ലെനിനിസം അംഗീകരിക്കാത്ത ആളുകൾക്കിടയിൽ

രണ്ടു വിഭാഗക്കാരുണ്ട്: മാർക്സിസം–ലെനിനിസത്തിന്റെ കേന്ദ്രമായ തൊഴിലാളി വർഗ വീക്ഷണത്തോടുകൂടിയല്ലാതെ ബൂർഷ്വാ വീക്ഷണത്തോടെ, ജാതിക്കും മതത്തിനും എതിരായി പോരാടുന്ന സാമൂഹ്യ പരിഷ്കരണ പ്രവർത്തകർ, യുക്തിവാദികൾ മുതലായവരാണ് ആദ്യത്തെ വിഭാഗം. ജാതിയുടേതും മതത്തിന്റേതുമായ ആചാരങ്ങൾ, വിശ്വാസങ്ങൾ മുതലായവക്ക് വിധേയമായി ജീവിക്കുമ്പോൾതന്നെ തൊഴിലാളിവർഗത്തിന്റെയും മറ്റ് അധ്വാനിക്കുന്ന ബഹുജനങ്ങളുടെയും താൽപ്പര്യങ്ങൾക്കുവേണ്ടി പോരാടുന്ന ബഹുജനങ്ങൾ, അവർക്ക് നേതൃത്വം നൽകുന്ന രാഷ്ട്രീയ പാർട്ടികൾ എന്നിവരാണ് രണ്ടാം വിഭാഗം.

ഈ രണ്ടു വിഭാഗക്കാരുമായി സന്ധി ചെയ്തുകൊണ്ടും അതേയവസരത്തിൽ അവരെ നിയന്ത്രിക്കുന്ന ചിന്താഗതികളോട് നിരന്തരം പടവെട്ടിയും പ്രവർത്തിച്ചാൽ മാത്രമേ മാർക്സിസ്റ്റ്–ലെനിനിസ്റ്റുകാർക്ക് തൊഴിലാളിവർഗ വിപ്ലവപ്രസ്ഥാനവും അതിന്റെ മുന്നണി വിഭാഗമായ തൊഴിലാളി വർഗ വിപ്ലവപാർട്ടിയും കെട്ടിപ്പടുക്കാൻ കഴിയൂ.

ബൂർഷ്വാ വീക്ഷണത്തോടെ സാമൂഹ്യപരിഷ്കാര പ്രസ്ഥാനം കെട്ടിപ്പടുക്കുകയും യുക്തിവാദ ചിന്താഗതി പ്രചരിപ്പിക്കുകയും ചെയ്യുന്നവർ നിലവിലുള്ള സാമൂഹ്യ വ്യവസ്ഥിതിയുടെ ചില പ്രധാന ഭാഗങ്ങൾക്കെതിരായി പോരാടുന്നു. അക്കാര്യത്തിൽ അവരുമായി സഹകരിക്കാൻ മാർക്സിസ്റ്റുകാർക്ക് ബാധ്യതയുണ്ട്. എന്നാൽ ജനങ്ങൾക്കിടയിൽ പ്രചരിപ്പിക്കുന്ന ആധുനിക (ബൂർഷ്വാ) വീക്ഷണം മുതലാളിത്തത്തിനു മുമ്പുള്ള (ഫ്യൂഡൽ) സംസ്കാരത്തിന്റേതായ സാമൂഹ്യ–സാംസ്കാരിക വീക്ഷണത്തെയാണ് തകർക്കാൻ നോക്കുന്നത്.

അതേയവസരത്തിൽ തൊഴിലാളിവർഗ നേതൃത്വത്തിൽ അധ്വാനിക്കുന്ന ബഹുജനങ്ങളെ അണിനിരത്തുകയെന്ന മുഖ്യജോലി നിറവേറ്റുന്നതിനു തടസമുണ്ടാക്കുന്ന രീതിയിലാണ് ബൂർഷ്വാ വീക്ഷണത്തോടുകൂടിയുള്ള സാമൂഹ്യപരിഷ്കാര–യുക്തിവാദ പ്രസ്ഥാനങ്ങൾ പ്രവർത്തിക്കുന്നത്. അതുകൊണ്ട് ഈ സമീപനത്തെ എതിർക്കാൻ മാർക്സിസ്റ്റ്–ലെനിനിസ്റ്റുകാർക്ക് ബാധ്യതയുണ്ട്.

അതുപോലെ തൊഴിലാളി–കർഷകാദി ബഹുജനങ്ങൾ നിലവിലുള്ള സാമൂഹ്യവ്യവസ്ഥയുടെ കേന്ദ്രമായി നിൽക്കുന്ന സാമ്പത്തിക–രാഷ്ട്രീയ മേഖലകളിൽ മേധാവി വർഗത്തിനെതിരായി പോരാടുന്നു. അതിലവർക്ക് സർവവിധ സഹായങ്ങളും നൽകി അവരുടെ ഐക്യം ശക്തിപ്പെടുത്താൻ മാർക്സിസ്റ്റ്–ലെനിനിസ്റ്റുകാർക്ക് ബാധ്യതയുണ്ട്. അതിനുവേണ്ടി ജാതി –മതാദി കാര്യങ്ങളിൽ അവരുമായി സന്ധിയുണ്ടാകേണ്ടിയിരിക്കുന്നു. ബൂർഷ്വാ യുക്തിവാദികളും സാമൂഹ്യ പരിഷ്കാരികളും ചെയ്യുന്നതിൽനിന്ന് വ്യത്യസ്തമായി അന്ധവിശ്വാസങ്ങൾ, അനാചാരങ്ങൾ എന്നിവയ്ക്കെതിരായ

സമരത്തെ സാമ്പത്തികവും രാഷ്ട്രീയവുമായ രംഗങ്ങളിലുള്ള വർഗസമരത്തിനു കീഴ്പ്പെടുത്താനാണ് മാർക്സിസ്റ്റ്–ലെനിനിസ്റ്റുകാർ ശ്രമിക്കുന്നത്.

ചുരുക്കത്തിൽ ബൂർഷ്വാ സാമൂഹ്യപരിഷ്കർത്താക്കൾ, യുക്തിവാദികൾ എന്നിവരുമായി സഹകരിച്ച് ജാതിയെയും മതത്തെയും ആസ്പദമാക്കിയ അന്ധവിശ്വാസങ്ങൾ അനാചാരങ്ങൾ എന്നിവയ്ക്കെതിരായി പോരാടുക. അതേയവസരത്തിൽ ഈ പോരാട്ടം നടത്തുന്നതിൽ പ്രകടമാകുന്ന ബൂർഷ്വാ വീക്ഷണത്തെ തുറന്നുകാണിച്ച് അവരുടെ അനുയായികളെ മാർക്സിസം–ലെനിനിസത്തോടടുപ്പിക്കുക; നേരെമറിച്ച് സാമ്പത്തികവും രാഷ്ട്രീയവുമായ രംഗങ്ങളിൽ നടക്കുന്ന വർഗസമരത്തിനു മറ്റെല്ലാറ്റിനെയും അപേക്ഷിച്ച് പ്രാധാന്യമുണ്ടെന്നു മനസ്സിലാക്കി അതിൽ അണിനിരക്കുന്ന തൊഴിലാളി കർഷകാദി ബഹുജനങ്ങളുടെ സമരപരമായ ഐക്യത്തിനു മുൻതൂക്കം കൊടുത്തുകൊണ്ട് അവരെ സാംസ്കാരികമായി ഉയർത്തിക്കൊണ്ടുവരിക, അതിന്റെ ഭാഗമായി ജനങ്ങളിൽ ശാസ്ത്രീയവീക്ഷണം വളർത്താൻ വേണ്ട പ്രവർത്തനം മാർക്സിസ്റ്റ്–ലെനിനിസ്റ്റ് സിദ്ധാന്തങ്ങളെ ആസ്പദമാക്കി വ്യാപകമായി നടത്തുക, ഇതിന് തെല്ലെങ്കിലും സഹായിക്കുന്ന വിധത്തിൽ ബൂർഷ്വാ സാമൂഹ്യ പരിഷ്കർത്താക്കളുടെയും യുക്തിവാദികളുടെയും പ്രവർത്തനത്തിൽ സഹകരിക്കാവുന്നത്ര സഹകരിക്കുക— ഇതാണ് ഇന്ത്യൻ സാഹചര്യത്തിൽ മാർക്സിസ്റ്റ്–ലെനിനിസ്റ്റുകാരുടെ കടമ.

ബൂർഷ്വാ സാമൂഹ്യപരിഷ്കാര പ്രവർത്തകരോടും യുക്തിവാദികളോടും എന്നപോലെതന്നെ ജാതി–മതാദി കാര്യങ്ങളിൽ യാഥാസ്ഥിതികരെങ്കിലും സാമ്പത്തിക–രാഷ്ട്രീയ കാര്യങ്ങളിൽ വർഗസമരം ശക്തിപ്പെടുത്തുന്നവരോട് ഒരുവശത്ത് സന്ധി, മറുവശത്ത് സമരം എന്നിവയുൾക്കൊള്ളുന്നതാണ് മാർക്സിസ്റ്റ്–ലെനിനിസ്റ്റ് സമീപനമെന്നർഥം.

ഈ കാഴ്ചപ്പാടോടെയാണ് കേരളത്തിൽ കഴിഞ്ഞ അരനൂറ്റാണ്ടോളം കാലത്ത് മാർക്സിസ്റ്റ്–ലെനിനിസ്റ്റുകാർ പ്രവർത്തിച്ചത്. ഈ പ്രവർത്തനത്തിന്റെ ഫലമായി ജാതിയെയും മതത്തെയും ആസ്പദമാക്കിയ അനാചാരങ്ങൾ അന്ധവിശ്വാസങ്ങൾ എന്നിവയ്ക്കു മാരകമായ പ്രഹരമേൽപ്പിക്കാനും ജാതി മതാദി പരിഗണനകൾക്കതീതമായി ബഹുജനങ്ങളുടെ സമരപരമായ ഐക്യം കെട്ടിപ്പടുക്കാനും മാർക്സിസ്റ്റ്–ലെനിനിസ്റ്റുകാർക്ക് കഴിഞ്ഞിട്ടുണ്ട്. അതുകൊണ്ടാണ് ജാതി–മത രാഷ്ട്രീയത്തിന്റെ പ്രമാണിമാർ തങ്ങളുടെ എല്ലാ എതിർപ്പും 'കമ്യൂണിസ്റ്റുകാർക്കെതിരായി തിരിച്ചിട്ടുള്ളത്. ഇതിനുമുമ്പ് ഈ പംക്തിയിൽ ചൂണ്ടിക്കാണിച്ചതുപോലെ പിന്തിരിപ്പൻ ജാതി–മത രാഷ്ട്രീയ ശക്തികൾ കമ്യൂണിസ്റ്റ് വിരുദ്ധവും മാർക്സിസ്റ്റ് വിരുദ്ധവും ആയാണ്, സാമൂഹ്യപരിഷ്കാര പ്രസ്ഥാനത്തിനോ യുക്തിവാദത്തിനോ വിരുദ്ധമായല്ല 'മുന്നണികൾ' ഉണ്ടാക്കിയത്. (09.03.1984)

15

ശരി-അത്തിനെക്കുറിച്ചുള്ള വിവാദം, ബ്രഹ്മചാരിയോടുള്ള സമീപനം

ശരി-അത്ത് നിയമത്തെക്കുറിച്ച് താങ്കളുടെ പരാമർശം ഇന്നു പൊതുവെ ഒരു ചർച്ചാവിഷയമായിരിക്കുകയാണല്ലോ? മുസ്ലിങ്ങൾക്കിടയിലെ ബഹുഭാര്യാത്വ സമ്പ്രദായം ഒരുതരം പഴഞ്ചനും പ്രാകൃതവുമായതുകൊണ്ട് പുരോഗമന സ്വഭാവമനുസരിച്ച് ഈ സമ്പ്രദായത്തിനു മാറ്റം വരുത്തണമെന്നാണല്ലോ സഖാവിന്റെ അഭിപ്രായം.

എന്നാൽ ഇക്കഴിഞ്ഞ ഡിവൈഎഫ്ഐ സമ്മേളനത്തിന് പുരോഗമനവാദികളായ യുവതലമുറ ഒരു ബ്രഹ്മചാരി നിത്യാനന്ദസ്വാമിയെ ആദരപൂർവം കൊണ്ടുവന്നതും സിമ്പോസിയത്തിൽ പങ്കെടുപ്പിച്ചതും മാർക്സിസ്റ്റ് പാർട്ടിയുടെ നേതൃത്വത്തിലുള്ള കോഴിക്കോട് കോർപ്പറേഷൻ ഈ സ്വാമിക്ക് സ്വീകരണം നൽകിയതും സഖാവ് അറിഞ്ഞുകാണുമല്ലോ? ഈ ബ്രഹ്മചാരിത്വം തന്നെ ഒരു വലിയ തട്ടിപ്പാണെന്ന് വിശ്വസിക്കുന്ന ഒരു പുരോഗമനവാദിയാണ് ഞാൻ. മുനിമാരുടെയും മഹർഷിമാരുടെയും സ്വാമിമാരുടെയും കാലം കഴിഞ്ഞുപോയ ഈ നൂറ്റാണ്ടിലും ഇത്തരം സ്വാമിമാരെ പ്രോത്സാഹിപ്പിക്കുന്നത് പുരോഗമനമാണോ?

മേലേക്കണ്ടി
കുറ്റിച്ചിറ

മതവിശ്വാസങ്ങളോടും അവയെ ആസ്പദമാക്കിയ ആചാരനുഷ്ഠാനങ്ങളോടും മാർക്സിസം-ലെനിനിസത്തിനുള്ള സമീപനം ഈ പംക്തികളിൽ പലവുരു വ്യക്തമാക്കിയിട്ടുണ്ടെങ്കിലും ആവർത്തിക്കേണ്ടിയിരിക്കുന്നു.

1. ഓരോ മതവും ഉത്ഭവിച്ചകാലത്ത് നിലവിലിരുന്ന സമൂഹത്തിന്റെ സൃഷ്ടിയാണ് അതിന്റെ വിശ്വാസങ്ങളും ആചാരാനുഷ്ഠാനങ്ങളും, സാമൂഹ്യ സൃഷ്ടിയായ ഈ വിശ്വാസങ്ങൾക്കും ആചാരനുഷ്ഠാനങ്ങൾക്കും 'ദൈവികത'യും 'ശാശ്വതത്വ'വും നൽകി അവ അലംഘനീയമാണെന്ന ബോധ്യം ജനങ്ങൾക്കിടയിൽ വളർത്താൻ മതമേധാവികൾ കഴിവു മുഴുവൻ ഉപയോഗിക്കുന്നു. വർഗസമൂഹത്തിലെ മേധാവി വിഭാഗങ്ങളാകട്ടെ, ജനങ്ങളുടെ ഈ ബോധത്തെ ചൂഷണം ചെയ്ത് വർഗസമര പ്രസ്ഥാനങ്ങളിൽ നിന്ന് സമൂഹത്തിന്റെ ശ്രദ്ധ തിരിച്ചുവിടുന്നു.

2. ഈ സാഹചര്യത്തിൽ വിപ്ലവ തൊഴിലാളിവർഗത്തിന്റെ മുന്നണി വിഭാഗത്തിന് രണ്ടു കടമകൾ നിറവേറ്റാനുണ്ട്: നൂറ്റാണ്ടുകളോളം കാലം നിലനിന്ന സാമൂഹ്യബോധത്തിനെതിരായ ആശയസമരം സംഘടിതമായി നടത്തി ബഹുജനങ്ങളെ അന്ധവിശ്വാസങ്ങൾ, അനാചാരങ്ങൾ എന്നിവയിൽനിന്ന് മോചിപ്പിക്കണം. മാർക്സിസ്റ്റ്–ലെനിനിസ്റ്റുകാർ നിർബന്ധപൂർവം ചെയ്തുതീർക്കേണ്ട മുഖ്യകടമകളിൽ ഒന്നാണിത്.

അതേയവസരത്തിൽ, യുക്തിവാദ പ്രസ്ഥാനക്കാർ ചെയ്യുന്നതുപോലെ വെറും ആശയസമരംകൊണ്ട് ജനങ്ങളെ അന്ധവിശ്വാസങ്ങളിൽനിന്നും അനാചാരങ്ങളിൽനിന്നും മോചിപ്പിക്കാൻ കഴിയില്ല. സാമ്പത്തികവും രാഷ്ട്രീയവുമായ രംഗങ്ങളിൽ ദൈനംദിന സമരങ്ങൾ സംഘടിപ്പിച്ച് അവയെ ആശയസമരവുമായി കൂട്ടിയിണക്കണം. അങ്ങനെ ചെയ്യുമ്പോഴാകട്ടെ, സാമ്പത്തിക രാഷ്ട്രീയ രംഗങ്ങളിൽ രൂക്ഷമായ സമരം നടത്തുന്ന ബഹുജനങ്ങളിൽ ഭൂരിപക്ഷം അനാചാരങ്ങളുടെയും അന്ധവിശ്വാസങ്ങളുടെയും അടിമകളാണെന്ന സത്യം മനസിലാക്കണം. അവരുടെ വികാരങ്ങളെ വ്രണപ്പെടുത്തുന്നത് കഴിയുന്നത്ര ഒഴിവാക്കിക്കൊണ്ട് വേണം അവരിൽ വേരോടിയ വിശ്വാസാചാരാദികൾക്കെതിരായ ആശയസമരം നടത്താനെന്നർഥം. ഇത് മനസിലാക്കാത്ത യുക്തിവാദികൾ 'മാർക്സിസ്റ്റുകാർ മതത്തിന്റെ അടിമകളായിത്തീർന്നു'വെന്ന ആരോപണം നടത്തുന്നു.

3. ബഹുജനങ്ങൾക്കിടയിൽ വേരോടിയ മതവിശ്വാസങ്ങൾ, അവയെ ആസ്പദമാക്കിയ ആചാരാനുഷ്ഠാനങ്ങൾ എന്നിവയെ മാത്രമല്ല മത മേലധ്യക്ഷന്മാർ, മതപ്രചാരകർ എന്നിവരെ സംബന്ധിച്ച യാഥാർഥ്യം കൂടി തൊഴിലാളിവർഗ വിപ്ലവകാരികൾ കണക്കിലെടുക്കണം. ചോദ്യകർത്താവ് ചെയ്യുന്നതുപോലെ എല്ലാത്തരം 'ബ്രഹ്മചാരിത്വ'വും 'തട്ടിപ്പാ'ണെന്ന് കരുതിക്കൂടാ. ബ്രഹ്മചാരി, സന്യാസി, മൗലവി, ബിഷപ്പ്, ഭിക്ഷു മുതലായവരിൽ എല്ലാം രണ്ടുതരക്കാരെ കാണാം. ഒരു വിഭാഗം വിവിധ രൂപങ്ങളിലുള്ള വിപ്ലവപ്രസ്ഥാനങ്ങളെ അനുകൂലിക്കുകയും കഴിയുംവിധം സഹായിക്കുകയും ചെയ്യുന്നു. ഇതും തങ്ങളുടെ വിശ്വാസവും തമ്മിൽ യാതൊരു വൈരുധ്യവുമില്ലെന്നവർ കരുതുന്നു. മറ്റേ കൂട്ടർ പിന്തിരിപ്പൻ ചേരിയിൽ അണിനിരന്ന്

എല്ലാ പുരോഗമനപ്രസ്ഥാനങ്ങളെയും ശക്തിയുക്തം എതിർക്കുന്നു.

ഇതിൽ ആദ്യത്തെ വിഭാഗക്കാരുമായി സഹകരിക്കുക, അവരുടെ വിശ്വാസവും പ്രവൃത്തിയും തമ്മിൽ വൈരുധ്യമുണ്ടെങ്കിൽ അത് തീർക്കുന്ന കാര്യം അവർക്കു തന്നെ വിട്ടുകൊടുക്കുക, രണ്ടാം വിഭാഗക്കാരെ അവരുടെ അനുയായികളിൽനിന്ന് ഒറ്റപ്പെടുത്തുക — ഇതാണ് വിപ്ലവ തൊഴിലാളി വർഗത്തിന്റെ മുന്നണി വിഭാഗം ചെയ്യേണ്ടത്.

ഈ തത്വങ്ങളുടെ അടിസ്ഥാനത്തിൽ ശരി-അത്ത് നിയമം നമുക്ക് പരിശോധിക്കാം.

മുഹമ്മദ് നബിയുടെ കാലത്ത് അറബ് നാടുകളിലുണ്ടായിരുന്ന സമൂഹത്തിന്റെ സൃഷ്ടിയാണ് ശരി-അത്ത്. അതിന് 'ദൈവികത്വം' കൽപ്പിച്ചു 'അതിനെ തൊട്ടുകളിക്കരുത്' എന്ന വെല്ലുവിളിയോടെ ഇടതുപക്ഷ പ്രസ്ഥാനത്തിനെതിരായി മുസ്ലിം ജനതയുടെ വികാരമിളക്കിവിടാനാണ് എതിരാളികൾ ശ്രമിക്കുന്നത്. അതിനടിസ്ഥാനമായി നിൽക്കുന്ന 'ദൈവികത' യുടെയും 'ശാശ്വതത്വ'ത്തിന്റെയും മറനീക്കി ഇന്നത്തെ സാമൂഹ്യ യാഥാർഥ്യത്തിലേക്ക് ജനശ്രദ്ധ തിരിച്ചുകൊണ്ടുവരാനാണ് മാർക്സിസ്റ്റ്-ലെനിനിസ്റ്റുകാർ ശ്രമിക്കേണ്ടത്. അതാണ് ഞാൻ എന്റെ പ്രസംഗങ്ങളിൽ ചെയ്തത്.

ശരി-അത്ത് നിയമം ഭേദഗതി ചെയ്യണമെന്ന ആവശ്യം ഇടതുപക്ഷ പ്രസ്ഥാനത്തിന്റെയോ കമ്യൂണിസ്റ്റ് പ്രസ്ഥാനത്തിന്റെയോ കമ്യൂണിസ്റ്റ് (മാർക്സിസ്റ്റ്) പാർട്ടിയുടെയോ മിനിമം പരിപാടിയിൽ ഉൾപ്പെടുത്തിയിട്ടില്ല. ഉണ്ടെന്നു വരുത്തിത്തീർത്തു മുസ്ലിം ജനതയെ ഇടതുപക്ഷപ്രസ്ഥാനത്തിനും പാർട്ടിക്കും എതിരായി തിരിച്ചുവിടാനാണ് മുസ്ലിം പ്രമാണിമാരും കോൺഗ്രസ് നേതാക്കളും ആർ എസ് എസുകാരും ശ്രമിക്കുന്നത്.

അതേയവസരത്തിൽ, ശരി-അത്ത് നിയമം നിലനിർത്തലോ ജനങ്ങളുടെ മേൽ ബലംപ്രയോഗിച്ച് അത് അടിച്ചേൽപ്പിക്കലോ മിനിമം പരിപാടിയിലില്ല.

ബഹുഭാര്യാത്വം, അനിയന്ത്രിതമായ വിവാഹമോചനം, പർദ മുതലായവയ്ക്കെതിരായി മറ്റു സമുദായങ്ങളിൽ വളർന്നതുപോലുള്ള പ്രസ്ഥാനം വളരുന്നതിനെ ഇടതുപക്ഷ പ്രസ്ഥാനവും പാർട്ടിയും സർവാത്മനാ പിന്താങ്ങും. അതിന്റെ മുമ്പിൽ 'ശരി-അത്തിനെ തൊട്ടുകളിക്കരുത്' എന്ന വെല്ലുവിളി വരുന്നതുകണ്ട് അവർ മുട്ടുമടക്കുകയില്ല.

അതായത്, മുസ്ലിം സമുദായത്തിലെ പുരോഗമനവാദികളുടെ—സ്ത്രീകളുടെ വിശേഷിച്ചും—സാമൂഹ്യ ബോധത്തിൽ മാറ്റം വരുത്തുകയെന്ന പ്രക്രിയയിലൂടെയാണ്, ഉടൻ നിയമ ഭേദഗതിയെന്ന എളുപ്പമാർഗത്തിലൂടെയല്ല, മുസ്ലിം സമുദായത്തിലുള്ള ഈ അനാചാരങ്ങൾക്കെതിരായി പോരാടുന്നതെന്നർഥം.

ചോദ്യകർത്താവ് പേരെടുത്തു പറയുന്ന ബ്രഹ്മചാരി മാത്രമല്ല മറ്റു

സന്യാസിമാർ, ബിഷപ്പുമാർ, മൗലവിമാർ, ഭിക്ഷുക്കൾ മുതലായവരും ലോക സമാധാനപ്രസ്ഥാനം, വിവിധ രാജ്യങ്ങളിലെ ദേശീയ വിമോചന പ്രസ്ഥാനങ്ങൾ മുതലായവയിൽ പങ്കെടുക്കുന്നുണ്ട്. അവരിൽ ചിലർ വർഗശത്രുക്കളുടെ വെടിയുണ്ടയേറ്റു രക്തസാക്ഷികളായിട്ടുണ്ട്. തങ്ങളുടെ മതവിശ്വാസം ഉപേക്ഷിച്ചിട്ടല്ല അവർ ഈ പ്രസ്ഥാനങ്ങളിൽ വരുന്നതും പീഡനങ്ങൾക്കിരയാവുന്നതും. ഈ പ്രസ്ഥാനങ്ങളിൽ പങ്കെടുക്കുന്ന കമ്യൂണിസ്റ്റുകാരടക്കമുള്ള മറ്റുള്ളവർ മതവിശ്വാസികളാവുമെന്ന തെറ്റിദ്ധാരണ അവർക്കില്ലതാനും.

അങ്ങനെ മതവിശ്വാസികൾ സ്വന്തം വിശ്വാസം പുലർത്തിയും അവിശ്വാസികൾ അവരുടെ നിലപാടിൽത്തന്നെ ഉറച്ചുനിന്നുകൊണ്ടും പൊതുപ്രസ്ഥാനം കെട്ടിപ്പടുക്കുകയാണ്. ഈ പൊതുപ്രസ്ഥാനത്തിലൂടെ ഉണ്ടായിക്കൊണ്ടിരിക്കുന്ന ബഹുജനമുന്നേറ്റത്തിന്റെ വിപ്ലവ സ്വഭാവം കാണാൻ കഴിയാത്തതാണ് ചോദ്യകർത്താവിന്റെ ദൗർബല്യം. (13.04.1984)

16

മതേതരത്വവും മതസൗഹാർദവും

കമ്യൂണിസ്റ്റ് (മാർക്സിസ്റ്റ്) പാർട്ടി മതസൗഹാർദം നിലനിർത്തു ന്നതിനു വേണ്ടി ഒട്ടേറെ പ്രചാരണ പരിപാടികൾ നടത്തുകയുണ്ടാ യി. ഇപ്പോൾ നടത്തുന്നുമുണ്ട്. എന്നാൽ യുക്തിവാദികളും നക്സ ലൈറ്റുകാരും പറയുന്നതുപോലെ 'മതേതര സൗഹാർദത്തിന് വേണ്ടിയല്ലേ നാം പ്രവർത്തിക്കേണ്ടത്?' മതസൗഹാർദത്തിന് വേണ്ടി പ്രവർത്തിക്കുമ്പോൾ പരോക്ഷമായി മതങ്ങളെ പരിപോഷിപ്പിക്കു കയല്ലേ ചെയ്യുന്നത്?

ഷാജു
അഷ്ടമിച്ചിറ

നാം എന്തംഗീകരിക്കുന്നു, എന്ത് സങ്കൽപ്പിക്കുന്നു എന്നതല്ല പ്രധാനം; ജനങ്ങൾ പൊതുവിൽ എന്തു വിചാരിക്കുന്നു, എങ്ങനെ പ്രവർത്തിക്കുന്നു എന്നതാണ്. ഈ അടിസ്ഥാനതത്വം മനസിലാക്കാ യ്കയോ മനസിലാക്കിയിട്ടും മറച്ചുവയ്ക്കുകയോ ചെയ്യുന്നവർക്ക് മാത്രമേ മതസൗഹാർദത്തിന്റെ ആവശ്യം നിഷേധിക്കാൻ കഴിയൂ.

ഇന്ന് നമ്മുടെ നാട്ടിൽ–എന്തിന് ലോകത്താകെത്തന്നെ–ഏതെങ്കിലും ഒരു മതത്തിൽ വിശ്വസിക്കുകയും അതനുസരിച്ചുള്ള ആചാരാനുഷ്ഠാന ങ്ങൾ നടത്തുകയും ചെയ്യുന്നവരാണ് ബഹുഭൂരിപക്ഷം. നമുക്കെല്ലാം വി ഭാവനം ചെയ്യാൻ കഴിയുന്നിടത്തോളം കാലത്തേക്ക് അതങ്ങനെ തുടരു കയും ചെയ്യും.

ഇന്ത്യയുടെ സ്ഥിതി എടുക്കുക. ഇവിടത്തെ ജനസംഖ്യയിൽ ഭൂരിപക്ഷം ഹിന്ദുക്കളാണ്. അതുകഴിഞ്ഞ് മുസ്ലിങ്ങൾ, പിന്നെ സിഖുകാർ, ക്രിസ്ത്യാ

നികൾ, പാഴ്സികൾ മുതലായവരുമുണ്ട്. ഈ ഓരോ വിഭാഗത്തിലുംപെട്ട ഭൂരിപക്ഷം ആളുകൾ അതത് മതവിഭാഗത്തിന്റെ വിശ്വാസമനുസരിച്ച് ആരാധന, ആചാരാനുഷ്ഠാനങ്ങൾ എന്നിവ നടത്തുന്നുണ്ട്. അതിനുള്ള അവകാശം ഒരു മതത്തിലും വിശ്വസിക്കാതിരിക്കാനുള്ള അവകാശംപോലെതന്നെ ഭരണഘടന അംഗീകരിക്കുന്നു.

മതവിശ്വാസികളല്ലാത്ത ഭൗതികവാദികൾ വിവിധ മതങ്ങളിൽ വിശ്വസിക്കുന്നവർക്കെല്ലാം സ്വന്തം വിശ്വാസമനുസരിച്ച് ജീവിക്കാനുള്ള അവകാശം അംഗീകരിച്ചുകൊണ്ടാണ് തങ്ങളുടെ ഭൗതികവാദസിദ്ധാന്തം പ്രചരിപ്പിക്കുന്നത്. ഏത് മതത്തിലും വിശ്വസിക്കാനും ഒന്നിലും വിശ്വസിക്കാതിരിക്കാനുമുള്ള അവകാശം ഭരണ ഘടനയിൽ മാത്രമല്ല ഭൗതികവാദികളുടെ സമീപനത്തിലും മൗലിക പ്രാധാന്യമുള്ള ഒരു തത്വമാണ്.

മാർക്സിസ്റ്റ്-ലെനിനിസ്റ്റുകാരാകട്ടെ, ജനങ്ങളിൽ ഭൂരിപക്ഷം മതവിശ്വാസികളാണെന്നുള്ള യാഥാർഥ്യത്തിൽനിന്ന് ഒളിച്ചോടാതെ, അവരുടെ വിശ്വാസ സ്വാതന്ത്ര്യത്തിനെതിരായ ഏതാക്രമണത്തെയും എതിർക്കാനുള്ള സന്നദ്ധതയോടെയാണ് മതത്തിനെതിരെ ആശയപ്രചാരണം നടത്തുന്നത്. വിശ്വാസികളും അവിശ്വാസികളും ചേർന്ന് ഭൗതിക ജീവിതത്തിൽ പൊന്തിവരുന്ന ജനകീയ പ്രശ്നങ്ങൾക്ക് പരിഹാരം കാണാൻ യോജിച്ച സമരങ്ങൾ നടത്തുക എന്നതാണ് മാർക്സിസ്റ്റുകാരുടെ മൗലിക സമീപനം. ലെനിന്റെ ഭാഷയിൽ "പാരത്രിക ലോകത്തുള്ള സ്വർഗത്തിന്റെ സ്വഭാവം സംബന്ധിച്ച് വാദവിവാദങ്ങൾ നടത്തുന്നതിനെക്കാൾ പ്രധാനമായിട്ടുള്ളത് ഐഹിക ലോകത്ത് സ്വർഗം പണിയാനുള്ള സംഘടിത പരിശ്രമമാണ്."

എന്നാൽ, 'ഐഹിക ലോകത്ത് സ്വർഗം പണിയാനുള്ള' ഈ പരിശ്രമത്തിന് തുരങ്കം വയ്ക്കാൻ ചൂഷക വർഗങ്ങൾ സംഘടിതമായി ശ്രമിക്കുന്നു. ആ ശ്രമത്തിന്റെ ഒരു രൂപമാണ് വിവിധ മതവിഭാഗങ്ങൾ തമ്മിൽ കലഹങ്ങളും കലാപങ്ങളും സംഘടിപ്പിക്കൽ.

റഷ്യയിലെ തൊഴിലാളിവർഗ ഐക്യം തകർക്കുന്നതിനുവേണ്ടി ജൂതന്മാർ, റഷ്യാ സാമ്രാജ്യത്തിലെ ന്യൂനപക്ഷ മതക്കാർ, ദേശീയ വിഭാഗങ്ങൾ എന്നിവർക്കെതിരായി ക്രൂരമായ ആക്രമണങ്ങൾ സംഘടിപ്പിക്കുന്ന സാർ ഭരണമേധാവിത്വത്തെ തൊലിയുരിച്ചു കാണിച്ചുകൊണ്ടാണ്, വിവിധ മതവിശ്വാസികളും വിവിധ ദേശീയ വിഭാഗക്കാരുമായ ജനതയെ തൊഴിലാളി വർഗ നേതൃത്വത്തിൽ അണിനിരത്താൻ ലെനിൻ ശ്രമിച്ചത്. മതവിശ്വാസത്തിനെതിരായി ഭൗതികവാദത്തിന്റെ അടിസ്ഥാനത്തിൽ ആശയപ്രചാരണത്തിന് നേതൃത്വം നൽകിയ ലെനിൻതന്നെ, മതസൗഹാർദത്തിനുവേണ്ടി നിരന്തരം പ്രവർത്തിച്ചുപോന്നുവെന്നർഥം. സാർ ഭരണമേധാവിത്വത്തിനെതിരായ തൊഴിലാളിവർഗ ഐക്യത്തിന്റെ അഭേദ്യഭാഗമായാണ് മതപരമായ കലഹങ്ങൾക്കും കലാപങ്ങൾക്കും എതിരായ സംഘടിത പ്രവർ

ത്തനം എന്ന് അദ്ദേഹം കണ്ടു.

ഒക്ടോബർ വിപ്ലവത്തിനുമുമ്പുള്ള റഷ്യൻ സാമ്രാജ്യത്തിലേതിനെക്കാൾ എത്രയോ കൂടുതൽ കുഴഞ്ഞുമറിഞ്ഞതാണ് ഇന്ത്യയിലെ മതസമുദായ ബന്ധം. അതുപയോഗിച്ചാണ് ബ്രിട്ടീഷ് ഭരണമേധാവികൾ സ്വാതന്ത്ര്യസമരത്തെ തകർത്തത്. സ്വാതന്ത്ര്യലബ്ധിക്കു ശേഷമാകട്ടെ കൈയിലുള്ള അധികാരം നിലനിർത്താൻ ഭരണകക്ഷിയും നേടിയെടുക്കാൻ ബൂർഷ്വാ പ്രതിപക്ഷ കക്ഷികളും മതവികാരങ്ങളെ ഇളക്കിവിട്ട് കലഹങ്ങൾ, കലാപങ്ങൾ എന്നിവ മൂർച്ഛിപ്പിച്ചു പ്രവർത്തിച്ചു പോന്നു. അങ്ങനെ മുസ്ലിം വിരുദ്ധ ലഹളകൾ ഇന്ത്യയിലാകമാനവും ക്രിസ്ത്യൻ വിരുദ്ധ ആക്രമണങ്ങൾ ചില ഭാഗങ്ങളിലും തുടർച്ചയായി നടന്നുകൊണ്ടിരുന്നു. പഞ്ചാബിലാകട്ടെ, സിഖ്-ഹിന്ദു പ്രശ്നം അത്യന്തം ക്രൂരമായ ലഹളകളായി കലാശിച്ചു.

ഹിന്ദു വികാരമിളക്കിവിട്ടുകൊണ്ടുള്ള ഒരു വിഭാഗത്തിന്റെ രാഷ്ട്രീയ പ്രവർത്തനം മഹാത്മാഗാന്ധിയുടെ വധത്തിലാണ് കലാശിച്ചതെങ്കിൽ ഹിന്ദു -സിഖ് വൈരുധ്യം പഞ്ചാബിൽ നൂറുകണക്കിനു ഹിന്ദുക്കളുടെയും സിഖുകാരുടെയും കൊലപാതകത്തിലും അവസാനം പ്രധാനമന്ത്രി ഇന്ദിരാഗാന്ധിയുടെ വധത്തിലും ചെന്നെത്തി. ഇതാണ് ഇന്ത്യയിലെ യഥാർഥ സ്ഥിതി എന്നിരിക്കെ 'മതേതര സൗഹാർദം' എന്ന മുദ്രാവാക്യം ഉയർത്തി മതസൗഹാർദത്തിനുള്ള പ്രവർത്തനത്തെ എതിർക്കാൻ വേണ്ട വിവരക്കേടു യുക്തിവാദികൾക്കും നക്സലൈറ്റുകൾക്കും ഉണ്ടാവുമെന്ന് എനിക്ക് ഊഹിക്കാൻ പോലും വയ്യാ. ഉണ്ടെന്നു ചോദ്യകർത്താവ് പറയുന്ന സ്ഥിതിക്ക് അത് വിശ്വസിച്ചുകൊണ്ട് പറയട്ടെ, അവർക്ക് നമ്മുടെ രാജ്യം എന്താണെന്നറിഞ്ഞുകൂടാ. (23.11.1984)

17

മതാചാരങ്ങളും കമ്യൂണിസ്റ്റുകാരും

ഇ എം എസിനെപ്പോലുള്ളവർക്ക് കുടുമ, പൂണൂൽ തുടങ്ങിയ സാമുദായിക ചിഹ്നങ്ങൾ ഉപേക്ഷിക്കാനും മാനവരാശിയുടെ പൊതുധാരയിൽ ലയിക്കാനും കഴിഞ്ഞു. എന്നാൽ ഹർകിഷൻസിങ് സുർജീത്തിനെപ്പോലുള്ളവർ ഇന്നും താടിയും മുടിയും തലക്കെട്ടും ഉപേക്ഷിക്കാത്തത് എന്താണ്? പാർട്ടിയുടെ പൊളിറ്റ് ബ്യൂറോ മെമ്പറായ ഒരാളിൽപ്പോലും സിഖ് മതാചാരങ്ങൾ ഇത്രയും സ്വാധീനം ചെലുത്തുമ്പോൾ നമുക്ക് സാധാരണ സിഖുകാരോട് മതേതരത്വം ഉപദേശിക്കുവാൻ കഴിയുമോ?

ടി എസ് സരസ്വതി
കുറിച്ചിത്താനം

ജാതിയെയും മതത്തെയും ആസ്പദമാക്കിയ ആചാരാനുഷ്ഠാനങ്ങൾക്ക് എതിരായ സമരമാണ് ഏറ്റവും പ്രധാനമെന്ന കാഴ്ചപ്പാടാണ് ചോദ്യത്തിൽ നിഴലിച്ചുകാണുന്നത്. അത് ശരിയല്ല.

ആധുനിക (ബൂർഷ്വാ) ജനാധിപത്യ പ്രസ്ഥാനത്തിന്റെ വളർച്ചയിൽ ജാതി മത വിശ്വാസം, അതിനെ ആസ്പദമാക്കിയ ആചാരനടപടികൾ എന്നിവക്കെതിരായ സമരത്തിന് തീർച്ചയായും പ്രാധാന്യമുണ്ട്. പക്ഷേ പ്രസ്ഥാനം പുരോഗമിക്കുമ്പോൾ ദേശീയ സ്വാതന്ത്ര്യം, ജനാധിപത്യപരമായ രാഷ്ട്രീയ സംവിധാനം, അധ്വാനിക്കുന്ന ബഹുജനങ്ങൾക്ക് അനുഭവിക്കേണ്ടിവരുന്ന ചൂഷണം എന്നീ പ്രശ്നങ്ങളും അവയെ ആസ്പദമാക്കിയ പ്രസ്ഥാനങ്ങളും കൂടുതൽ പ്രധാനമായി തീരുന്നു. ജാതിമതാദികളെ ആസ്പദമാക്കിയ ആചാരനുഷ്ഠാനങ്ങൾക്കെതിരായ സമരംതന്നെ ഇതിന് കീഴ്പ്പെടണം.

ഇതാണ് കേരളത്തിൽ നടന്നത്. ചോദ്യകർത്രിയുടെ പ്രശംസക്ക് പാത്രമായ 'കുടുമ, പൂണൂൽ തുടങ്ങിയ സാമുദായിക ചിഹ്നങ്ങൾ ഉപേക്ഷി'ക്കുന്നതിൽ തുടങ്ങിയ ആ സാമൂഹ്യവിപ്ലവ പ്രസ്ഥാനം ക്രമേണ ഇടതുപക്ഷ രാഷ്ട്രീയ പ്രസ്ഥാനവും കമ്യൂണിസ്റ്റ് പാർട്ടിയുടെ സംഘടനയുമായി ഉയർന്നു.

പ്രാകൃതമായ സാമുദായിക അനാചാരങ്ങൾക്കെതിരായ സമരം മൗലികമായ സാമ്പത്തിക ചൂഷണത്തിനും രാഷ്ട്രീയ രംഗത്തെ ജനാധിപത്യനിഷേധത്തിനും എതിരായ സമരത്തിന്റെ ഭാഗമാണെന്നുവന്നു. സാമ്പത്തിക-രാഷ്ട്രീയ രംഗങ്ങളിൽ വരുത്തേണ്ട വിപ്ലവകരമായ മാറ്റങ്ങൾക്ക് സാമൂഹ്യ പരിഷ്കാര പ്രസ്ഥാനം കീഴ്പ്പെട്ടു തുടങ്ങി.

ഇതിൽ എന്തു പങ്ക് വഹിച്ചുവെന്ന് നോക്കിയാണ് സുർജീത്തും ഈ ലേഖകനുമടക്കം ഓരോ കമ്യൂണിസ്റ്റുകാരനും പൊതുജീവിതത്തിൽ വഹിച്ച പങ്ക് വിലയിരുത്തേണ്ടത്.

കേരളത്തിൽ ജാതിയെ ആസ്പദമാക്കിയ അനാചാരങ്ങൾ, മതപരമായ അന്ധവിശ്വാസങ്ങൾ എന്നിവക്കെതിരെ ആദ്യം തുടങ്ങിയ സമരം ക്രമേണ നാട്ടുരാജ്യ പ്രദേശങ്ങളിൽ ഉത്തരവാദഭരണം, കാർഷികബന്ധങ്ങളിൽ അടിമുടി പൊളിച്ചെഴുത്ത് എന്നിവയ്ക്കുള്ള സമരമായി മാറി. അതിൽ വഹിച്ച പങ്കു നോക്കിയാണ്, ആദ്യകാലത്തു 'കുടുമയും പൂണൂലും ഉപേക്ഷിച്ചു' എന്നതിന്റെ അടിസ്ഥാനത്തിലല്ല ഈ ലേഖകനെ വിലയിരുത്തേണ്ടത്.

ഈ കാഴ്ചപ്പാടില്ലാത്ത ചില വിമർശകർ സുർജീത്തിനെ എന്നപോലെ ഈ ലേഖകനെയും വിമർശിക്കാറുണ്ട്. കുടുമയും പൂണൂലും ഉപേക്ഷിച്ചുവെങ്കിലും ജാതിയെ സൂചിപ്പിക്കുന്ന പേര് ഇപ്പോഴും തുടരുന്നു. കുടുംബത്തിൽ നടന്ന വിവാഹങ്ങളെല്ലാം സ്വന്തം ജാതിയിൽ തന്നെയാണ് എന്നൊക്കെയാണു വിമർശനങ്ങൾ.

പക്ഷേ ജാതി മേധാവിത്വത്തിന് അടിത്തറയായി നിൽക്കുന്ന ജന്മിമേധാവിത്വം ഫ്യൂഡൽ പ്രഭുത്വം എന്നിവക്കെതിരെ കേരളത്തിലെ പട്ടിണിപ്പാവങ്ങളെ യോജിപ്പിച്ച് അണിനിരത്തുന്നതിൽ ഈ ലേഖകൻ അപ്രധാനമല്ലാത്ത പങ്ക് വഹിച്ചിട്ടുണ്ടെന്ന് ഈ വിമർശകന്മാർ പോലും സമ്മതിക്കും. കഴിഞ്ഞ അരനൂറ്റാണ്ടിനിടക്ക് കേരളത്തിൽ നടന്ന രണ്ട് പ്രധാന നിയമനിർമാണങ്ങൾ—കൂട്ടുകുടുംബവ്യവസ്ഥ അവസാനിപ്പിച്ചതും ജന്മി-കുടിയാൻ ബന്ധം മാറ്റി എഴുതിയതും—ഇവിടത്തെ സാമൂഹ്യവ്യവസ്ഥയിൽ മൗലികമായ മാറ്റം വരുത്തിയിട്ടുണ്ട്. രണ്ടിലും ഈ ലേഖകൻ പങ്കെടുത്തിട്ടുമുണ്ട്. ആദ്യകാലത്തെ കുടുമയും പൂണൂലും ഉപേക്ഷിച്ച നടപടിയുടെ ഉയർന്ന രൂപമാണിത്. പേരിന്റെ കൂടെ ജാതിപ്പേരും കൂടി നിലനിൽക്കുന്നതോ ജാതിവ്യവസ്ഥയുടെ ചില അംശങ്ങൾ ഇപ്പോഴും തുടരുന്നതോ ഈ മൗലികമായ മാറ്റത്തിന് തടസമായിട്ടില്ല.

ഇതുതന്നെയാണ് സുർജീത്തിന്റെയും സ്ഥിതി. സിഖ് സമൂഹത്തിന്റെ ബാഹ്യരൂപങ്ങൾ നിലനിർത്തിക്കൊണ്ടാണെങ്കിലും അതിന് അടിത്തറയായി നിൽക്കുന്ന സാമൂഹ്യ-രാഷ്ട്രീയ ബന്ധങ്ങൾക്കെതിരെ പോരാടുന്നതിൽ അദ്ദേഹം സജീവമായി പങ്കുവഹിച്ചിട്ടുണ്ട്. മതസ്ഥാപനങ്ങളുടെ മേൽ ആധിപത്യം വഹിച്ച സിഖ് മതമേധാവികൾക്കെതിരെയുള്ള സമരത്തിൽ തുടങ്ങി, അടുത്തകാലത്ത് രാജ്യത്തിനാകെ ഭയങ്കര വിപത്തായി തീർന്ന സിഖ് തീവ്രവാദികൾക്കെതിരെ ജനങ്ങളെ അണിനിരത്തൽ വരെ ഓരോ ഘട്ടത്തിലും അദ്ദേഹം വിപ്ലവപരമായ പങ്ക് വഹിച്ചിട്ടുണ്ട്.

അതുകൊണ്ടാണ് ഇന്നത്തെ സിഖ് തീവ്രവാദികൾ തങ്ങൾക്ക് 'വകവരുത്താ'നുള്ള ശത്രുക്കളുടെ ലിസ്റ്റിൽ ഒന്നാമതായിതന്നെ അദ്ദേഹത്തെ പെടുത്തിയത്. അദ്ദേഹവും മറ്റു മതനിരപേക്ഷ രാഷ്ട്രീയക്കാരും സിഖ് നേതാക്കളോട് ആവശ്യപ്പെടുന്നത് മതത്തെ ആസ്പദമാക്കി രാഷ്ട്രീയം കൈകാര്യം ചെയ്യുന്ന ഏർപ്പാട് അവസാനിപ്പിക്കണമെന്നാണ്. അതിനുവേണ്ടിയാണ് സുർജീത്തിനെപ്പോലുള്ളവർ ജീവൻപോലും ബലികഴിക്കാൻ തയ്യാറാകുന്നത്.

നേരത്തെ സൂചിപ്പിച്ചതുപോലെ ഈ ലേഖകന്റെ പേരിൽ ജാതിപ്പേര് കൂടി ഉൾപ്പെടുത്തുന്നുണ്ടോ എന്നത് ചോദ്യകർത്രിക്ക് അത്ര പ്രധാനമായി തോന്നിയിട്ടില്ലെങ്കിൽ സുർജീത്തിന്റെ വേഷം എന്തുകൊണ്ട് ഇത്രയേറെ ചർച്ചാവിഷയമാക്കണം. ജാതിപ്പേര്, മതാചാരങ്ങളുടെ അവശിഷ്ടങ്ങൾ എന്നിവ നിലനിർത്തുന്നുണ്ടെങ്കിലും അവ സൂചിപ്പിക്കുന്ന സാമൂഹ്യവ്യവസ്ഥക്കെതിരെ പോരാടുന്നുണ്ടോ എന്നതാണ് പ്രധാനകാര്യം—ഈ ലേഖകനും സുർജീത്തുമടക്കം എല്ലാ കമ്യൂണിസ്റ്റുകാരുടെയും കാര്യത്തിൽ. (22.05.1987)

18

പാർട്ടി അംഗത്വവും മതവിശ്വാസവും

മാർക്സിസവും ലെനിനിസവും ആണ് പാർട്ടിയുടെ മൗലികതത്വം. അതാകട്ടെ ഭൗതികവാദത്തിൽ അടിയുറച്ചതുമാണ്. ആ സ്ഥിതിക്ക് പാർട്ടിയുടെ ആദർശങ്ങളിലും തത്വസംഹിതകളിലും വിശ്വസിക്കുന്ന ഒരാൾക്ക് ദൈവാരാധകനാവാൻ പറ്റുമോ?

ടി മമ്മതുകോയ
കോഴിക്കോട്

റഷ്യയിൽ മതവിശ്വാസികൾക്ക് പാർട്ടിയിൽ (കമ്യൂണിസ്റ്റ് പാർട്ടിയിൽ) അംഗത്വം കൊടുക്കുന്നുണ്ടോ? ഒരു മതവിശ്വാസിക്ക് യഥാർഥ കമ്യൂണിസ്റ്റുകാരനായിരിക്കാൻ കഴിയില്ല എന്ന് മാർക്സോ ലെനിനോ പറഞ്ഞിട്ടുണ്ടോ?

മൊയ്തീൻകുട്ടി ടി
ത്രിക്കത്തേരി

ഇതിനുമുമ്പ് പലതവണ ഉത്തരം പറഞ്ഞ ചോദ്യങ്ങളുടെ ഉള്ളടക്കം ഈ രണ്ട് ചോദ്യങ്ങളിലും അടങ്ങിയിട്ടുണ്ട്. അതുകൊണ്ട് ദീർഘമായ ഉത്തരം നൽകാൻ ഇവിടെ ശ്രമിക്കുന്നില്ല. കാതലായ കാര്യം ചുരുക്കി അവതരിപ്പിക്കുക മാത്രമേ ചെയ്യുന്നുള്ളു.

കമ്യൂണിസ്റ്റ് പാർട്ടിയുടെ മൗലികമായ താത്വിക നിലപാട് ഭൗതികവാദമാണെന്നതിന് സംശയമില്ല. പക്ഷേ, ചോദ്യകർത്താക്കൾ ധരിക്കുന്നതുപോലെ, ഭൗതികവാദത്തിൽ തുടങ്ങി ഭൗതികവാദത്തിൽ അവസാനിക്കുന്ന ഒന്നല്ല മാർക്സിസം. ഭൗതികവാദമെന്നപോലെതന്നെ വൈരുധ്യ

വാദത്തിനും മാർക്സിസ്റ്റ് ദർശനത്തിൽ പ്രസക്തിയുണ്ട്. രണ്ടിനെയും കൂട്ടിയിണക്കുന്നുവെന്നതാണ് മാർക്സിസം–ലെനിനിസത്തിന് മറ്റ് ദർശനങ്ങളെ അപേക്ഷിച്ചുള്ള മെച്ചം.

എന്താണ് വൈരുധ്യവാദം? അതും ഭൗതികവാദവും തമ്മിൽ എങ്ങനെ പൊരുത്തപ്പെടുന്നു? അല്ലെങ്കിൽ അവ എങ്ങനെ അന്യോന്യം സ്വാധീനിക്കുന്നു? ഈ ചോദ്യങ്ങൾക്ക് മറുപടി പറഞ്ഞാൽ മാത്രമേ രണ്ട് ചോദ്യകർത്താക്കളും ഉയർത്തിയ സംശയങ്ങൾക്ക് ഉത്തരം കണ്ടെത്താനാവൂ.

'ഭൗതികവാദത്തിൽ അടിയുറച്ച' മാർക്സിസ്റ്റ്–ലെനിനിസ്റ്റ് പാർട്ടി അടിസ്ഥാനപരമായി നോക്കിയാൽ തൊഴിലാളിവർഗത്തിന്റെ വിപ്ലവ പാർട്ടിയാണ്. ആ നിലയ്ക്ക് കർഷക ജനസാമാന്യം അടക്കം അധ്വാനിക്കുന്ന ജനവിഭാഗങ്ങളുടെ മുഴുവൻ പാർട്ടിയാണ്. ബൂർഷ്വാ–ഭൂപ്രഭു ഭരണവർഗങ്ങളുടെയും സാമ്രാജ്യക്കോയ്മകളുടെയും ചൂഷണത്തിന് ഇരയായി അതിൽനിന്നു മോചനം നേടാൻ ശ്രമിക്കുന്ന എല്ലാ ജനവിഭാഗങ്ങളുടെയും പാർട്ടി കൂടിയാണ്.

പാർട്ടിയുടെ അടിസ്ഥാനപരമായ നിലപാടിനുള്ള ഈ ഇരട്ട സ്വഭാവം —ഇവ രണ്ടും തമ്മിലുള്ള വൈരുധ്യാത്മക ബന്ധം—മനസ്സിലാക്കാനുള്ള കഴിവില്ലായ്മയാണ് രണ്ട് ചോദ്യങ്ങളിലും അടങ്ങിയത്.

മാർക്സിസത്തിന്റെ ദാർശനികമായ അടിസ്ഥാനം ഭൗതികവാദമാണെന്നതിന് സംശയമില്ല. പക്ഷേ, അതിന്റെ രാഷ്ട്രീയമായ അടിസ്ഥാനം തൊഴിലാളിവർഗത്തിന്റെ നേതൃത്വത്തിൽ അധ്വാനിക്കുന്ന ബഹുജനങ്ങളാകെ നടത്തുന്ന സംഘടിത ശ്രമങ്ങളാണ്. ഈ സമരങ്ങളിൽ പങ്കെടുക്കുന്ന ജനകോടികളിൽ ബഹുഭൂരിപക്ഷമാകട്ടെ മതവിശ്വാസികളും ആശയവാദികളുമാണുതാനും.

അതുകൊണ്ടാണ് രാഷ്ട്രീയവും സംഘടനാപരവുമായ മാർക്സിസ്റ്റ്–ലെനിനിസ്റ്റ് പാർട്ടികളുടെ നേതൃത്വത്തിൽ അണിനിരക്കുന്ന ജനലക്ഷങ്ങളിൽ തന്നെ വലിയൊരു വിഭാഗം അമ്പലങ്ങളിലും പള്ളികളിലും മറ്റു ആരാധനാലയങ്ങളിലും പോകുന്നത്. (നമ്മുടെ കേരളത്തിൽ ശബരിമലയ്ക്ക് കെട്ടുംകെട്ടി പോകുന്നവരിൽ ആയിരക്കണക്കിന് ഇടതുപക്ഷ ചിന്താഗതിക്കാരുണ്ടെന്നത് പരക്കെ അറിയപ്പെടുന്ന ഒരു സത്യമാണല്ലോ). ഇതൊരു വൈരുധ്യമല്ലേ?

തീർച്ചയായും അതെ. മാർക്സിസ്റ്റുകാരുടെ ഭൗതികവാദദർശനവും രാഷ്ട്രീയ സംഘടനാ തലങ്ങളിൽ അവരുടെ നേതൃത്വം അംഗീകരിക്കുന്ന ജനലക്ഷങ്ങളുടെ മതവിശ്വാസവും തമ്മിൽ താത്വികമായി പൊരുത്തപ്പെടുകയില്ല. പക്ഷേ, ആ പൊരുത്തക്കേട് എങ്ങനെ തീർക്കും? ഇവിടെയാണ് മാർക്സിസ്റ്റുകാരും മറ്റ് യുക്തിവാദികളും തമ്മിൽ അന്തരം—വൈരുധ്യം തന്നെ—ഉള്ളതും.

നിത്യജീവിത പ്രശ്നങ്ങളെ ആസ്പദമാക്കി നടക്കുന്ന പ്രക്ഷോഭസമരങ്ങളിൽ വിശ്വാസികളും അവിശ്വാസികളുമടക്കമുള്ള ബഹുജനങ്ങൾ പങ്കെടുക്കുന്നുണ്ടല്ലോ. ഈ സമരങ്ങളുടെ ഉയർന്ന രൂപമാണ് ജനാധിപത്യം. സോഷ്യലിസത്തിലേക്കുള്ള പരിവർത്തനം, യുദ്ധവിപത്തിൽനിന്ന് മനുഷ്യരാശിയുടെ മോചനം മുതലായവയ്ക്കുവേണ്ടിയുള്ള രാഷ്ട്രീയ പ്രസ്ഥാനങ്ങൾ. ഇവയിൽ ഓരോന്നിലും വിശ്വാസികളും അവിശ്വാസികളും തോളോടുതോൾചേർന്നു നിന്നു പോരാടുന്നു.

ഇതിലൂടെ രൂപംകൊള്ളുന്ന അധ്വാനിക്കുന്ന ബഹുജനങ്ങളുടെ വർഗപരമായ ഐക്യമാണ് മതവിശ്വാസികളായ ജനങ്ങളുടെ ബോധനിലവാരം ഉയർത്താനുള്ള മാർഗമെന്നാണു മാർക്സിസ്റ്റ്-ലെനിനിസ്റ്റുകാർ വിശ്വസിക്കുന്നത്. ലെനിന്റെ ഭാഷയിൽ "പരലോകത്തു സ്വർഗം കെട്ടിപ്പടുക്കുന്ന കാര്യം സംബന്ധിച്ച വിവിധ വീക്ഷണമുള്ളവർ ഇഹലോകത്ത് സ്വർഗം കെട്ടിപ്പടുക്കാൻ വേണ്ടി നടത്തുന്ന ഏകീകൃതമായ ശ്രമ"മാണ് മർമപ്രധാനമായി മാർക്സിസ്റ്റുകാർ കാണുന്നത്.

ഇന്നത്തെ ലോകരാഷ്ട്രീയം, ഇന്ത്യൻ രാഷ്ട്രീയം, കേരള രാഷ്ട്രീയം എന്നിവ പരിശോധിച്ചാൽ ഈ സമീപനത്തിലുള്ള നിലപാട് തികച്ചും ശരിയാണെന്ന് വ്യക്തമായി കാണാൻ കഴിയും.

മനുഷ്യരാശിയുടെ മുമ്പിൽ ഇന്നുള്ള മുഖ്യപ്രശ്നം ആണവയുദ്ധത്തിന്റെ വിപത്താണല്ലോ. അതിൽനിന്ന് രക്ഷനേടുന്നതിന് ലോകത്തെങ്ങുമുള്ള മാർക്സിസ്റ്റ്-ലെനിനിസ്റ്റുകാരും മതനേതാക്കളിൽ ഒരു വിഭാഗവും ഒത്തുചേരുന്നു.

കേരളമടക്കം ഇന്ത്യയിലെ രാഷ്ട്രീയ രംഗത്താകെ രാജീവ് കോൺഗ്രസിന്റെ ദുർഭരണം, ബി ജെ പിയും മുസ്ലീംലീഗുമടക്കമുള്ള ജാതി-മത-വർഗീയ വാദികളുടെ ശിഥിലീകരണ പ്രവർത്തനങ്ങൾ എന്നിവയ്ക്കെതിരെ ജനങ്ങളെ അണിനിരത്തുന്നതിൽ മാർക്സിസ്റ്റ്-ലെനിനിസ്റ്റുകാരും മതവിശ്വാസികളിൽ ഒരുവിഭാഗവും യോജിക്കുന്നു. (അതിന്റെ ഒരു ഉദാഹരണമാണ് കേരളത്തിൽ ഈയിടെ നടന്ന മനുഷ്യച്ചങ്ങല). വിശ്വാസികളും അവിശ്വാസികളും തമ്മിലോ വിശ്വാസികളിൽതന്നെയുള്ള വിവിധ വിഭാഗങ്ങൾ തമ്മിലോ ഉള്ള അന്തരം ഈ ജനകീയൈക്യത്തിന് തടസമല്ല.

ഈ അടിസ്ഥാനത്തിലാണ് മാർക്സിസ്റ്റ്-ലെനിനിസ്റ്റുകാർ അവരുടെ പ്രവർത്തനം നടത്തുന്നത്. മറ്റു യുക്തിവാദികളെപ്പോലെ മതവിശ്വാസികൾക്കെതിരായ യാതൊരു യുദ്ധവും അവർ നടത്തുന്നില്ല. പക്ഷേ, മതവിശ്വാസത്തെ തുറന്നുകാണിച്ചുകൊണ്ടുള്ള ആശയപരമായ പ്രചാരണം അവർ സംഘടിതമായി നടത്തുന്നു. വിവിധ മതവിശ്വാസികൾക്ക് അതാതു മതത്തിനനുകൂലമായിട്ടെന്നപോലെ അവിശ്വാസികൾക്കു ഭൗതികവാദ സമീപനത്തിനനുകൂലമായും പ്രചാരവേല നടത്താൻ മതനിരപേക്ഷ-ജനാധിപത്യ വ്യവസ്ഥയിലുള്ള സ്വാതന്ത്ര്യം അവർ തികച്ചും ഉപയോഗപ്പെ

ടുത്തുന്നു.

അതായത്, മതവിശ്വാസികൾ അടക്കം ജനകോടികളെ അണിനിരത്തിക്കൊണ്ടുള്ള പ്രായോഗിക പ്രവർത്തനവും മതത്തിനെതിരായ ആശയപ്രചരണവും ഒരേപോലെ സംഘടിപ്പിച്ച് രണ്ടിനെയും കൂട്ടിയിണക്കുന്ന ഒരു പ്രസ്ഥാനമാണ് മാർക്സിസം–ലെനിനിസത്തിന്റേത്.

സോവിയറ്റ് യൂണിയനും ഇന്ത്യയുമടക്കം എല്ലാ രാജ്യങ്ങളിലുമുള്ള കമ്യൂണിസ്റ്റ് പാർട്ടികളിൽ അംഗത്വത്തിനുള്ള പ്രാഥമികമായ വ്യവസ്ഥ പാർട്ടിയുടെ പരിപാടിയും ചട്ടങ്ങളും അനുസരിച്ച് പ്രവർത്തിക്കാനുള്ള സന്നദ്ധതയാണ്. അതുണ്ടെങ്കിൽ ഏതൊരാൾക്കും പാർട്ടി അംഗത്വത്തിന് അപേക്ഷിക്കാം; അതനുസരിച്ച് പ്രവർത്തിക്കുമെന്ന് ബന്ധപ്പെട്ട പാർട്ടി ഘടകത്തിന് ബോധ്യപ്പെട്ടാൽ അംഗത്വം കിട്ടുകയും ചെയ്യും. അതിനു മതവിശ്വാസം ഉപേക്ഷിക്കുക എന്ന ഒരു മുൻ ഉപാധി ഇല്ല.

പക്ഷേ തുടക്കത്തിൽ മതവിശ്വാസിയാണെങ്കിലും വൈരുധ്യാത്മക ഭൗതികവാദത്തിൽ ഉറച്ചുനിൽക്കുന്ന പാർട്ടിയിൽ അംഗത്വം കിട്ടുന്നതോടെ ഭൗതികവാദത്തിന്റെ ദാർശനിക സമീപനം ഉൾക്കൊള്ളാൻ പാർട്ടി മെംബറായ ഓരോ ആളും പരിശ്രമിക്കണം. അതിന്റെ ഫലം പാർട്ടി സദാ അവലോകനം ചെയ്തുകൊണ്ടിരിക്കും. എന്നുവച്ചാൽ, മതവിശ്വാസത്തിൽ നിന്ന് മാർക്സിസത്തിലേക്കുള്ള പുരോഗതി എന്ന പ്രക്രിയ പൂർത്തിയാക്കുന്നതിൽ പാർട്ടി അംഗത്വം നേടുന്ന വ്യക്തിയും അദ്ദേഹത്തെ നയിക്കുന്ന പാർട്ടിയും സഹകരിച്ചു പ്രവർത്തിക്കുന്നു. (09.10.1987)

19

മതാനുഷ്ഠാനങ്ങളും വർഗീയ പ്രവണതകളും

മാർക്സിസത്തിൽ വിശ്വസിക്കുന്നവർ ദൈവവിശ്വാസികളോ ബിംബാരാധകരോ ആകുവാൻ പാടില്ലാത്ത സ്ഥിതിക്ക്, ചില സംശയങ്ങൾ ബാക്കിനിൽക്കുന്നു. ലെനിൻഗ്രാഡിൽ ലെനിന്റെയും സ്റ്റാലിന്റെയും മൃതദേഹങ്ങൾ എണ്ണയിട്ടു സൂക്ഷിച്ചുവയ്ക്കുകയും അവിടെ ചെല്ലുന്നവർ അവയിൽ പുഷ്പങ്ങളർപ്പിക്കുകയും ചെയ്യുന്നു. ഈ തരത്തിലുള്ള 'പ്രേതാരാധന' ഭാരതത്തിലെ വിഗ്രഹാരാധനയെക്കാൾ പ്രാകൃതവും മരിച്ചശേഷവും ആ ദേഹങ്ങളിൽ എന്തോ ഒരു ദിവ്യശക്തി കുടികൊള്ളുന്നുണ്ടെന്ന വിശ്വാസം ജനിപ്പിക്കുന്നതുമല്ലേ? അതേപോലെ, പുന്നപ്ര-വയലാറിലെ ശവകുടീരങ്ങളിലെ മണൽത്തരികൾ തിരുവനന്തപുരത്തെ ടൗൺഹാളിൽ പ്രദർശനത്തിനുവച്ചതായും പിന്നീട് ദൽഹിക്ക് കൊണ്ടുപോയതായും കേൾക്കുന്നു. ഇതും വിഗ്രഹാരാധനയുടെ മറ്റൊരു രൂപമല്ലേ? കമ്യൂണിസ്റ്റ് തത്വങ്ങളും ഇത്തരം ആരാധന ക്രമങ്ങളും തമ്മിൽ എങ്ങിനെ പൊരുത്തപ്പെടും?

വി രാധാകൃഷ്ണൻ
ചോറംകുളം, ആലത്തൂർ

മാതൃഭൂമി ആഴ്ചപ്പതിപ്പിൽ വി ടി ഇന്ദുചൂഡൻ എഴുതിയ 'റഷ്യൻ വിപ്ലവത്തിന്റെ സപ്തതി' എന്ന ലേഖനത്തിന്റെ അവസാനത്തിൽ, റഷ്യയിലെ ഒരു സ്വയംഭരണ റിപ്പബ്ലിക്കും മുസ്ലിം ഭൂരിപക്ഷപ്രദേശവുമായ കസാക്കിസ്ഥാനിൽ വർഗീയ ലഹള ഉണ്ടായതായി പറയുന്നു. ക്രൈസ്തവർ അഗണ്യരല്ലാത്ത ഈ പ്രദേശത്ത് കമ്യൂണിസ്റ്റ് പാർട്ടി സെക്രട്ടറിയായിരുന്ന ദീൻമുഹമ്മദ് കനിയേവ് അഴി

മതി അന്വേഷണത്തെ തുടർന്ന് സെക്രട്ടറി പദത്തിൽനിന്നും നീക്കം ചെയ്യപ്പെടുകയും പകരം ക്രൈസ്തവനായ ഒരു സഖാവ് സെക്രട്ടറിയായി നിയമിക്കപ്പെടുകയും ചെയ്തുവെന്നും ഇതിൽ പ്രതിഷേധിച്ച് കസാക്കിസ്ഥാനിന്റെ തലസ്ഥാനമായ 'ആൽമാരത്ത'യിൽ വർഗീയ ലഹള പൊട്ടിപ്പുറപ്പെട്ടെന്നും നിഷ്പ്രയാസം അത് അടിച്ചമർത്തപ്പെട്ടുവെന്നും ലേഖകൻ വിവരിക്കുന്നു. വർഗീയ പ്രവണതകൾ സോവിയറ്റ് യൂണിയനിൽ മുസ്ലിം റിപ്പബ്ലിക്കുകളിൽ അടുത്തകാലത്ത് വളർന്നുവന്നതായി സോവിയറ്റ് പ്രസിദ്ധീകരണങ്ങളിൽ നിന്ന് തെളിയുന്നുണ്ടെന്നും ലേഖനത്തിൽ ചൂണ്ടിക്കാട്ടുന്നു. ഇതിൽനിന്ന് എഴുപതുകൊല്ലത്തോളമായി കമ്യൂണിസ്റ്റ് പാർട്ടി ഭരിക്കുന്ന ഒരു സോഷ്യലിസ്റ്റ് രാജ്യത്ത് വർഗീയ ലഹള ഉണ്ടാകുമ്പോൾ വർഗീയതയുടെയും മതമൗലികവാദത്തിന്റെയും വേരുകൾ അവിടെനിന്നും പിഴുതുമാറ്റപ്പെട്ടിട്ടില്ല എന്നല്ലേ മനസിലാക്കേണ്ടത്?

ശ്രീനിവാസൻ
ചെറുകുളത്തൂർ

ഒന്നാം ചോദ്യത്തിന്റെ ആദ്യഭാഗത്തിനുള്ള ഉത്തരം ഇതിനുമുമ്പ് പലതവണ ഈ പംക്തിയിൽ നൽകിയിട്ടുള്ളതാണ്. അതൊന്നുകൂടി ആവർത്തിക്കാം.

1. മാർക്സിസം ഭൗതികവാദത്തെ ആസ്പദമാക്കിയ ഒരു ലോകവീക്ഷണമാണ്. ആ നിലയ്ക്ക് മാർക്സിസ്റ്റിന് ദൈവവിശ്വാസിയാകാൻ വയ്യ.

2. എന്നാൽ, മാർക്സിസത്തിന്റെ ഭൗതികവാദം വൈരുധ്യാത്മകമാണ്. അതായത് ദൈവവിശ്വാസികളും ദൈവാരാധകരുമായ ലക്ഷക്കണക്കിനാളുകളെ സംഘടിപ്പിച്ച് അവരെ വിപ്ലവത്തിൽ നയിക്കുന്ന ജോലി മാർക്സിസ്റ്റുകാർ ഏറ്റെടുക്കുന്നു. ദൈവവിശ്വാസികളും അല്ലാത്തവരുമായ ജനകോടികളുടെ സംയുക്തസമരത്തിലൂടെയാണ് സമൂഹമാകെ മാറുന്നത്; അതിന്റെ ഭാഗമായാണ് ദൈവവിശ്വാസത്തിന് സമൂഹത്തിൽ സ്വാധീനം കുറയുന്നത്.

3. പക്ഷേ, സംഘടിതമായ ബഹുജന സമരങ്ങളിലൂടെ മാത്രം ദൈവവിശ്വാസം അടക്കം ജനങ്ങളുടെ ഇടയിലുള്ള മൂഢസങ്കൽപ്പങ്ങൾ ഇല്ലാതാവുകയില്ല. സംഘടിതവും ആസൂത്രിതവുമായ ആശയ സമരങ്ങളിലൂടെ ജനങ്ങളുടെ ബോധനിലവാരം ഉയർത്താൻ ബോധപൂർവം ശ്രമിക്കുകതന്നെ വേണം.

അതായത്, സംഘടിതമായ ആശയസമരം, അതോടൊപ്പം രാഷ്ട്രീയവും സാമ്പത്തികവുമായ രംഗങ്ങളിൽ നടക്കുന്ന വിപ്ലവ പ്രവർത്തനം എന്നിവയെ കൂട്ടിയിണക്കി സമൂഹത്തെയാകെ മാറ്റിയെടുക്കുന്നതിലാണ് മാർക്സിസത്തിന്റെ ജീവൻ കിടക്കുന്നത്. അപ്പോൾ ഭൗതികവാദത്തിനുവേണ്ടി നിരന്തരം പോരാടാതിരിക്കുന്നത് തികഞ്ഞ അവസരവാദമാണ്. അതേപോലെ ആപൽക്കരമായ മറ്റൊരു അവസരവാദമാണ് സമൂ

ഹത്തെ മാറ്റിത്തീർക്കുന്ന വിപ്ലവ പ്രക്രിയയിൽ പങ്കെടുക്കുന്ന ജനകോടികളെ ദൈവവിശ്വാസികളെന്ന കാരണത്താൽ ആക്ഷേപിക്കുകയോ പുച്ഛിക്കുകയോ ചെയ്യുന്നത്. ഈ രണ്ടാംതരത്തിൽപ്പെട്ട പാളിച്ചയാണ് ബൂർഷ്വാ യുക്തിവാദ പ്രസ്ഥാനം!

ഇതു തന്നെയാണ് ചോദ്യകർത്താവിന്റെ സംശയത്തിലും പ്രകടമാവുന്നത്. അദ്ദേഹം എടുത്തു പറയുന്ന ആചാരാനുഷ്ഠാനങ്ങൾ ശരിക്കു നോക്കിയാൽ പ്രാകൃതം തന്നെ. പക്ഷെ, സോഷ്യലിസ്റ്റ് വിപ്ലവം സംബന്ധിച്ച ജനകോടികളുടെ വികാരത്തിന് രൂപംനൽകുക വഴി ഭാവി വിപ്ലവ പ്രവർത്തനത്തിന് അവ ഉത്തേജനം നൽകുന്നു. അങ്ങനെ തൊഴിലാളി വർഗ വിപ്ലവ പ്രസ്ഥാനത്തെ മുന്നോട്ടുകൊണ്ടുപോകാൻ അവ സഹായിക്കുന്നു. മൺമറഞ്ഞ രക്തസാക്ഷികളോടും വിപ്ലവത്തിനു നേതൃത്വം വഹിക്കുന്ന മഹാന്മാരോടും ജനങ്ങൾക്കുള്ള സ്നേഹബഹുമാനങ്ങൾ മനുഷ്യന്റെ മുന്നോട്ടുള്ള പ്രയാണത്തിന് പ്രേരണ നൽകുന്നു.

ആ രക്തസാക്ഷികളും വിപ്ലവ നായകന്മാരും അമാനുഷരായിരുന്നില്ല. സാധാരണ മനുഷ്യരായിരുന്നു. എന്ന നിലയ്ക്കുതന്നെ അവരെ ബഹുമാനിക്കാനും അവർ പഠിപ്പിക്കുന്ന പാഠങ്ങൾ ഉൾക്കൊള്ളാനും ജനങ്ങൾക്ക് പ്രേരണ നൽകുന്നവയാണ് ഈ ആചാരാനുഷ്ഠാനങ്ങൾ.

ഇതുമായി ഒരുതരത്തിൽ ബന്ധപ്പെട്ടതാണ് രണ്ടാം ചോദ്യകർത്താവ് ഉന്നയിക്കുന്ന സംശയം. മുസ്ലിം സമുദായത്തിൽപ്പെട്ട ബഹുജനങ്ങൾ അധിവസിക്കുന്ന ഏതാനും സോവിയറ്റ് റിപ്പബ്ലിക്കുകളിൽ ഒന്നാണ് കസാക്കിസ്ഥാൻ. മുസ്ലിം ബഹുജനങ്ങളുടെ മതവികാരങ്ങളെ വ്രണപ്പെടുത്താതെ, അവരെ വിപ്ലവ പ്രസ്ഥാനത്തിലേക്കും സോഷ്യലിസ്റ്റ് നിർമാണത്തിലേക്കും ആകർഷിച്ച്, മതനിരപേക്ഷമായ സോവിയറ്റ് റിപ്പബ്ലിക്കിന്റെ അഭേദ്യഘടകങ്ങളാക്കി തീർക്കാനാണ് സോവിയറ്റ് കമ്യൂണിസ്റ്റ് പാർട്ടി പ്രവർത്തിച്ചുപോന്നത്. അതു വലിയ ഒരളവുവരെ വിജയിക്കുകയും ചെയ്തു.

പക്ഷേ, സോവിയറ്റ് യൂണിയനിലെ മറ്റു പല റിപ്പബ്ലിക്കുകളിലുമെന്നപോലെ കസാക്കിസ്ഥാനിലും സോഷ്യലിസ്റ്റ് നിർമാണത്തിന്റെ പാത സുഗമമായിരുന്നില്ല. ഉദ്യോഗസ്ഥ മേധാവിത്വം, വ്യക്തിപരമായ അവസരവാദം മുതലായവയ്ക്ക് വിധേയരായ പാർട്ടി നേതാക്കളും ഭരണകർത്താക്കളും മറ്റു പലയിടങ്ങളിലുമെന്നപോലെ അവിടെയും വളർന്നു. അത്തരക്കാർക്കെതിരെ കർശന നടപടികളെടുക്കാൻ സോവിയറ്റ് കമ്യൂണിസ്റ്റ് പാർട്ടിയും ഗവൺമെന്റും നിർബന്ധിക്കപ്പെട്ടു.

എന്നാൽ മറ്റു പലേടങ്ങളിൽനിന്നും വ്യത്യാസപ്പെട്ട ഒരു സവിശേഷ പരിതഃസ്ഥിതി കസാക്കിസ്ഥാനിലുണ്ടായിരുന്നു. റഷ്യക്കാരല്ലാത്ത മറ്റൊരു ദേശീയ ജനവിഭാഗമാണ് കസാക്കുകാർ. അവരിൽ ഇസ്ലാം മതവിശ്വാസത്തിന്റെ അവശിഷ്ടങ്ങൾ ഉണ്ടുതാനും. അവ രണ്ടും ഉപയോഗപ്പെടുത്തി പാർട്ടിക്കും ഗവൺമെന്റിനും എതിരെ തിരിച്ചുവിടാൻ കസാക്കിസ്ഥാനിലെ അവസരവാദി നേതാക്കൾക്ക് കഴിഞ്ഞു. അങ്ങനെ അവിടെ കുഴപ്പം പൊട്ടി

പ്പുറപ്പെടുകയും അതിനെതിരെ കർശന നടപടികളെടുക്കാൻ പാർട്ടിയും ഗവൺമെന്റും നിർബന്ധിക്കപ്പെടുകയും ചെയ്തു.

ഇതിനെ മുസ്ലിം ജനവിഭാഗത്തിന്റേതായ വർഗീയ ലഹള എന്നു വിശേഷിപ്പിക്കുന്നത് സത്യത്തെ വളച്ചൊടിക്കലാണ്. കസാക്കുകളുടെ ദേശീയവികാരം അതിന്റെ ഭാഗമായ ഇസ്ലാമിക മതബോധം എന്നിവയെ രണ്ടിനെയും ഉപയോഗിച്ച് അവസരവാദികളായ ഒരു പറ്റം നേതാക്കൾ ഇളക്കിവിട്ട കുഴപ്പമാണത്. ആ നിലയ്ക്കാണ് സോവിയറ്റ് ഗവൺമെന്റും ഭരണകക്ഷിയും അതിനെ നേരിട്ടത്.

ഈ രൂപത്തിലല്ലെങ്കിലും സോവിയറ്റ് യൂണിയനിൽ പലയിടത്തും അവസരവാദികളായി വളരുന്ന നേതാക്കൾ രംഗത്തുവരാറുണ്ട്. അവർക്കെതിരെ പാർട്ടിയും ഗവൺമെന്റും നടപടി എടുക്കാറുമുണ്ട്. അത്തരക്കാരെ പേര് പറഞ്ഞുകൊണ്ടുതന്നെ തുറന്നുകാട്ടാനും അവർക്കെതിരെ ജനങ്ങളെ അണിനിരത്താനും സോവിയറ്റ് നേതൃത്വം ശ്രമിച്ചുപോരുന്നുണ്ട്. ആ ശ്രമത്തിൽ അവർക്ക് നേരിടേണ്ടിവരുന്ന പിന്തിരിപ്പൻ ചിന്താഗതികളിൽ ബൂർഷ്വാ ദേശീയവാദവും മതവിശ്വാസവും പെടുന്നു. (കസാക്കിസ്ഥാനിൽ അതു രണ്ടും ചേർന്നാണ് കുഴപ്പമുണ്ടാക്കിയത്.) അവയ്ക്കും മറ്റു ദുഷ്പ്രവണതകൾക്കുമെതിരെ നിരന്തര സമരം നടത്തിക്കൊണ്ടു മാത്രമേ സോവിയറ്റ് യൂണിയന് സോഷ്യലിസ്റ്റ് നിർമാണം നടത്താൻ കഴിയുകയുള്ളു.(13.11.1987)

20

ആ പറഞ്ഞതിന് ഇതാണർഥം

മാർക്സിസ്റ്റ് പാർട്ടിയുടെ 1985–ലെ സംസ്ഥാന സമ്മേളനത്തിൽ അവതരിപ്പിച്ച പാർട്ടിയുടെ വാർഷിക റിപ്പോർട്ടിൽ ഇങ്ങനെ പറയുന്നു: "അമ്പലക്കമ്മിറ്റി, പള്ളിക്കമ്മിറ്റി, ജമാ–അത്ത് കമ്മിറ്റി തുടങ്ങിയ കമ്മിറ്റികളിൽ പ്രവർത്തിക്കുന്ന പാർട്ടി അംഗങ്ങളും ഉണ്ട്. പാർട്ടി അംഗങ്ങൾ ഇത്തരം സംഘടനകളിലും കമ്മിറ്റികളിലും പ്രവർത്തിക്കുന്ന സ്ഥിതി ഒഴിവാക്കണം." ഈ റിപ്പോർട്ടിന്റെ അടിസ്ഥാനത്തിൽ നിരീശ്വരവാദികളായ കമ്യൂണിസ്റ്റ് പാർട്ടി എം എൽ എമാർക്ക് ദേവസ്വം ബോർഡുകളിൽ അംഗങ്ങളാകാനോ അംഗങ്ങളെ നിയമിക്കാൻ വോട്ട് രേഖപ്പെടുത്താനോ ധാർമികവും നിയമപരവുമായ അവകാശമുണ്ടോ? ഇത് കേരളം ഭരിക്കുന്ന ഇടതുപക്ഷ ഗവൺമെന്റിനും ബാധകമല്ലേ?

ടി എം മൂസ
വെളിയംകോട്

കേരളത്തിലെ അമ്പലങ്ങൾ പള്ളികൾ മുതലായ മതസ്ഥാപനങ്ങൾ രണ്ടുതരത്തിലുണ്ട്.

1. മുൻ ഭരണാധികാരികളുടെ കെടുകാര്യസ്ഥതയും ദുർവ്യയങ്ങളും നിയന്ത്രിക്കുന്നതിനുവേണ്ടി മദിരാശി നിയമസഭ പാസാക്കിയ ഹിന്ദുമത ധർമസ്ഥാപന നിയമം, മുമ്പ് കൊച്ചി, തിരുവിതാംകൂർ നാട്ടുരാജ്യങ്ങളിൽ രാജകുടുംബങ്ങളുടേതായിരുന്നതും ഉത്തരവാദ ഭരണത്തോടെ ജനകീയ നിയന്ത്രണത്തിലായതുമായ ക്ഷേത്രങ്ങൾ, അതുപോലെ മുസ്ലിം മത ധർമ സ്ഥാപനങ്ങളുടെ സ്വത്തുക്കൾ കൈകാര്യം ചെയ്യുന്നതിന് രൂപീകരിച്ച വഖഫ് ബോർഡ് എന്നീ രൂപത്തിൽ നിയമസഭയ്ക്കും ഗവൺമെന്റിനും

ഭരണാധികാരമുള്ള സ്ഥാപനങ്ങളുണ്ട്.

അംഗീകൃത നിയമമനുസരിച്ച് ഇന്നിന്നവർക്ക് വോട്ടവകാശമെന്ന് നിജപ്പെടുത്തിക്കൊണ്ട് തിരഞ്ഞെടുപ്പിലൂടെ രൂപീകരിച്ച ദേവസ്വം ബോർഡ്, വഖഫ് ബോർഡ് എന്നിവയാണ് ഈ സ്ഥാപനങ്ങളുടെ മേൽനോട്ടം നടത്തുന്നത്.

2. ഈ ഇനത്തിൽപ്പെടാതെ സ്വകാര്യ ഉടമയിൽ നടക്കുന്ന ക്ഷേത്രങ്ങൾ, പള്ളികൾ മുതലായവും രാജ്യത്തുണ്ട്. അവയാണ് മതധർമ സ്ഥാപനങ്ങളിൽ ബഹുഭൂരിപക്ഷവും.

ഈ രണ്ടിനത്തിലുംപെട്ട ക്ഷേത്രങ്ങൾ, പള്ളികൾ മുതലായവയെ കൂട്ടിക്കുഴയ്ക്കുകയാണ് ചോദ്യകർത്താവു ചെയ്യുന്നത്. സ്വകാര്യ ഉടമയിലുള്ള ക്ഷേത്രങ്ങളിലും പള്ളികളിലും ഉത്സവാദി ചടങ്ങുകളിൽ പങ്കെടുക്കുന്നത് പാർട്ടിയുടെ സജീവപ്രവർത്തകർ കഴിയുന്നത്ര ഒഴിവാക്കണമെന്നാണ് ചോദ്യകർത്താവു പരാമർശിക്കുന്ന വാർഷിക റിപ്പോർട്ടിൽ പറയുന്നത്.

അത്തരം നടപടികളിൽ പാർട്ടിയുടെ സജീവ പ്രവർത്തകർ പങ്കെടുക്കുന്നതു ശരിയല്ലെന്നു പറയുന്നതിന് നിയമപ്രകാരം തിരഞ്ഞെടുക്കപ്പെടുന്ന ദേവസ്വം ബോർഡ്, വഖഫ് ബോർഡ് എന്നിവയിലേക്കുള്ള തിരഞ്ഞെടുപ്പുകളിൽ പങ്കെടുക്കരുതെന്ന അർഥമില്ല. പാർലമെന്റ്, നിയമസഭ, പ്രാദേശിക ഭരണസ്ഥാപനങ്ങൾ എന്നിവയിലെന്നതുപോലെ ക്രമമായ തിരഞ്ഞെടുപ്പുവഴി രൂപീകരിക്കപ്പെടുന്ന സംഘടനകളാണ് ദേവസ്വംബോർഡും വഖഫ് ബോർഡും. ആ സ്ഥാപനങ്ങൾ രൂപീകരിച്ചതിന്റെ ഉദ്ദേശ്യം അവയുടെ പേരിലുള്ള സ്വത്ത് ദുർവ്യയം ചെയ്യാതിരിക്കണമെന്നാണ്.

നേരേമറിച്ച്, സ്വകാര്യ ഉടമയിലുള്ള ക്ഷേത്രങ്ങളിലും പള്ളികളിലും ഉത്സവാദി ചടങ്ങുകൾ നടത്താൻ വേണ്ടി രൂപീകരിക്കുന്ന അമ്പലക്കമ്മിറ്റികളിലും പള്ളിക്കമ്മിറ്റികളിലും പങ്കെടുക്കുന്നതുകൊണ്ട് ഉത്സവാദിചടങ്ങുകൾ സംഘടിപ്പിക്കുന്നതിൽ നേരിട്ടു പങ്കെടുക്കുകയാണ് പാർട്ടിയുടെ സജീവ പ്രവർത്തകർ ചെയ്യുന്നത്. ആ സ്ഥിതി ഒഴിവാക്കണമെന്നാണ് റിപ്പോർട്ടിൽ പറയുന്നത്.

ക്ഷേത്രങ്ങളുടെയും പള്ളികളുടെയും സ്വത്ത് കൈകാര്യം ചെയ്യുന്നത് ന്യായമായ രീതിയിലാവണമെന്ന നിഷ്കർഷ മതവിശ്വാസികൾക്കെന്നപോലെ കമ്യൂണിസ്റ്റുകാർക്കുമുണ്ട്. അതിനുവേണ്ടി നിയോഗിക്കപ്പെടുന്ന ദേവസ്വംബോർഡിലും വഖഫ് ബോർഡിലും അംഗമാകുന്നതുകൊണ്ട് ക്ഷേത്രങ്ങളുടെയും പള്ളികളുടെയും മതപരമായ ചടങ്ങുകളിൽ പങ്കുകൊള്ളുന്നു എന്ന് അർഥമില്ല.

ഇതൊക്കെയാണെങ്കിലും ദേവസ്വം ബോർഡിന്റെയും വഖഫ് ബോർഡിന്റെയും ഭരണാധികാരത്തിൽ പാർട്ടിയുടെ സജീവ പ്രവർത്തകർ വരാതിരിക്കുന്നതാണ് നല്ലത്. സമുന്നതരായ പാർട്ടി നേതാക്കൾ അത്തരം ഭരണ സ്ഥാപനങ്ങളിൽ അധികൃത സ്ഥാനം വഹിക്കുന്നുമില്ല. പക്ഷേ, ചോദ്യ

കർത്താവിന്റെ വാദഗതി അതല്ല.

"കമ്യൂണിസ്റ്റ് പാർട്ടി എം എൽ എമാർക്ക് ദേവസ്വം ബോർഡുകളിൽ അംഗങ്ങളെ നിയമിക്കാൻ വോട്ടു രേഖപ്പെടുത്തുന്നതിന് ധാർമികവും നിയമപരവുമായ അവകാശമുണ്ടോ?" എന്നാണദ്ദേഹത്തിന്റെ സംശയം. ഉത്തരം ഇതാണ്: എവിടെയെവിടെ വോട്ടവകാശമുണ്ടോ അവിടെയൊക്കെ അതുപയോഗിക്കാൻ കമ്യൂണിസ്റ്റുകാർക്ക് അവകാശം ഉണ്ട്. നിലവിലുള്ള നിയമത്തിൽ വോട്ടുരേഖപ്പെടുത്താൻ അധികാരം ഉള്ളതായി വിധിച്ചിട്ടുള്ള ഏതു സ്ഥാനത്തേക്കും വോട്ടു രേഖപ്പെടുത്താൻ കമ്യൂണിസ്റ്റുകാർക്ക് അവകാശമുണ്ട്—നിയമപരമായി മാത്രമല്ല, ധാർമികമായിത്തന്നെ. എന്തുകൊണ്ടെന്നാൽ, വൻകിട സ്വത്തുക്കളുള്ള സ്ഥാപനം ന്യായമായ രീതിയിൽ നടക്കണമെന്ന ഉദ്ദേശ്യത്തോടെ സംസ്ഥാനത്തോ കേന്ദ്രത്തിലോ ഉള്ള നിയമനിർമാണാധികാരികൾ ഉണ്ടാക്കിയ നിയമം അനുസരിച്ചാണ് ഈ വോട്ടവകാശം നിജപ്പെടുത്തിയത്. അതുപയോഗിച്ച് ന്യായമായ രീതിയിൽ ഭരണം നടത്താൻ കഴിവുള്ളവരെ നിയമിക്കണം എന്ന നിർബന്ധം മറ്റു പൗരന്മാർക്കെന്നപോലെ കമ്യൂണിസ്റ്റുകാർക്കും ഉണ്ടാവേണ്ടതാണ്.(11.11.1988)

21

സ്ത്രീധനവിരുദ്ധ-മിശ്രവിവാഹ പ്രസ്ഥാനത്തോടുള്ള സമീപനം

ജാതി-മത-വർഗീയ വിരുദ്ധ നിലപാട് സ്വീകരിച്ചിരിക്കുന്ന സി പി ഐ(എം) ന്റെ പരിപാടികൾക്കും ലക്ഷ്യങ്ങൾക്കും സമാന്തരമായോ പോഷകമായോ സാംസ്കാരികരംഗത്ത് പ്രവർത്തിക്കുന്ന പ്രസ്ഥാനങ്ങളോട് ഉള്ള പാർട്ടിയുടെ സമീപനം എന്താണ്?

ഉദാഹരണത്തിന്, ജാതി-മത-വർഗീയ ചിന്താഗതികൾക്കും സ്ത്രീധന സമ്പ്രദായത്തിനും എതിരെ പ്രവർത്തിച്ചുകൊണ്ടിരിക്കുന്ന മിശ്ര വിവാഹസമിതിയോടുള്ള നമ്മുടെ സമീപനം എന്തായിരിക്കണം?

സമിതിയുടെ നേതാക്കളിൽ പ്രമുഖനായ പി ജി സദാനന്ദൻ ഇക്കഴിഞ്ഞവർഷം അവസാനം കേരളത്തിലെ ഒരു രാഷ്ട്രീയ വാരികയ്ക്ക് (ഞായറാഴ്ച) നൽകിയ അഭിമുഖസംഭാഷണത്തിൽ ഇങ്ങനെ പറയുന്നു:

ജാതി-മത-വർഗീയ ചിന്തകൾക്കെതിരെയുള്ള സമരം രാഷ്ട്രീയ സമരത്തിന്റെ ഭാഗമാണ്. കാരണം, നമ്മുടെ നാട്ടിൽ സാമ്പത്തിക രൂപങ്ങൾ ചില ഘട്ടങ്ങളിലെങ്കിലും രൂപപ്പെട്ടത് ചാതുർവർണ്യത്തിന്റെയോ, മതത്തിന്റെയോ അടിത്തറയിലാണ്. അതുകൊണ്ട്, ഞങ്ങളുടെ മുന്നേറ്റം ഈ രംഗത്ത് രാഷ്ട്രീയ മുന്നേറ്റങ്ങൾക്ക് സമാന്തരമോ പോഷകമോ ആകുന്നു എന്നതാണ് വസ്തുത. വർഗസമരത്തെ മൂർച്ഛിപ്പിക്കുന്ന സാമൂഹ്യ മുന്നേറ്റങ്ങളോട് ഞങ്ങൾ ഐക്യദാർഢ്യം പ്രഖ്യാപിക്കും. അതുപോലെ രാജ്യത്തിന്റെ അഖണ്ഡത കാത്തുസൂക്ഷിക്കുന്നതിലും ഞങ്ങൾ പ്രതിജ്ഞാബദ്ധരാണ്.

പി ജി സദാനന്ദന്റെ മുൻചൊന്ന വാക്കുകൾ പ്രതിഫലിക്കുന്ന വസ്

തുതകളുടെ വെളിച്ചത്തിൽ നമ്മുടെ പാർട്ടിക്ക് മിശ്രവിവാഹ സമിതിയോടുള്ള നിലപാട് വ്യക്തമാക്കുമെന്ന് പ്രതീക്ഷിക്കുന്നു.

ജി സിദ്ധാനന്ദൻ

ചുള്ളിക്കര

ചോദ്യകർത്താവ് പരാമർശിക്കുന്ന രണ്ട് പ്രസ്ഥാനങ്ങളും ബൂർഷ്വാ ജനാധിപത്യ പ്രസ്ഥാനത്തിന്റെ ഭാഗങ്ങളാണ്. ആ നിലയ്ക്ക് തൊഴിലാളി വർഗ പാർട്ടി അവയോട് രചനാത്മകമെന്നപോലെ വിമർശനാത്മകം കൂടിയായ സമീപനം അംഗീകരിക്കണം.

സ്ത്രീധന സമ്പ്രദായവും വിവാഹകാര്യത്തിൽ ജാതിക്ക് പ്രാധാന്യം കൊടുക്കുന്ന ഏർപ്പാടും ഫ്യൂഡൽ വ്യവസ്ഥയുടെ രണ്ട് അവശിഷ്ടങ്ങളാണ്. അവയ്ക്കെതിരെയുള്ള സമരം ബൂർഷ്വാ ജനാധിപത്യപ്രസ്ഥാനത്തിന്റെ അഭേദ്യഭാഗമാണ്. അവയ്ക്ക് പൂർണമായ പിന്തുണ നൽകുന്നത് തൊഴിലാളി വർഗ പ്രസ്ഥാനത്തിന്റെ കടമയാണ്.

പക്ഷേ, ബൂർഷ്വാ ജനാധിപത്യ പ്രസ്ഥാനത്തിന് പൊതുവിലെന്നപോലെ ഈ പ്രസ്ഥാനങ്ങൾക്കും മൗലികമായ ഒരു ദൗർബല്യമുണ്ട്. ഫ്യൂഡൽ വ്യവസ്ഥ തകർത്ത് ബൂർഷ്വാസമൂഹം നിലവിൽ വന്നാൽ സമത്വവും സ്വാതന്ത്ര്യവും സാഹോദര്യവും പുലരുമെന്ന കാഴ്ചപ്പാടാണ് ബൂർഷ്വാ ജനാധിപത്യ പ്രസ്ഥാനത്തിന് പൊതുവിലുള്ളത്.

സ്ത്രീധനവിരുദ്ധവും മിശ്രവിവാഹത്തിന് വേണ്ടിയുള്ളതുമായ പ്രസ്ഥാനങ്ങളാകട്ടെ, അതാത് രംഗത്തുള്ള ഇന്നത്തെ സാമൂഹ്യദൗർബല്യം തീർത്താൽ സ്ത്രീ–പുരുഷസമത്വവും ജാതിരഹിത സമൂഹവും നിലവിൽ വരുമെന്ന കാഴ്ചപ്പാടോടെയാണ് പ്രവർത്തിക്കുന്നത്. അസമമായ സ്ത്രീ–പുരുഷബന്ധം, വിവാഹസംബന്ധമായ ജാതി നിയമങ്ങൾ, എന്നിവയ്ക്ക് മുതലാളിത്ത സമൂഹത്തിലും വേരോടാൻ കഴിഞ്ഞിട്ടുണ്ടെന്ന സത്യം ഈ പ്രസ്ഥാനങ്ങളുടെ നേതാക്കൾ കാണുന്നില്ല. മുതലാളി സമൂഹത്തിൽ അധ്വാനിക്കുന്ന ബഹുജനങ്ങൾ ഒരു വർഗമെന്ന നിലയ്ക്ക് അനുഭവിക്കുന്ന സാമൂഹ്യവും സാമ്പത്തികവുമായ അവശതകൾക്കെതിരായ സമരവും സ്ത്രീ–പുരുഷ സമത്വം, ജാതിരഹിത സമൂഹം എന്നിവയ്ക്ക് വേണ്ടിയുള്ളതും തമ്മിൽ ഗാഢമായ ബന്ധമുണ്ടെന്ന് അവർ കാണുന്നില്ല.

ഈ അടിസ്ഥാനത്തിൽ മാർക്സിസ്റ്റുകാർ നടത്തുന്ന വിമർശനത്തോട് കൂടി വേണം സ്ത്രീധനവിരുദ്ധ മിശ്രവിവാഹപ്രസ്ഥാനങ്ങൾക്ക് തൊഴിലാളി വർഗവും അതിന്റെ പാർട്ടിയും പിന്തുണ നൽകുന്നത്.

സ്ത്രീധനവിരുദ്ധ–മിശ്രവിവാഹ പ്രസ്ഥാനങ്ങളുടെ നേതാക്കളിൽ ചിലർ ഈ സത്യം മനസിലാക്കുന്നുണ്ടായിരിക്കാം. പക്ഷേ, ആ പ്രസ്ഥാനങ്ങളാകെ അങ്ങനെ ചെയ്യുന്നുണ്ടെന്ന് പറയാൻ വയ്യ. സ്ത്രീധനവിരുദ്ധ–മിശ്രവിവാഹ പ്രസ്ഥാനങ്ങളോടെന്നപോലെ തൊഴിലാളിവർഗത്തിന്റെ സ്വതന്ത്ര രാഷ്ട്രീയ പ്രസ്ഥാനത്തോടും കൂറുള്ളവർ സ്ത്രീധന നിരോധനത്തിനും മിശ്രവിവാഹത്തിനും വേണ്ടി പ്രത്യേകം സംഘടനകളുണ്ടാക്കുകയല്ല, സ്വതന്ത്ര തൊഴിലാളി വിപ്ലവപ്രസ്ഥാനത്തിനകത്തുതന്നെ അതിനുവേണ്ടിയുള്ള പ്രവർത്തനം ശക്തിപ്പെടുത്താൻ ശ്രമിക്കുകയാണ് ചെയ്യുക.

തൊഴിലാളിവർഗത്തിന്റെ സ്വതന്ത്ര വിപ്ലവ രാഷ്ട്രീയപ്രസ്ഥാനം ബൂർഷ്വാ ജനാധിപത്യപ്രസ്ഥാനത്തിന്റെ മുദ്രാവാക്യങ്ങളും പ്രവർത്തനപരിപാടികളും സ്വയം ഏറ്റെടുക്കേണ്ടതുതന്നെ. അക്കാര്യത്തിൽ ബൂർഷ്വാ ജനാധിപത്യ വാദികളുടേതിനേക്കാൾ ഒട്ടും കുറയാത്ത, വീറോടും വാശിയോടും കൂടി പാർട്ടി പ്രവർത്തിക്കുക തന്നെവേണം. (അക്കാര്യത്തിൽ ഇന്നുള്ള ദൗർബല്യങ്ങൾ പരിഹരിക്കുകയും വേണം) പക്ഷേ, ഈ പ്രസ്ഥാനങ്ങളെ തൊഴിലാളി വർഗത്തിന്റെ സ്വതന്ത്രവിപ്ലവ രാഷ്ട്രീയ പ്രസ്ഥാനത്തിന് കീഴ്പ്പെടുത്തിക്കൊണ്ടുവേണം തൊഴിലാളിവർഗ രാഷ്ട്രീയക്കാർ കാണാൻ.

അതേസമയത്ത് തൊഴിലാളി വർഗത്തിന്റെ സ്വതന്ത്രമായ കാഴ്ചപ്പാടോടെയല്ലാതെ ഇത്തരം പ്രസ്ഥാനങ്ങൾ കെട്ടിപ്പടുക്കുന്നതിനോട് തൊഴിലാളിവർഗ പാർട്ടി സഹകരിക്കുകയും വേണം.

ചോദ്യകർത്താവ് പരാമർശിക്കാത്ത മറ്റ് ചില പ്രസ്ഥാനങ്ങൾക്കും ഇത് ബാധകമാണ്. ഉദാഹരണത്തിന്, യുക്തിവാദ പ്രസ്ഥാനം.

ഫ്യൂഡലിസ്റ്റ് സമൂഹത്തിൽനിന്ന് ബൂർഷ്വാസമൂഹത്തിലേക്കുള്ള പരിവർത്തനത്തിന്റെ ഒരു സാംസ്കാരിക രൂപമാണ് യുക്തിവാദം അല്ലെങ്കിൽ നിരീശ്വരവാദം. അതിനെ പ്രോൽസാഹിപ്പിക്കാൻ തൊഴിലാളി വർഗത്തിന്റെ വിപ്ലവ രാഷ്ട്രീയ പാർട്ടിക്ക് കടമയുണ്ട്. പക്ഷേ, ബൂർഷ്വാ യുക്തിവാദത്തിൽ നിന്ന് ഉയർന്നതും തൊഴിലാളി വർഗം പുഷ്ടിപ്പെടുത്തിയതുമായ ദർശനത്തിന്റെ രൂപമാണ് വൈരുധ്യാത്മകവും ചരിത്രപരവുമായ ഭൗതികവാദം.

ബൂർഷ്വാ യുക്തിവാദി യുക്തിയെ സാമൂഹ്യജീവിതത്തിൽനിന്നും അതിലെ സംഘട്ടനങ്ങളിൽ നിന്നും അടർത്തിയെടുത്തുകൊണ്ടാണ് കാണുന്നത്; സമൂഹത്തിൽ നടക്കുന്ന നിരന്തരമായ വർഗസമരത്തിന് യുക്തിയുടെ വളർച്ചയിലുള്ള പങ്ക് അയാൾ കാണുന്നില്ല. അതുകൊണ്ട് തൊഴിലാളി വർഗവും അതിന്റെ ബഹുമുഖ സമരവും യുക്തിവാദ ദർശനത്തിന്റെ കാര്യത്തിൽ നൽകുന്ന സംഭാവന കാണാൻ അയാൾക്ക് കഴിയുന്നില്ല.

വൈരുധ്യാത്മകവും ചരിത്രപരവുമായ ഭൗതിക വാദമാകട്ടെ, തൊഴിലാളി വർഗത്തിന്റെ ചരിത്രപ്രധാനമായ പങ്ക് കാണുന്നു. (മാർക്സിന്റെ ഭാഷയിൽ "ദർശനത്തിന്റെ ശാരീരികമായ ഉപകരണമാണ് തൊഴിലാളിവർഗം; തൊഴിലാളിവർഗത്തിന്റെ താത്വികമായ ഉപകരണമാണ് ദർശനം.")

മനുഷ്യന്റെ യുക്തി വളരുക എന്ന പ്രക്രിയയിൽ തൊഴിലാളിവർഗത്തിനുള്ള പങ്ക് കാണാനുള്ള ഈ കഴിവുകേട് ബൂർഷ്വായുക്തിവാദികളെ കമ്യൂണിസ്റ്റ് വിരുദ്ധരായി മാറ്റുകപോലും ചെയ്യുന്നു. അങ്ങനെ വരുമ്പോൾ അവരും മാർക്സിസ്റ്റുകാരും തമ്മിൽ പരസ്യമായി ഏറ്റുമുട്ടുകപോലും ചെയ്യുന്നു.

ബൂർഷ്വാജനാധിപത്യ പ്രസ്ഥാനത്തിന്റെ ഭാഗമെന്ന നിലയ്ക്ക് ബൂർഷ്വാ യുക്തിവാദത്തോട് ഒരുവശത്ത് രചനാത്മകവും മറുവശത്ത് വിമർശനാത്മകവുമായ നിലപാട് മാർക്സിസ്റ്റുകാർ കൈക്കൊള്ളണം. അന്ധവിശ്വാസങ്ങൾക്കും അനാചാരങ്ങൾക്കുമെതിരെ ബൂർഷ്വാ യുക്തിവാദികൾ നടത്തുന്ന സമരത്തിന് പൂർണമായ പിന്തുണ നൽകുമ്പോൾ തന്നെ, ബൂർഷ്വാ യുക്തിവാദത്തിന്റെ ആശയഗതിയിൽ കുടുങ്ങാതെ വൈരുധ്യാത്മകവും ചരിത്രപരവുമായ ഭൗതികവാദത്തിന്റെ നിലപാടെടുക്കാൻ മാർക്സിസ്റ്റുകാർ തയ്യാറാകണമെന്നർഥം.

22

പ്രായോഗിക രാഷ്ട്രീയം

പുരോഹിതൻ എന്നും ജന്മിയുടെ കൈകോർത്ത് പിടിച്ചുനടന്നതുപോലെ തന്നെ പൗരോഹിത്യ സോഷ്യലിസം എന്നും ഫ്യൂഡൽ –സോഷ്യലിസത്തിന്റെ കൂടെയാണെന്നു *കമ്യൂണിസ്റ്റ് മാനിഫെസ്റ്റോ* വിൽ പറയുന്നു. എന്നിട്ടും പുരോഹിതന്മാർ ക്രൈസ്തവ തത്വസംഹിതകളെയും കമ്യൂണിസ്റ്റ് പ്രമാണങ്ങളെയും സംയോജിപ്പിച്ച് പ്രവർത്തിക്കുന്നതിന്റെ അടിസ്ഥാന തത്വമെന്താണ്?

പി പി ജേക്കബ്
ചെറായി

കേരളത്തിൽ ഈ അടുത്ത കാലത്ത്—പ്രത്യേകിച്ചും കഴിഞ്ഞ നിയമസഭാ തിരഞ്ഞെടുപ്പിനുശേഷം—ചില മുൻ നക്സൽ നേതാക്കന്മാരും മുൻ സന്യാസിമാരുമൊക്കെ, നമ്മുടെ പാർട്ടിയുമായും ബഹുജനസംഘടനകളുമായും ബന്ധപ്പെട്ടിരിക്കുകയാണല്ലോ. പ്രത്യേകിച്ചും നമ്മുടെ യുവജന–സാംസ്കാരിക സംഘടനകളെയും മറ്റും സ്വാധീനിച്ച് അവയുടെ വേദിയിൽ ഇക്കൂട്ടർ പ്രത്യക്ഷപ്പെടുന്നുമുണ്ട്. ഇവരുടെ പ്രചാരണങ്ങൾ ശ്രദ്ധിച്ചതിൽ നിന്നും മനസിലാക്കാൻ കഴിഞ്ഞത് നമ്മുടെ പാർട്ടിക്ക് സൈദ്ധാന്തികമായ അപര്യാപ്തത രൂക്ഷമാണെന്നും അത് പരിഹരിക്കാൻ വേണ്ടിയാണ് ഇവർ പ്രവർത്തിക്കുന്നതെന്നുമാണ്. പ്രത്യയശാസ്ത്രം തുടങ്ങിയ പദങ്ങൾ സഖാവ് ഈയിടെ വിശദമാക്കിയതിൽനിന്നും നേരെ വിരുദ്ധമായ അർഥത്തിലാണ് ഇക്കൂട്ടർ പ്രചരിപ്പിക്കുന്നത്. കൂടാതെ നമ്മുടെ പാർട്ടി നിരന്തരം എതിർത്തുപോരുന്ന അരാജകവാദപര

മായ 'നവീന ഇടതുപക്ഷ' ആശയങ്ങളും പ്രചരിപ്പിക്കുന്നു. നാം നേരിടേണ്ട ഒരു പുതിയ തരം വെല്ലുവിളിയല്ലേ ഇത്? ഇവർ എഴുതിയ *മന്ദബുദ്ധികളുടെ മാർക്സിസ്റ്റ് സംവാദം* എന്ന പുസ്തകത്തിൽ നക്സലുകളെ നമ്മുടെ പാർട്ടിയെപ്പോലെ തന്നെ ഒരു ഇടതുപക്ഷപ്പാർട്ടിയായിട്ടാണ് വിലയിരുത്തിയിട്ടുള്ളത്. നമ്മുടെ പാർട്ടിക്ക് സൈദ്ധാന്തിക അപര്യാപ്തതയുണ്ടെന്നും ആ പുസ്തകം സൂചിപ്പിക്കുന്നു.

ഇക്കൂട്ടർ പ്രചരിപ്പിക്കുന്ന തരത്തിൽ നമ്മുടെ പ്രസ്ഥാനം സൈദ്ധാന്തികമായ വല്ല പോരായ്മകളും നേരിടുന്നുണ്ടോ? നക്സലുകാരെ ഇടതുപക്ഷമായി കണക്കാക്കാമോ? സംഘടനക്കുള്ളിലേക്ക് ഇക്കൂട്ടരുടെ ഈ വിധത്തിലുള്ള ഇടപെടലുകൾ ഏതു തരത്തിലാണ് നമ്മൾ നേരിടുക? ഇവർ നമ്മുടെ പ്രസ്ഥാനത്തിൽ ആശയക്കുഴപ്പമുണ്ടാക്കുകയാണെന്നല്ലേ സംശയിക്കേണ്ടത്?

വി അജയകുമാർ
കൊല്ലം

ഒന്നാം ചോദ്യത്തിന്റെ കർത്താവ് *കമ്യൂണിസ്റ്റ് മാനിഫെസ്റ്റോ* ആണല്ലോ ഉദ്ധരിച്ചിട്ടുള്ളത്. അതിൽ എഴുതിയതെല്ലാം വേദവാക്യമാണെന്ന ധാരണ അദ്ദേഹത്തിന് ഉണ്ട് എന്ന് ഞാൻ സംശയിക്കുന്നു. എങ്കിലത് തെറ്റാണ്. ആ രേഖ എഴുതിയുണ്ടാക്കിയ കാലഘട്ടം, അന്നത്തെ രാഷ്ട്രീയ സാഹചര്യം, അത് എഴുതി 140 വർഷം തികഞ്ഞ ഇന്നത്തെ സാഹചര്യം എന്നിവയെല്ലാം കണക്കിലെടുത്താൽ മാത്രമേ ചോദ്യത്തിൽ ഉന്നയിച്ച സംശയത്തിന് പരിഹാരമാകുകയുള്ളു.

ഫ്യൂഡലിസത്തിൽനിന്ന് മുതലാളിത്തത്തിലേക്ക് പരിവർത്തനം നടന്ന കാലത്താണ് *മാനിഫെസ്റ്റോ* എഴുതിയത്. ഫ്യൂഡൽ പ്രഭുക്കളും ജനങ്ങളും തമ്മിൽ രൂക്ഷമായ ഏറ്റുമുട്ടൽ നടക്കുകയായിരുന്നു. അതിൽ ജനങ്ങൾക്കെതിരെ ഫ്യൂഡൽ പ്രഭുക്കൾ ഉപയോഗിച്ച ആയുധങ്ങളിൽ ഒന്നായിരുന്നു പൗരോഹിത്യം. അങ്ങനെ പുരോഹിതമേധാവിത്വം ഫ്യൂഡലിസത്തിന്റെ വക്താക്കളായി നിലകൊണ്ടു.

വളർന്നുവരുന്ന മുതലാളിത്തത്തിനെതിരെ ഒരു വശത്ത് ഫ്യൂഡൽ പ്രഭുക്കൾ പോരാടിയതുപോലെ മറുവശത്ത് തൊഴിലാളിവർഗവും പോരാടി. അതിന്റെ പ്രതിഫലനമാണ് സോഷ്യലിസ്റ്റ് ചിന്താഗതി. അത് രൂപംകൊള്ളാൻ തുടങ്ങിയപ്പോൾ പുരോഹിതനും ജന്മിയും കൈകോർത്തുപിടിച്ചുകൊണ്ടുള്ള പൗരോഹിത്യ–സോഷ്യലിസം (ഫ്യൂഡൽ സോഷ്യലിസം പോലെ) നിലവിൽ വന്നു.

അടുത്ത പതിറ്റാണ്ടുകളിൽ സ്ഥിതിഗതികളാകെ മാറി. മാർക്സിന്റെയും എംഗൽസിന്റെയും മുഖ്യപരാമർശ വിഷയമായ യൂറോപ്പിൽ ഫ്യൂഡൽ മേധാവിത്വം തകർത്ത് മുതലാളിത്തം ആധിപത്യം നേടി. ഇത് പൗരോഹിത്യ

ത്തിന്റെ സ്വഭാവത്തിലും മാറ്റം വരുത്തി. മുമ്പ് ഫ്യൂഡൽ പ്രഭുക്കളും പുരോഹിതമേധാവികളും കൈകോർത്തുപിടിച്ചതു പോലെ ഇപ്പോൾ ബൂർഷ്വാ –മേധാവിത്വവും പുരോഹിതമേധാവിത്വവും കൈകോർത്തുപിടിച്ചു. *കമ്യൂണിസ്റ്റ് മാനിഫെസ്റ്റോ*വിൽ തന്നെ പരാമർശിച്ച ബൂർഷ്വാ സോഷ്യലിസത്തിന്റെ വക്താക്കളായി പുരോഹിതമേധാവിത്വം ഉയർന്നുവന്നു. റഷ്യയടക്കം പല രാജ്യങ്ങളിലും ഫ്യൂഡൽ ബൂർഷ്വാമേധാവികൾ അന്യോന്യം കൈകോർത്തുപിടിക്കുകയും രണ്ട് മേധാവികളുടെയും കൈയിലെ ആയുധമായി പൗരോഹിത്യമേധാവിത്വം മാറുകയും ചെയ്തു.

ഈ ഘട്ടത്തിലാണ് ജർമനിയും റഷ്യയുമടക്കം പല യൂറോപ്യൻ രാജ്യങ്ങളിലും തൊഴിലാളിവർഗത്തിന്റെ വിപ്ലവ രാഷ്ട്രീയപ്രസ്ഥാനം ഉയർന്നുവന്നത്. അതിനെതിരെ ആഞ്ഞടിക്കാനുള്ള ആയുധങ്ങളായി എല്ലാ യൂറോപ്യൻ രാജ്യങ്ങളിലെയും പുരോഹിതമേധാവിത്വത്തെ ഫ്യൂഡൽ ബൂർഷ്വാഭരണവർഗങ്ങൾ ഉപയോഗിച്ചു. തൊഴിലാളിവർഗത്തിന്റെ വിപ്ലവപ്രസ്ഥാനത്തിന് ഒരിഞ്ചെങ്കിലും മുന്നോട്ടുപോകണമെങ്കിൽ ഫ്യൂഡൽ– ബൂർഷ്വാ പ്രമാണിമാരെ മാത്രമല്ല അവരുടെ ആയുധമായി വർത്തിക്കുന്ന മതമേധാവിത്വത്തെയും എതിർക്കണമെന്ന് വന്നു. അതുകൊണ്ടാണ് ലോക തൊഴിലാളിവർഗ പ്രസ്ഥാനത്തിനകത്തെ വിപ്ലവവിഭാഗം ലെനിന്റെ നേതൃത്വത്തിൽ ഉയർന്നുവന്നപ്പോൾ മതപരമായ ആശയഗതിക്കെതിരായ രൂക്ഷ സമരം സംഘടിപ്പിക്കണമെന്ന് നിർദേശിച്ചത്. ഫ്യൂഡൽ പ്രഭുക്കൾ, ബൂർഷ്വാ പ്രമാണിമാർ എന്നിവരെ പോലെ തന്നെ അവർക്ക് വിടുപണി ചെയ്യുന്ന പുരോഹിത വൃന്ദത്തെയും വിപ്ലവതൊഴിലാളി പ്രസ്ഥാനം എതിർക്കാൻ തുടങ്ങി.

1917 ലെ റഷ്യൻ വിപ്ലവം, തുടർന്ന് മറ്റ് യൂറോപ്യൻ രാജ്യങ്ങളിലെ വിപ്ലവമുന്നേറ്റങ്ങൾ എന്നിവ ക്രമേണ രൂപപ്പെട്ടുവരാൻ തുടങ്ങിയപ്പോൾ ഈ പ്രവണത കുറേക്കൂടി ശക്തിപ്പെട്ടു. പള്ളികളുടേതടക്കം വൻകിട ഭൂസ്വത്തുക്കൾ പൊതുഉടമയിൽ കൊണ്ടുവരുന്നതിനെതിരെ വൻകിട ഭൂസ്വത്തുടമകൾ കൂടിയായ പുരോഹിത മേധാവിത്വം ആയുധമെടുത്തു പോരാടി. ശൈശവപ്രായത്തിലിരുന്ന സോവിയറ്റ് റഷ്യയെ ഞെക്കിക്കൊല്ലാനുള്ള പരിശ്രമത്തിൽ മറ്റ് പിന്തിരിപ്പൻ വിഭാഗങ്ങളോടൊപ്പം റഷ്യയിലെ പള്ളിമേധാവികളും അണിനിരന്നു. മറ്റ് പിന്തിരിപ്പൻ വിഭാഗങ്ങൾക്കെന്ന പോലെ പള്ളിക്കുമെതിരായി ശക്തിയേറിയ ബലപ്രയോഗം നടത്താൻ സോവിയറ്റ് ഭരണകൂടം നിർബന്ധിക്കപ്പെട്ടു.

ഈ സാഹചര്യത്തിൽ മാർക്സിസം–ലെനിനിസത്തിന്റെ അടിസ്ഥാന പ്രമാണങ്ങളിലൊന്നാണ് മതത്തോട് മൊത്തത്തിൽ എതിർപ്പെന്ന ധാരണ പരന്നു. ആ ധാരണ ഉള്ളതിനാലാണ് രണ്ടാം ചോദ്യത്തിന്റെ കർത്താവ്, 'മുൻ നക്സൽ നേതാക്കളും മുൻ സന്യാസിമാരുമൊക്കെ നമ്മുടെ പാർട്ടിയായും ബഹുജനസംഘടനകളായും ബന്ധിക്കപ്പെട്ടിട്ടു'ള്ളതിനെ സംശയദൃഷ്ടിയോടെ വീക്ഷിക്കുന്നത്.

എന്നാൽ, അദ്ദേഹം രണ്ടാം ലോകമഹായുദ്ധകാലത്തും അതിൽ പിന്നീടും നടന്ന അതിപ്രധാനമായ സംഭവവികാസങ്ങൾ മനസിലാക്കുന്നില്ല. മതസംഘടനകളും തൊഴിലാളിവർഗത്തിലുള്ള ബഹുജനസംഘടനകളും തമ്മിലുള്ള ബന്ധത്തിൽ മൗലികമായ ഒരു മാറ്റം കഴിഞ്ഞ അരനൂറ്റാണ്ട് കാലത്ത് വന്നിട്ടുണ്ടെന്ന സത്യം അദ്ദേഹം കാണുന്നില്ല. അതുകൊണ്ട് ഈ നീണ്ടകാലത്ത് എന്തുനടന്നുവെന്ന് ചുരുക്കത്തിൽ പറയേണ്ടിയിരിക്കുന്നു.

1930–കളിലാണല്ലോ ഫാസിസത്തിന്റെ മുന്നേറ്റം തുടങ്ങിയത്. കമ്യൂണിസ്റ്റുകാർക്ക് മാത്രമല്ല എല്ലാ ജനാധിപത്യവാദികൾക്കും സമാധാനകാംക്ഷികൾക്കും ഒരു വിനയായി വളർന്നുകൊണ്ടിരുന്ന ആ പ്രസ്ഥാനത്തിനെതിരെ എല്ലാ ജനാധിപത്യശക്തികളെയും ഏകോപിപ്പിക്കാനുള്ള കാഴ്ചപ്പാട് കമ്യൂണിസ്റ്റ് ഇന്റർനാഷണൽ രൂപപ്പെടുത്തി. ഇങ്ങനെ ഏകോപിക്കപ്പെടേണ്ട ശക്തികളിൽ ഒന്ന് കീഴേക്കിടയിലും ഇടത്തരത്തിലുംപെട്ട പുരോഹിതന്മാരായിരുന്നു. അവരതിൽ പങ്കുകൊണ്ടു.

മിക്കവാറും എല്ലാ യൂറോപ്യൻ രാജ്യങ്ങളിലും പുരോഹിതവർഗപ്രമാണിമാർ ഒന്നുകിൽ ഫാസിസത്തിന്റെ നേരിട്ടുള്ള ഏജന്റുമാർ, അല്ലെങ്കിൽ ഫാസിസത്തെ എതിർക്കുമ്പോൾ തന്നെ അതിനെക്കാൾ ശക്തിയായി സോവിയറ്റ് യൂണിയനെ എതിർക്കുന്ന സാമ്രാജ്യമേധാവികൾ ഇവരുടെ കൈയിലെ ആയുധങ്ങളായി പ്രവർത്തിച്ചുവെന്നതു നേരാണ്. പക്ഷേ പുരോഹിതവർഗത്തിൽ തന്നെപെട്ട അനുയായികളിൽ ഒരു വിഭാഗം ഫാസിസ്റ്റ് വിരുദ്ധ വിപ്ലവപ്രസ്ഥാനത്തിൽ അണിനിരന്നു. ഫ്രാൻസിലും മറ്റ് യൂറോപ്യൻ രാജ്യങ്ങളിലും വളർന്നുവന്ന ഫാസിസത്തിനെതിരായ ചെറുത്തുനിൽപ്പിൽ അതിന്റെ ഭാഗമായി രൂപംകൊണ്ട ഗറില്ലാസേനയിൽ കീഴേക്കിടയിലുള്ള ക്രിസ്ത്യൻ പുരോഹിതന്മാർ കൂടി പങ്കുകൊണ്ടു.

യൂറോപ്പിന് വെളിയിലാകട്ടെ സാമ്രാജ്യാധിപത്യത്തിനെതിരെ ദേശീയസ്വാതന്ത്ര്യപ്രസ്ഥാനം രൂപപ്പെട്ടപ്പോൾ അതിന്റെ പ്രവർത്തനത്തിൽ ഇസ്ലാമിക മൗലവിമാർ, ബുദ്ധഭിക്ഷുക്കൾ, ഹൈന്ദവസന്യാസിമാർ മുതലായവർ സജീവമായി പങ്കുകൊണ്ടു. പല ഏഷ്യൻ ആഫ്രിക്കൻ രാജ്യങ്ങളിലും ലാറ്റിനമേരിക്ക തൊട്ടുള്ള മറ്റു ഭൂഖണ്ഡങ്ങളിലും ക്രൈസ്തവരോ അല്ലാത്തവരോ ആയ മതങ്ങളുടെ അനുയായികൾ മാത്രമല്ല നേതാക്കന്മാർ പോലും ആവേശപൂർവം പങ്കുകൊണ്ടു. സാമ്രാജ്യവാദികളുടെയും ഫാസിസ്റ്റുകാരുടെയും ആക്രമങ്ങൾക്കിരയായി രക്തസാക്ഷിത്വം വരിച്ച സാധാരണ പുരോഹിതൻ മാത്രമല്ല പൗരോഹിത്യത്തിന്റെ തലപ്പത്തുള്ളവർ പോലും ഉണ്ടെന്നുവന്നു. ക്യൂബ, നിക്കരാഗ്വ മുതലായ രാജ്യങ്ങളിൽ ക്രിസ്തീയ മതനേതാക്കൾ, പശ്ചിമേഷ്യൻ രാജ്യങ്ങളിലെ ഇസ്ലാമിക പുരോഹിത വിഭാഗങ്ങൾ, ഇന്ത്യയിലെ ഹിന്ദു സന്യാസിമാർ, ഏഷ്യൻ രാജ്യങ്ങളിലെ ബുദ്ധഭിക്ഷുക്കൾ എന്നിവരെല്ലാം അതാത് രാജ്യത്തെ ദേശീയ വിമോചന സമരത്തിൽ പങ്കാളികളാവുകയും അവരിൽ വളരെപേർ രക്ത

സാക്ഷിത്വം വരിക്കുകയും ചെയ്തു.

ഇതോടെ മതസംഘടനകളും ലോക കമ്യൂണിസ്റ്റ് പ്രസ്ഥാനവും തമ്മിലുള്ള ബന്ധത്തിൽ കാര്യമായ ഒരു മാറ്റം വന്നു. ഫ്യൂഡൽ-ബൂർഷ്വാ വർഗമേധാവികളുടെ ആയുധങ്ങളായി പ്രവർത്തിക്കുന്നവർ എന്നപോലെ ഈ മേധാവിവർഗങ്ങൾക്കെതിരെ പോരാടുന്നവരും മതസംഘടനകളുടെ നേതാക്കന്മാരിൽ ഉണ്ടെന്നുവന്നു. ലാറ്റിനമേരിക്കൻ രാജ്യങ്ങളിൽ ക്രിസ്ത്യൻ പുരോഹിതന്മാർ തങ്ങളുടേതായ ഒരു സവിശേഷ വിപ്ലവ ചിന്താഗതി—വിമോചന ദൈവശാസ്ത്രം—തന്നെ രൂപപ്പെടുത്തി. ഇതിന്റെ ചില രൂപങ്ങൾ ഇസ്ലാമിലും ബുദ്ധമതത്തിലും ഹിന്ദുമതത്തിലുമെല്ലാം കാണാം.

ഇതിന്റെ ഒരു പ്രകടരൂപമാണ് രണ്ടാം ലോകമഹായുദ്ധം അവസാനിച്ചതിനുശേഷം രൂപപ്പെട്ട ലോകസമാധാനപ്രസ്ഥാനത്തിൽ മതപുരോഹിതന്മാർ വഹിക്കുന്ന പങ്ക്. കഴിഞ്ഞ മുപ്പതിലേറെ വർഷമായി അടിക്കടി വളർന്നുകൊണ്ടിരിക്കുന്ന ലോകസമാധാനപ്രസ്ഥാനത്തിൽ വിവിധ മതങ്ങളുടെ അനുയായികളും അവരുടെ നേതാക്കളും വിലയേറിയ സംഭാവനകൾ നൽകിയിട്ടുണ്ട്. അവിശ്വാസികളായ കമ്യൂണിസ്റ്റുകാർ എന്നപോലെ വിശ്വാസികളായ സാധാരണക്കാർ അവരുടെ നേതാക്കളായ പുരോഹിത മേധാവിത്വം എന്നിവർ കൂടി പങ്കു കൊള്ളുന്നതാണ് ഇന്നത്തെ ലോകസമാധാനപ്രസ്ഥാനം.

മതസംഘടനകൾക്കകത്ത് പ്രത്യക്ഷപ്പെടുന്ന ഈ പ്രവണതകളെ തികച്ചും കണക്കിലെടുക്കുന്നതിനാൽ *കമ്യൂണിസ്റ്റ് മാനിഫെസ്റ്റോ* എഴുതി 14 പതിറ്റാണ്ട് പിന്നിട്ട ഇന്ന് ആ ചരിത്രരേഖയുടെ അക്ഷരങ്ങളിലൂന്നി അതിലെ കാതലായ ആശയം വിടാൻ ഇന്നത്തെ മാർക്സിസ്റ്റുകാർ ഒരുങ്ങുന്നില്ല. ലാറ്റിനമേരിക്കയിലെ ക്രിസ്തീയ പുരോഹിതരിൽ ഒരു വിഭാഗം രൂപപ്പെടുത്തിയ വിമോചന ദൈവശാസ്ത്രത്തെയോ അതിന്റെ അക്യസ്തീയ പതിപ്പുകളേയോ ഫ്യൂഡൽ സോഷ്യലിസമോ, ബൂർഷ്വാ സോഷ്യലിസമോ ആയി ഇന്നത്തെ മാർക്സിസ്റ്റ് ലെനിനിസ്റ്റുകാർ കാണുന്നില്ല. നേരെമറിച്ച്, മനുഷ്യരാശിയെ ആകെ ചുട്ടുചാമ്പലാക്കാൻ പോകുന്ന യുദ്ധത്തിന്റെ ഭീഷണിയിൽനിന്ന് സമൂഹത്തെ രക്ഷിക്കുക, ഇന്നും സാമ്രാജ്യ മേധാവിത്വത്തിന്റെ വിവിധ രൂപങ്ങളിലുള്ള ആക്രമണങ്ങൾക്കിരയായ മൂന്നാംലോക രാജ്യങ്ങളിലെ ജനങ്ങളെ ഉദ്ധരിക്കുക, വികസിത മുതലാളിത്തരാജ്യങ്ങളിലെ കുത്തകമേധാവിത്വത്തിന്റെ ചവിട്ടടിയിൽ നിന്ന് ജനസമാന്യത്തെ രക്ഷിക്കുക മുതലായ ചുമതലകൾ നിറവേറ്റുന്നതിന് അവിശ്വാസികളായ മാർക്സിസ്റ്റുകാർക്ക് എന്നതുപോലെ പുരോഗമനേച്ഛുക്കളായ മതനേതാക്കൾക്കും സജീവമായ പങ്ക് വഹിക്കാൻ കഴിയും.

ഇതിനർഥം വൈരുധ്യാത്മക ഭൗതികവാദത്തിൽ അടിയുറച്ചുനിൽക്കുന്ന മാർക്സിസ്റ്റ്-ലെനിനിസ്റ്റുകാർ മതത്തിന്റേതായ മൗലിക സമീപനത്തോട് വിട്ടുവീഴ്ച ചെയ്യുമെന്നല്ല. അതിനെതിരായ ആശയസമരം തുടർ

ച്ചയായി നടത്തുക തന്നെ വേണം. പ്രായോഗിക രാഷ്ട്രീയത്തിലെ ജയത്തിനു വേണ്ടി ആശയപരമായ അടിസ്ഥാന നിലപാട് ഒരിക്കലും ഉപേക്ഷിച്ചുകൂടാ. അതേയവസരത്തിൽ ആശയപരമായി ഉറച്ചനിലപാട് എടുക്കുമ്പോൾ തന്നെ പ്രായോഗിക രാഷ്ട്രീയത്തിൽ മതവിശ്വാസത്തിന്റെതടക്കമുള്ള ചിന്താഗതി വച്ചുപുലർത്തുന്നവരെയും പ്രസ്ഥാനങ്ങളെയും സജീവമായി പങ്കെടുപ്പിക്കും.

ഈ സമീപനം—ആശയതലത്തിൽ കടുകിടപോലും വിട്ടുവീഴ്ച ചെയ്യാതെ പ്രായോഗികതലത്തിൽ തികച്ചും അയവേറിയ സമീപനം അംഗീകരിക്കൽ—കേരളത്തിലെ മാർക്സിസ്റ്റുകാർ അംഗീകരിക്കുന്നതാണെന്നതിന്റെ നല്ല ഒരു ഉദാഹരണം ഈ അടുത്തകാലത്തുണ്ടായി. ഇടതുപക്ഷ നേതൃത്വത്തിലുള്ള കേരള ഗവൺമെന്റ് മുൻകൈ എടുത്ത് സംഘടിപ്പിച്ച ആദിശങ്കരന്റെ 1200–ാം ജന്മദിനം കൊണ്ടാടാൻ തീരുമാനിച്ച സംഭവത്തെയാണ് ഇവിടെ സൂചിപ്പിക്കുന്നത്. അദ്വൈതവേദാന്തമെന്ന ശാങ്കരദർശനത്തിന് ഇന്നത്തെ ലോകത്തിൽ യാതൊരു പ്രസക്തിയുമില്ലെന്ന് വെട്ടിത്തുറന്നുപറഞ്ഞുകൊണ്ടുതന്നെ ആ ദാർശനികന്റെ മഹത്തായ സംഭാവനകളെ വിലമതിക്കുന്ന കാഴ്ചപ്പാടാണ് മാർക്സിസ്റ്റുകാർ ഈ ആഘോഷവേളയിൽ കാഴ്ചവച്ചത്. മാർക്സിസ്റ്റുകാരും ഹിന്ദുസന്യാസികളും തമ്മിൽ, ദാർശനിക കാര്യങ്ങളിൽ വിയോജിപ്പ് നിലനിർത്തിക്കൊണ്ടുതന്നെ ബഹുജനങ്ങളെ സേവിക്കുന്നതിൽ ഒരുമിച്ചുപോകാൻ കഴിയും, ശ്രമിക്കണം, എന്ന പ്രഖ്യാപനമാണ് ഇതിൽ അടങ്ങിയത്.

ഇതവസാനിപ്പിക്കുന്നതിനുമുമ്പ് രണ്ടാം ചോദ്യത്തിന്റെ കർത്താവ് പരാമർശിക്കുന്ന 'മുൻ നക്സൽകാരെ'ക്കുറിച്ച് ഒരുവാക്ക്. ഒരു കാലത്ത് നക്സൽകാരനായി എന്നുവച്ച് ജീവിതകാലം മുഴുവൻ അയാളെ നക്സലായി കണക്കാക്കുന്ന രീതി ശരിയല്ല. പല നക്സൽകാരിലും മാറ്റം വന്നിട്ടുണ്ട്. ആ മാറ്റം പലരുടെയും കാര്യത്തിൽ അപൂർണമാകാം. പക്ഷേ, വന്നേടത്തോളമുള്ള മാറ്റം അംഗീകരിച്ചുകൊണ്ട് സഹകരിക്കാവുന്നിടത്തോളം സഹകരിക്കുക, അതേയവസരത്തിൽ അവരുടെ മുൻ നക്സൽ ചിന്താഗതിയുടെ വല്ല അംശവും പുറത്തു വരുന്നുണ്ടെങ്കിൽ അതിനെ വിട്ടുവീഴ്ചയില്ലാതെ എതിർക്കുക—ഈ കാഴ്ചപ്പാടാണ് എടുക്കേണ്ടത്! അതാണ് സിപിഐ (എം) ഇന്നെടുക്കുന്നത്.(16.06.1989)

23

ഉദ്ധരണി തെറ്റ്

കേരള യൂണിവേഴ്സിറ്റി യൂണിയൻ സംഘടിപ്പിച്ച 'ജാതി മതശക്തികളും ഇന്ത്യൻ രാഷ്ട്രീയവും' എന്ന വിഷയത്തെക്കുറിച്ചുള്ള സെമിനാറിൽ താങ്കൾ ചെയ്ത പ്രഭാഷണത്തിൽ ജാതി വ്യവസ്ഥ നശിച്ചുകൊണ്ടിരിക്കുന്ന ഒന്നാണെന്നും മതം ഇല്ലാതാകുമെന്ന് പറയാൻ തലയ്ക്ക് വെളിവുള്ളവർക്ക് കഴിയില്ല എന്നും പറഞ്ഞതായി 22–8–89 ന്റെ *ദേശാഭിമാനി*യിൽക്കൂടി വായിക്കാനിടയായി. പക്ഷേ *കമ്യൂണിസ്റ്റ് മാനിഫെസ്റ്റോ*വിൽ 'കമ്യൂണിസം എല്ലാ മതങ്ങളെയും സദാചാരങ്ങളെയും നശിപ്പിക്കുന്നു. അതുപോലെ മുമ്പത്തെ എല്ലാ ചരിത്രാനുഭവങ്ങൾക്കും വിരുദ്ധമായിട്ടാണത് പ്രവർത്തിക്കുന്നത്' (പേജ് 72) ഇതും താങ്കളുടെ പ്രഭാഷണത്തിൽ ഉൾപ്പെട്ട വാചകങ്ങളും തമ്മിൽ ഒരുപാട് വൈരുധ്യങ്ങളില്ലേ? സംശയം തീർത്തുതരുമെന്ന് പ്രതീക്ഷിക്കുന്നു.

ടി സക്കറിയ

ബഹറൈൻ

*കമ്യൂണിസ്റ്റ് മാനിഫെസ്റ്റോ*വിൽ നിന്ന് ഉദ്ധരിച്ചുചേർക്കുന്നതിൽ ചോദ്യകർത്താവിന് ഒരു വലിയ പിശക് പറ്റിയിരിക്കുന്നു. 'എല്ലാ മതങ്ങളെയും എല്ലാ സദാചാരങ്ങളെയും കമ്യൂണിസം നശിപ്പിക്കുന്നു. മുമ്പത്തെ ചരിത്രാനുഭവങ്ങൾക്കും വിരുദ്ധമായിട്ടാണ് അത് പ്രവർത്തിക്കുന്നത്.' എന്നത് *മാനിഫെസ്റ്റോ*വിന്റെ കർത്താക്കൾ പ്രകടിപ്പിച്ച അഭിപ്രായമായാണ് അദ്ദേഹം ധരിച്ചിട്ടുള്ളത്. അത് സത്യമല്ല. എതിരാളിയുടെ വാദം എടുത്തുപറഞ്ഞ് അതിന് മറുപടി നൽകുകയെന്ന രീതിയനുസരിച്ച് *മാനിഫെസ്റ്റോ*വിന്റെ കർത്താക്കൾ ഉദ്ധരിച്ച എതിരാളിയുടെ അഭിപ്രായം *മാനിഫെസ്റ്റോ*വിന്റ അഭിപ്രായമായി ചോദ്യകർത്താവ് ധരിച്ചിരിക്കുകയാണ്.

എതിരാളിയുടെ ഈ ആരോപണത്തിന് *മാനിഫെസ്റ്റോവി*ന്റെ കർത്താക്കൾ ഇങ്ങനെ മറുപടി പറയുന്നു; "എല്ലാ ഭൂതകാലസമൂഹത്തിന്റെയും ചരിത്രം വർഗശത്രുതകളുടെ, വിവിധ കാലഘട്ടങ്ങളിൽ വിവിധ രൂപങ്ങൾ കൈക്കൊണ്ട ശത്രുതകളുടെ വളർച്ചയിൽ അടങ്ങിയിരിക്കുന്നു. എന്നാൽ അവ കൈക്കൊണ്ട രൂപം എന്തുതന്നെയായിരുന്നാലും, കഴിഞ്ഞകാലഘട്ടങ്ങൾക്കെല്ലാം ഒരു പൊതുസ്വഭാവമുണ്ട്—സമൂഹത്തിന്റെ ഒരു വിഭാഗം മറ്റൊരു വിഭാഗത്തെ ചൂഷണം ചെയ്തിരുന്നു എന്ന വസ്തുത.

"അപ്പോൾ പണ്ടുകാലങ്ങളിലെ സാമൂഹ്യബോധത്തിന് എത്രതന്നെ ബാഹുല്യവും വൈരുധ്യവും ഉണ്ടായിരുന്നാലും അത് ഏതാനും പൊതുരൂപങ്ങളുടെ അഥവാ സാമാന്യാശയഗതികളുടെ അതിരുകൾക്കുള്ളിൽ നിന്നുകൊണ്ടാണ് പ്രവർത്തിച്ചിരുന്നതെന്നതിൽ അത്ഭുതമില്ല. വർഗശത്രുതകൾ പൂർണമായും തിരോധാനം ചെയ്താലല്ലാതെ ആ ആശയങ്ങൾ തികച്ചും ഇല്ലാതാവുകയില്ല."

ഇങ്ങനെ വർഗശത്രുതകളുടെ സാഹചര്യത്തിൽ രൂപപ്പെട്ട രണ്ട് ആശയഗതികളാണ് ജാതിയുടെതും മതത്തിന്റേതും. ധനികർ ദരിദ്രരെ കൊള്ളയടിക്കുന്നതിന് രണ്ടും ഉപയോഗപ്പെടുത്തിയിട്ടുണ്ട്. പക്ഷേ, രണ്ടും തമ്മിൽ ഒരു പ്രധാന വ്യത്യാസമുണ്ടെന്ന് ഞാനെന്റെ പ്രഭാഷണത്തിൽ ചൂണ്ടിക്കാട്ടി.

ബൂർഷ്വാരീതിയിലുള്ള വർഗ ശത്രുക്കൾ പൂർണമായി രൂപപ്പെടുന്നതിന് മുമ്പുള്ള സമൂഹത്തിന്റെ സൃഷ്ടിയാണ് ജാതി. അതുകൊണ്ട് മുതലാളിത്ത പൂർവ സമൂഹം മുതലാളിത്തത്തിന് വഴിമാറിക്കൊടുക്കുമ്പോൾ ജാതി അപ്രസക്തമാവും. ആധുനികഭാരതത്തിന്റെയും കേരളത്തിന്റെയും ചരിത്രം ഇത് തെളിയിക്കുന്നു.

ബ്രിട്ടീഷ് ഭരണത്തിൻ കീഴിൽ മുതലാളിത്തം വളർന്നുവരാൻ തുടങ്ങിയപ്പോൾ സമൂഹത്തിൽ ജാതിക്കുള്ള സ്വാധീനം കുറയാൻ തുടങ്ങി. ബ്രിട്ടീഷ് ഭരണം അവസാനിച്ച് ഇന്ത്യക്കാർ തന്നെ ഭരണത്തിന്റെ ചുക്കാൻ പിടിക്കാൻ തുടങ്ങിയപ്പോൾ മുതലാളിത്ത വളർച്ചയുടെ ഗതിവേഗം കൂടി. ജാതിവിരുദ്ധ പ്രസ്ഥാനങ്ങളും അധികമധികം ശക്തിപ്പെടാൻ തുടങ്ങി.

ഇന്നും ജാതിയുടെ സ്വാധീനം സമൂഹത്തിലുണ്ടെന്നതു നേരാണ്. മുതലാളിത്ത വളർച്ച സാമ്പത്തികമേഖലയിൽ ഏതു നിലവാരത്തിലേക്കുയർന്നാലും, സാമൂഹ്യവും ആശയപരവുമായ മേഖലകളിൽ പഴയതിനെതിരെയുള്ള വിപ്ലവസമരം ശക്തിപ്പെടുത്തിയാൽ മാത്രമേ ജാതി വ്യത്യാസത്തിന്റെ കട പറിച്ചെറിയാൻ കഴിയുകയുള്ളു. അതുകൊണ്ടാണ് ജനകീയ ജനാധിപത്യവിപ്ലവത്തിന്റെ അഭേദ്യഭാഗമായി ജാതിരഹിത സമൂഹം കെട്ടിപ്പടുക്കുക എന്ന കാഴ്ചപ്പാട് ഇന്ത്യയിലെ മാർക്സിസ്റ്റുകാർ അംഗീകരിച്ചത്.

മതത്തിന്റെ സ്ഥിതി ഇതല്ല. മുതലാളിത്ത വളർച്ചയുടെ ഭാഗമായി ആധുനിക നിരീശ്വരവാദം മതനിഷേധം എന്നിവ വളർന്നിട്ടുണ്ടെങ്കിലും, സമൂഹത്തിൽ ഒരു ചെറുവിഭാഗത്തെ മാത്രമേ ഈ പുതിയ ആശയഗതി സ്വാധീനിച്ചിട്ടുള്ളു. ബഹുഭൂരിപക്ഷം വരുന്ന പാവപ്പെട്ടവർ, ന്യൂനപക്ഷം വരുന്ന പ്രമാണികളിൽ ബഹുഭൂരിപക്ഷം പോലും മതത്തിന്റെ ശക്തിയായ സ്വാ

ധീനത്തിന് വിധേയരാണ്. മാർക്സിസ്റ്റ്-ലെനിനിസ്റ്റുകാർ സംഘടിപ്പിക്കാൻ നോക്കുന്ന തൊഴിലാളി-കർഷകാദി ബഹുജനങ്ങളിൽ ബഹുഭൂരിപക്ഷം മതവിശ്വാസികളാണ്.

അതുകൊണ്ട് സ്വയം മതനിഷേധികളായി ആ വസ്തുത പരസ്യമായി പ്രഖ്യാപിക്കുമ്പോൾ തന്നെ ബഹുഭൂരിപക്ഷം ജനങ്ങൾ മതവിശ്വാസികളാണെന്ന സത്യം അംഗീകരിച്ച് മതവിശ്വാസികളുടെ വികാരങ്ങളെ മാനിക്കാൻ തയ്യാറായാൽ മാത്രമേ മാർക്സിസ്റ്റ്-ലെനിനിസ്റ്റുകാർക്ക് തങ്ങളുടെ വിപ്ലവകരമായ കടമ നിറവേറ്റാൻ കഴിയൂ. മതനിഷേധത്തിന്റേതായ ആശയപ്രചരണത്തിൽ സ്വയം മുഴുകുന്ന മാർക്സിസ്റ്റ്-ലെനിനിസ്റ്റുകാർ ബഹുജനങ്ങളുടെ മതവികാരങ്ങളെ ഒരിക്കലും വ്രണപ്പെടുത്തരുതെന്നു മാർക്സിസ്റ്റ് ആചാര്യന്മാർ നിർദേശിക്കുന്നു.

അതുകൊണ്ടാണ് ഇന്ന് നമുക്ക് വിഭാവനം ചെയ്യാൻ കഴിയുന്നത്ര കാലത്തിനിടയ്ക്ക് മതം ഇല്ലാതാകുമെന്ന് പറയാൻ തലയ്ക്ക് വെളിവുള്ളവർക്ക് കഴിയുകയില്ലെന്നു ഞാനെന്റെ പ്രഭാഷണത്തിൽ പറഞ്ഞത്.

മതം എങ്ങനെ ഉളവായി, എങ്ങനെ അത് തുടരുന്നു, എന്ന ചോദ്യത്തിനുകൂടി ഉത്തരം പറഞ്ഞാലേ കാര്യം വ്യക്തമാവുകയുള്ളു. ചരിത്രത്തിന്റെ ആദ്യഘട്ടത്തിൽ പ്രകൃതി പ്രതിഭാസങ്ങളുടെ മുമ്പിൽ നിസ്സഹായരായിരുന്നു മനുഷ്യർ. ആ നിസ്സഹായതയിൽ നിന്നാണ് ആദ്യകാല മതങ്ങൾ രൂപം പ്രാപിച്ചത്.

പിന്നീട് പ്രകൃതി പ്രതിഭാസങ്ങളുടെ മേൽ നിയന്ത്രണം നേടാൻ തുടങ്ങിയ മനുഷ്യൻ സാമ്പത്തിക ചൂഷണമെന്ന സാമൂഹ്യപ്രതിഭാസത്തിന്റെ മുമ്പിൽ നിസ്സഹായനായി. ഈ പുതിയ നിസ്സഹായതയിൽ നിന്നാണ് അനന്തരകാലമതങ്ങൾ രൂപംകൊണ്ടത്. സാമ്പത്തിക ചൂഷണത്തിന്റെ വിവിധ രൂപങ്ങൾ ഓരോന്നോരോന്നായി—അടിമത്തം, ജാതി മേധാവിത്വം, ഫ്യൂഡലിസം, മുതലാളിത്തം എന്ന ക്രമത്തിൽ വളരാൻ തുടങ്ങിയപ്പോൾ മനുഷ്യന്റെ നിസ്സഹായതയും അതിന്റെ പ്രകടരൂപമായ മതവും രൂപം മാറാൻ തുടങ്ങി.

പക്ഷേ, മുതലാളിത്ത വ്യവസ്ഥ തകർന്ന് സോഷ്യലിസം ഉയർന്നുവന്ന് കമ്യൂണിസമായി രൂപാന്തരപ്പെടുന്നതുവരെ സാമൂഹ്യപ്രതിഭാസങ്ങളുടെ മുമ്പിൽ മനുഷ്യനുള്ള നിസ്സഹായത തുടരും — അതോടൊപ്പം മതവും.

എന്നാൽ, മുതലാളിത്ത സമൂഹത്തിന്റെ വളർച്ചയുടെ ഫലമായി ത്തന്നെ മതത്തിന് സമൂഹത്തിലുള്ള സ്ഥാനത്തിൽ മാറ്റം വരുത്താൻ കഴിയും. സാമൂഹ്യജീവിതത്തിൽ, രാഷ്ട്രീയത്തിൽ, സംസ്കാരത്തിൽ—ഇതിലെല്ലാം മതത്തിനുള്ള പ്രാമാണ്യം ഇല്ലാതാക്കാൻ കഴിയും. മതത്തെയും രാഷ്ട്രീയത്തെയും മതത്തെയും സാംസ്കാരികജീവിതത്തെയും തമ്മിൽത്തമ്മിൽ തികച്ചും വേർതിരിക്കാൻ കഴിയും. അതാണ് ബൂർഷ്വാസമൂഹത്തിന്റെ മുദ്രാവാക്യങ്ങളിലൊന്നായ മതനിരപേക്ഷതയുടെ അടിസ്ഥാനം.(22.09.1989)

24

മതനിരപേക്ഷത മതവിരോധമല്ല

ഇക്കഴിഞ്ഞ ലോക്സഭാ തെരഞ്ഞെടുപ്പുഫലം വിലയിരുത്തവേ, കേരളത്തിൽ ഇടതുപക്ഷ മുന്നണിക്കേറ്റ കനത്ത പരാജയത്തിന് മുഖ്യകാരണം, ജാതി–മതശക്തികളുടെ കേന്ദ്രീകരണമാണെന്ന് സഖാവ് അഭിപ്രായപ്പെട്ടിരുന്നല്ലോ. ഇത്തരം ജാതി–മതശക്തികളെ ഇടതുപക്ഷ മുന്നണിക്കെതിരായി കേന്ദ്രീകരിപ്പിക്കുമാറ് അവരെ പ്രകോപിപ്പിച്ചതിന്റെ മുഖ്യഉത്തരവാദിത്വം നമ്മുടെ പാർട്ടിക്ക് തന്നെയല്ലേ? (ശരി അത്ത് വിവാദം മുതൽ 'പള്ളിയെ തള്ളിപ്പറയാൻ' പറഞ്ഞത് വരെയുള്ള കാര്യങ്ങൾ) ജാതിചിന്തയ്ക്കും മതവിശ്വാസത്തിനും വലിയ ഉലച്ചിലൊന്നും തട്ടാത്ത ഈ സമൂഹത്തിലെ നാനാജാതി മതസ്ഥരെ നമ്മുടെ കൊടിക്കീഴിൽ അണിനിരത്താൻ ഇത്തരം സമീപനംകൊണ്ട് സാധിക്കുമോ? പല ലാറ്റിനമേരിക്കൻ രാജ്യങ്ങളിലും പള്ളിപുരോഹിതന്മാരും കമ്യൂണിസ്റ്റുകാരും തോളോട് തോൾചേർന്ന് മനുഷ്യാവകാശങ്ങൾക്കു വേണ്ടി പോരാടുമ്പോൾ, കേരളത്തിലെ ഒരു പാർട്ടിയുടെ നേതാവിനോട് പള്ളിയെ തള്ളിപ്പറയാൻ പറഞ്ഞത് ഉചിതമായോ? (വർഗീയതയോട് വിട്ടുവീഴ്ച ചെയ്യണമെന്നോ, ജാതിമതശക്തികളുമായി സഖ്യമുണ്ടാക്കണമെന്നോ സൂചനയില്ല) ശരിഅത്ത് വിവാദമടക്കമുള്ള പ്രശ്നങ്ങളിൽ നമ്മുടെ പാർട്ടി കൈക്കൊണ്ട നിലപാട് പുരോഗമന ആശയക്കാരെ ആകർഷിച്ചെങ്കിലും ഗണ്യമായ മുസ്ലിം ജനവിഭാഗങ്ങൾക്ക് നമ്മുടെ പാർട്ടിയിൽ സംശയം വളർത്തിയില്ലേ? നമ്മുടെ വർഗീയ വിരുദ്ധ പ്രചാരണം മതവിരുദ്ധ പ്രചാരണത്തിന്റെ സ്വഭാവം കൈക്കൊണ്ടുപോയിട്ടുണ്ടോ?

ഒരു കൂട്ടം ചിന്ത വായനക്കാർ

ഉദയം അർട്ട്സ് കോളേജ്, ഇരിക്കൂർ, കണ്ണൂർ ജില്ല

സാമ്പത്തികവും രാഷ്ട്രീയവുമായവയിലെന്നപോലെ സാമൂഹ്യവും സാംസ്കാരികവുമായ മേഖലകളിലും വിപ്ലവകരമായ നിലപാടെടുക്കുന്ന ഒരു പ്രസ്ഥാനമാണ് കമ്യൂണിസം. ബൂർഷ്വാ–യുക്തിവാദികൾ പ്രചരിപ്പിക്കുന്ന ആശയങ്ങൾ, ബൂർഷ്വാ സാമൂഹ്യ പരിഷ്കർത്താക്കൾ നടപ്പിലാക്കുന്ന പരിവർത്തനങ്ങൾ എന്നിവ കൂടി ഉൾപ്പെടുന്നതാണ് തൊഴിലാളിവർഗത്തിന്റെ വിപ്ലവപ്രസ്ഥാനമെന്നർഥം.

കേരളത്തിന്റെ കാര്യമെടുക്കുക. സംഘടിത തൊഴിലാളി പ്രസ്ഥാനം ഉടലെടുക്കുന്നതിനുമുമ്പുതന്നെ "ഒരു ജാതി, ഒരു മതം, ഒരു ദൈവം മനുഷ്യന്" എന്ന ശ്രീനാരായണസിദ്ധാന്തം ഇവിടെ വ്യാപകമായി പ്രചരിപ്പിച്ചിരുന്നു. അതിന്റെ അടിസ്ഥാനത്തിൽ ആദ്യം അവർണജാതിക്കാരുടെയും പിന്നീട് സവർണരുടെയും സാമൂഹ്യപരിഷ്കാരപ്രസ്ഥാനങ്ങൾ രൂപംകൊണ്ടു.

ഇന്ത്യൻ സ്വാതന്ത്ര്യത്തിനുവേണ്ടിയുള്ള ദേശീയ സമരപ്രസ്ഥാനം വ്യാപകമായി അടിച്ചുകയറിയപ്പോൾ അതിന്റെ അല ഈ സാമൂഹ്യപരിഷ്കരണ പ്രസ്ഥാനത്തിലും അടിച്ചു. ദേശീയസമരപ്രസ്ഥാനത്തിനകത്തുതന്നെ ഇടതുപക്ഷ ചിന്താഗതികൾ വളർന്നു. അവ കേരളത്തിലെ സാമൂഹ്യപരിഷ്കാര പ്രസ്ഥാനത്തിനകത്തും പ്രതിഫലിച്ചു.

ഇതിന്റെ പരിണാമമാണ് സഹോദരൻ അയ്യപ്പന്റെ നേതൃത്വത്തിൽ ഉയർന്നുവന്ന ഇടതുപക്ഷ സാമൂഹ്യപരിഷ്കരണ പ്രസ്ഥാനം. ഇന്ത്യൻ സ്വാതന്ത്ര്യത്തിനുവേണ്ടിയുള്ള ദേശീയസമര പ്രസ്ഥാനവുമായി പറയത്തക്ക അടുപ്പമൊന്നും ഇല്ലെങ്കിലും, ആ പ്രസ്ഥാനത്തിനകത്ത് രൂപംകൊണ്ട ഇടതുപക്ഷ (സോഷ്യലിസ്റ്റും കമ്യൂണിസ്റ്റും) ചിന്താഗതികൾ സഹോദര പ്രസ്ഥാനത്തിൽ അലയടിച്ചു. ഇതിന് സമാന്തരമായി നമ്പൂതിരി സമുദായത്തിലും ഇടതുപക്ഷ ചിന്താഗതികൾ വളർന്നുവരാൻ തുടങ്ങി. സമാന്തരമായി വളർന്നുവന്ന ഈ രണ്ട് ചിന്താഗതികളും മറ്റ് ചിലവയും ചേർന്നാണ് കേരളത്തിൽ ആദ്യം സോഷ്യലിസ്റ്റ്–കമ്യൂണിസ്റ്റ് ചിന്താഗതികൾ പ്രചരിപ്പിക്കാൻ തുടങ്ങിയത്.

സാമൂഹ്യരംഗത്ത് നടന്ന ഈ സംഭവവികാസങ്ങൾക്ക് സമാന്തരമായി സാംസ്കാരികരംഗത്തും ബൂർഷ്വാ യുക്തിവാദത്തിന്റേതായ പ്രസ്ഥാനം രൂപപ്പെട്ടു. സഹോദരൻ അയ്യപ്പൻ അടക്കം ഏതാനും ചിന്തകന്മാർ ചേർന്ന് *യുക്തിവാദി* എന്ന ഒരു മാസിക തന്നെ പ്രസിദ്ധീകരിക്കാൻ തുടങ്ങി.

അതേ കാലത്താണ് ദേശീയ പ്രസ്ഥാനത്തിനകത്ത് അയിത്തോച്ചാടനത്തിനുവേണ്ടിയുള്ള ബഹുജനനീക്കം തുടങ്ങിയത്. ക്ഷേത്രപ്രവേശനം, മിശ്രഭോജനം, മിശ്രവിവാഹം മുതലായവയുടെ ആശയങ്ങൾ പ്രചരിപ്പിക്കുക മാത്രമല്ല അവ പ്രാവർത്തികമാക്കാനുള്ള പ്രവർത്തനം കൂടി തുടങ്ങി. ഇതും മുമ്പുപറഞ്ഞ സാമൂഹ്യപരിഷ്കാര–യുക്തിവാദ പ്രസ്ഥാനങ്ങളും ചേർന്ന് സർവതോമുഖമായ സാമൂഹ്യവിപ്ലവത്തിന് അടിത്തറപാകി.

വിവിധ മേഖലകളിൽ രൂപപ്പെട്ട ഈ വിപ്ലവപ്രസ്ഥാനങ്ങളും ദേശീയ സമരപ്രസ്ഥാനത്തിലെ ഇടതുപക്ഷ വിഭാഗവും ചേർന്നാണ് കമ്യൂണിസ്റ്റ്

പാർട്ടിയുടെ മുൻഗാമിയായി കേരളത്തിൽ കോൺഗ്രസ് സോഷ്യലിസ്റ്റ് പാർട്ടി രൂപംകൊണ്ടത്. അതും അതിന്റെ വളർച്ചയെത്തിയ രൂപമായ കമ്യൂണിസ്റ്റ് പാർട്ടിയും ബഹുമുഖ വിപ്ലവപ്രസ്ഥാനങ്ങളുടെ അനന്തരാവകാശിയായിരുന്നുവെന്നർഥം.

എന്നാൽ മുൻഗാമികളായിരുന്ന വിപ്ലവപ്രസ്ഥാനങ്ങളും സോഷ്യലിസ്റ്റ്–കമ്യൂണിസ്റ്റ് പ്രസ്ഥാനങ്ങളും തമ്മിൽ ഒരു വ്യത്യാസമുണ്ടായിരുന്നു. സോഷ്യലിസം അല്ലെങ്കിൽ കമ്യൂണിസം മറ്റെല്ലാ രംഗങ്ങളിലുമുള്ള വിപ്ലവപ്രസ്ഥാനങ്ങളെ തൊഴിലാളിവർഗത്തിന്റെ രാഷ്ട്രീയ പ്രസ്ഥാനത്തിന് കീഴ്പ്പെടുത്തുന്നു. അധ്വാനിക്കുന്ന ബഹുജനങ്ങളെ ബൂർഷ്വാ–ഭൂപ്രഭു വർഗചൂഷണത്തിൽനിന്ന് മോചിപ്പിക്കുകയെന്ന കേന്ദ്ര ലക്ഷ്യത്തെ മുൻനിർത്തിയാണ് സാമൂഹ്യ പരിഷ്കാര പ്രസ്ഥാനത്തെയും യുക്തിവാദമടക്കമുള്ള സാംസ്കാരിക പ്രസ്ഥാനങ്ങളെയും മാർക്സിസം–ലെനിനിസം കാണുന്നത്; ബൂർഷ്വാ സാമൂഹ്യ പരിഷ്കർത്താക്കളും ബൂർഷ്വാ യുക്തിവാദികളുമാകട്ടെ, സാമൂഹ്യപരിഷ്കാരത്തെയും യുക്തിവാദത്തെയും മറ്റ് സാംസ്കാരിക പ്രസ്ഥാനങ്ങളെയും രാഷ്ട്രീയത്തിനതീതമായി കാണുന്നു.

ഇവിടെ ഒരു കാര്യം എടുത്തുപറയേണ്ടതുണ്ട്: സാമൂഹ്യപരിഷ്കാര പ്രസ്ഥാനവും യുക്തിവാദ പ്രസ്ഥാനവും അലയടിച്ചുയരാൻ തുടങ്ങിയപ്പോൾ അതിന്റെ സ്വാധീനവലയത്തിന് വെളിയിലാണ് മുസ്ലിം–ക്രിസ്ത്യൻ ന്യൂനപക്ഷ സമുദായങ്ങൾ നിന്നത്. ഹിന്ദുക്കളുടെ ഇടയിലെന്നപോലെ ഈ ന്യൂനപക്ഷ സമുദായങ്ങളിൽ സാമൂഹ്യപരിഷ്കാര പ്രസ്ഥാനമോ യുക്തിവാദമോ വളർന്നില്ല. ആ രണ്ട് സമുദായങ്ങളിലുംപെട്ട ബഹുജനങ്ങൾ സാമൂഹ്യമായും സാംസ്കാരികമായും താരതമ്യേന പിന്നണിയിലായിരുന്നു. അതുകൊണ്ട്, അവരെ സോഷ്യലിസത്തിനും കമ്യൂണിസത്തിനും എതിരായി തിരിച്ചുവിടാൻ പിന്തിരിപ്പന്മാർക്ക് കഴിഞ്ഞു. കോൺഗ്രസ് നേതൃത്വത്തിൽ സംഘടിപ്പിച്ച 'വിമോചനസമര'ത്തിന്റെ പ്രധാന അടിത്തറ ഈ സമുദായങ്ങളുടെ പിന്നോക്കാവസ്ഥ ആയിരുന്നു.

എന്നാൽ ലോകത്താകെയും ഇന്ത്യയിലും അടിച്ചു വീശിക്കൊണ്ടിരിക്കുന്ന സാമൂഹ്യ–സാംസ്കാരിക വിപ്ലവത്തിന്റെ കാറ്റ് ഈ സമുദായങ്ങളിലേക്കും അടിക്കാൻ തുടങ്ങിയിട്ടുണ്ട്. ഉൽപ്പതിഷ്ണുക്കളായ മുസ്ലിം–ക്രിസ്ത്യൻ വിഭാഗങ്ങൾ മുമ്പ് ഹിന്ദുസമുദായത്തിലെന്നപോലെ സാമൂഹ്യ–സാംസ്കാരിക പരിവർത്തനങ്ങൾക്കുവേണ്ടി വാദിക്കാൻ തുടങ്ങിയിട്ടുണ്ട്. ക്രിസ്ത്യൻ സമുദായത്തിലെ 'വിമോചന ദൈവശാസ്ത്രം', മുസ്ലിം സമുദായത്തിലെ സ്ത്രീസ്വാതന്ത്ര്യാദി ആവശ്യങ്ങളെ ആസ്പദമാക്കിയ നീക്കങ്ങൾ മുതലായവ വളർന്നുവരുന്നുണ്ട്. അവയെക്കൂടി വളർത്തി ശക്തിപ്പെടുത്തിക്കൊണ്ടു മാത്രമേ സംഘടിത തൊഴിലാളിവർഗ പ്രസ്ഥാനത്തിന് മുന്നേറാൻ കഴിയൂ.

അതേ അവസരത്തിൽ, ആദ്യകാലത്ത് വിവിധ വിപ്ലവപ്രസ്ഥാനങ്ങൾക്ക് പ്രോത്സാഹനം നൽകിയ ഹിന്ദുസമുദായത്തിൽ വിപ്ലവവിരുദ്ധമായ ചിന്താഗതികൾ വളർന്നു വരുന്നുണ്ട്. അതാണ് അടുത്തകാലത്ത് വളരാൻ തുട

ങ്ങിയിട്ടുള്ള ഹൈന്ദവ വർഗീയതയുടെ അടിസ്ഥാനം. ദേശീയ സ്വാതന്ത്ര്യത്തെ ഹൈന്ദവമേധാവിത്വത്തിന്റെ പുനഃസ്ഥാപനമായി വ്യാഖ്യാനിക്കാനുള്ള പ്രവണത സ്വാതന്ത്ര്യസമരകാലത്തുതന്നെ പ്രത്യക്ഷപ്പെട്ടിരുന്നു. പക്ഷേ, അന്ന് ദേശീയഐക്യത്തിന്റെയും മതസൗഹാർദത്തിന്റെയും സന്ദേശം വ്യാപകമായി പ്രചരിച്ചിരുന്നതിനാൽ ഹിന്ദുമേധാവിത്വത്തിന്റെ പുനഃസ്ഥാപനമെന്ന ആശയം താരതമ്യേന ദുർബലമായിരുന്നു. സ്വാതന്ത്ര്യലബ്ധിക്കുശേഷം അത് ക്രമേണ വളരാൻ തുടങ്ങി. ഇക്കഴിഞ്ഞ ലോക്സഭാ നിയമസഭാ തെരഞ്ഞെടുപ്പുകളോടുകൂടി അതൊരു ഗണ്യമായ രാഷ്ട്രീയശക്തിയായി രൂപപ്പെട്ടിട്ടുണ്ട്.

അതായത്, മുസ്ലിം, ക്രിസ്ത്യൻ, ഹിന്ദു എന്നീ മൂന്ന് മുഖ്യമതസമുദായങ്ങളിലുംപെട്ട പിന്തിരിപ്പൻമാർ അതാത് സമുദായത്തിൽപ്പെട്ട പുരോഗമനശക്തികൾക്കെതിരെ ശക്തമായ ആക്രമണങ്ങൾ നടത്തിക്കൊണ്ടിരിക്കുകയാണ്. അവയെ മൂന്നിനെയും സംഘടിതമായി എതിർത്ത് പരാജയപ്പെടുത്താതെ തൊഴിലാളിവർഗത്തിന്റെ വിപ്ലവപ്രസ്ഥാനം വളർന്ന് ശക്തിപ്പെടുകയില്ല. ബൂർഷ്വാ സാമൂഹ്യ പരിഷ്കർത്താക്കൾ, ബൂർഷ്വാ യുക്തിവാദികൾ എന്നിവർ നടത്തുന്ന സാമൂഹ്യ-സാംസ്കാരിക സമരങ്ങളെ തൊഴിലാളിവർഗ നേതൃത്വത്തിലുള്ള രാഷ്ട്രീയ പ്രസ്ഥാനമായി സംയോജിപ്പിച്ചാൽ മാത്രമേ ഇടതുപക്ഷ നേതൃത്വത്തിൽ മതനിരപേക്ഷ ശക്തികളുടെ ഐക്യം രൂപപ്പെടുകയുള്ളു.

ചോദ്യകർത്താവ് പരാമർശിക്കുന്ന ലാറ്റിനമേരിക്കയിൽ 'പള്ളി പുരോഹിതന്മാരും കമ്യൂണിസ്റ്റുകാരും തോളോടുതോൾ ചേർന്ന് മനുഷ്യാവകാശങ്ങൾക്കുവേണ്ടി പോരാടു'ന്നത് പിന്തിരിപ്പൻ പള്ളി മേധാവികളുമായി കമ്യൂണിസ്റ്റുകാർ സന്ധിചെയ്തിട്ടല്ല. പള്ളിക്കകത്തുതന്നെ ഒരു പുരോഗമന വിഭാഗം രൂപപ്പെടുകയും അതിൽപ്പെട്ട പുരോഹിതന്മാർ കമ്യൂണിസ്റ്റുകാരുമായി സഹകരിക്കുകയും ചെയ്തതുകൊണ്ടാണ്. പള്ളി പുരോഹിതന്മാരിൽ തന്നെ ഒരു വിഭാഗം അമേരിക്കൻ സാമ്രാജ്യാധിപത്യവുമായി കൂട്ടുകൂടി വിമോചനപ്രസ്ഥാനത്തിനെതിരെ ആഞ്ഞടിക്കുന്നുണ്ട്; കമ്യൂണിസ്റ്റുകാരാകട്ടെ, പിന്തിരിപ്പൻ വിഭാഗത്തിൽപ്പെട്ട പള്ളിമേധാവികളെ ശക്തിയായി എതിർക്കുന്നുമുണ്ട്. എന്നുവച്ചാൽ, പള്ളിമേധാവികളിൽ ഒരു രാഷ്ട്രീയ വിഭജനം നടന്ന് അവരിൽപ്പെട്ട പുരോഗമനവിഭാഗം കമ്യൂണിസ്റ്റുകാരായി സഹകരിക്കുകയാണ്.

ഈ സഹകരണത്തിന്റെ അടിസ്ഥാനമെന്തെന്ന് ക്യൂബൻ നേതാവ് ഫിദൽ കാസ്ട്രോ വ്യക്തമാക്കിയിട്ടുണ്ട് (അദ്ദേഹത്തിന്റെ ഗ്രന്ഥം മലയാളത്തിലേക്ക് തർജുമ ചെയ്ത് പ്രസിദ്ധീകരിച്ചിട്ടുമുണ്ട്). അതിൽനിന്ന് വ്യക്തമാവുന്ന സംഗതി ഇതാണ്. കമ്യൂണിസ്റ്റുകാർ തങ്ങളുടെ ഭൗതികവാദസിദ്ധാന്തത്തിലും ക്രിസ്ത്യാനികൾ അവരുടെ മതവിശ്വാസത്തിലും ഉറച്ചുനിന്നുകൊണ്ട് തൊഴിലാളി-കർഷകാദി ബഹുജനങ്ങളുടെ താൽപ്പര്യങ്ങൾക്കുവേണ്ടി പോരാടണം. ഇതിന് ലാറ്റിനമേരിക്കൻ രാജ്യങ്ങളിലെ ക്രിസ്ത്യൻ പുരോഹിതരിൽ ഒരു നല്ലവിഭാഗം തയ്യാറായിട്ടുണ്ട്.

അതുപോലെ, കേരളത്തിലും കമ്യൂണിസ്റ്റുകാരുമായി സഹകരിച്ച് തൊഴിലാളി–കർഷകാദി ബഹുജനങ്ങളുടെ കൂടെ നിൽക്കാൻ തയ്യാറാവുന്ന ക്രിസ്ത്യൻ പുരോഹിതന്മാരുണ്ട്. അവരോടും അതുപോലെ മുസ്ലിം–ഹിന്ദുവിഭാഗങ്ങളിൽപ്പെട്ട പുരോഗമന വിഭാഗങ്ങളോടും തോളോടു തോൾ ചേർന്ന് നിൽക്കാൻ കഴിയണമെന്ന അടിസ്ഥാനത്തിലാണ് കേരളത്തിലെ കമ്യൂണിസ്റ്റുകാർ മതനിരപേക്ഷതയെക്കുറിച്ച് പറയുന്നത്. മതം കൈകാര്യം ചെയ്യുന്ന ആത്മീയ പ്രശ്നങ്ങളും രാഷ്ട്രീയക്കാർ കൈകാര്യം ചെയ്യുന്ന ഐഹികപ്രശ്നങ്ങളും തമ്മിൽ കൂട്ടിക്കുഴയ്ക്കരുതെന്നാണ് ഇതിനർഥം.

ആത്മീയകാര്യങ്ങളിൽ ശ്രദ്ധിക്കുന്ന മതം ഐഹിക കാര്യങ്ങളുടെ മേഖലയിൽ കൈകടത്തരുത്; ഐഹിക പ്രശ്നങ്ങൾ കൈകാര്യം ചെയ്യുന്ന രാഷ്ട്രീയം മതകാര്യങ്ങളിലും ഇടപെടരുത്. എന്നുവച്ചാൽ, ഹിന്ദുക്കൾക്ക് ബി ജെ പി, മുസ്ലീങ്ങൾക്ക് ലീഗ്, ക്രിസ്ത്യാനികൾക്ക് കേരളാ കോൺഗ്രസ് എന്ന ഇന്നത്തെ സ്ഥിതി അവസാനിക്കണം. ഇതിന്റെ അടിസ്ഥാനത്തിൽ "കത്തോലിക്കാ പള്ളിയുടെ നിയന്ത്രണത്തിൽ പ്രവർത്തിക്കുന്ന പാർട്ടിയെന്ന പൊതുജനധാരണ 'നീക്കണം' എന്നാണ് ഞാൻ കേരളാ കോൺഗ്രസ് നേതാവിനോട് പറഞ്ഞത്. അതിനെ 'പള്ളിയെ തള്ളിപ്പറയണമെന്ന് ഇ എം എസ് പറഞ്ഞു' എന്ന് പത്രങ്ങൾ വളച്ചൊടിക്കുകയാണുണ്ടായത്. കേരളാകോൺഗ്രസിലെ ഏതെങ്കിലും അംഗം പള്ളിയെ തള്ളിപ്പറയണമെന്ന് ഞാൻ പറഞ്ഞിട്ടേയില്ല.(13.04.1990)

25

മതനിരപേക്ഷതയുടെ പ്രശ്നം

ഇന്ത്യൻ ഭരണഘടനയിലെ ഹൈന്ദവീയതയുടെ അംശങ്ങളെപ്പറ്റി ചോദ്യങ്ങൾക്കുള്ള മറുപടിയിൽ അങ്ങ് പരാമർശിക്കുകയുണ്ടായല്ലോ. അറിഞ്ഞോ അറിയാതെയോ ഈ സ്വാധീനം മതപരമായ വിദ്വേഷത്തിനോ അന്ധതക്കോ ഒരു പരിധിവരെ വളമാകുന്നില്ലേ? മതേതരത്വം ഒരാദർശ(നയ)മായി സ്വീകരിച്ച നമ്മുടെ രാജ്യത്ത്, മതപ്രീണനത്തിനായി സർക്കാർ മാധ്യമങ്ങളെ ഉപയോഗിക്കാമോ? ചില മതങ്ങൾക്കുവേണ്ടി കൂടിയ അളവിലും ചിലതിനുവേണ്ടി കുറഞ്ഞ അളവിലുമാണത് ഉപയോഗിക്കുന്നതെങ്കിലോ? രാവിലെ 'സുപ്രഭാതവും' വൈകിട്ട് ഹിന്ദുഭക്തിഗാനങ്ങളും ഞായറാഴ്ചയും വെള്ളിയാഴ്ചയും ക്രിസ്തീയ മുസ്ലിം ഗാനങ്ങളും പള്ളിപ്പെരുന്നാളുകൾക്കും ശബരിമല ഉത്സവങ്ങൾക്കും സ്പെഷ്യൽ വാഹനങ്ങൾ അനുവദിച്ചും റേഡിയോ റിപ്പോർട്ടുകൾ വഴിയും അന്ധവിശ്വാസം പ്രോത്സാഹിപ്പിക്കുകയല്ലേ സർക്കാർ? മകരജ്യോതിയും ഗുരുവായൂർ മഹാത്മ്യവും ശുദ്ധതട്ടിപ്പാണെന്നറിഞ്ഞിട്ടും റേഡിയോയുടെയും ടി വിയുടെയും നല്ലഭാഗം അപഹരിക്കുന്നില്ലേ? ഇതെല്ലാം മതപരമായ അന്ധത വളർത്തുകയും തമ്മിലടിപ്പിക്കുകയുമല്ലേ ചെയ്യുക? വിശിഷ്യ മതപരമായ ചേരിതിരിവും കലാപങ്ങളും കൊടുമ്പിരിക്കൊണ്ടു നിൽക്കുന്ന ഈ കാലയളവിൽ. വിജ്ഞാനത്തിനും വിനോദത്തിനും ഉപകരിക്കേണ്ട നാടിന്റെ വികസനം ജനങ്ങളിലെത്തിക്കേണ്ട പ്രചാരണമാധ്യമങ്ങൾ ആ ജോലി മാത്രം നോക്കിയാൽ പോരെ? മതപ്രചാരണം അതാതു മതസംഘടനകൾ നിർവഹിച്ചുകൊള്ളട്ടെ.

എം സുധാകരൻ

പുതുപ്പള്ളി

'മതേതരത്വം ഒരാദർശമായി സ്വീകരിച്ച നമ്മുടെ രാജ്യ'മെന്ന ചോദ്യകർത്താവിന്റെ പരാമർശം പൂർണമായി ശരിയല്ല. മതത്തെയും രാഷ്ട്രീയത്തെയും കൂട്ടിക്കുഴയ്ക്കാതെ രണ്ടിനെയും വേർതിരിച്ച് നിർത്തുകയെന്ന അർഥത്തിലുള്ള മതേതരത്വം, അല്ലെങ്കിൽ മതനിരപേക്ഷത, നമ്മുടെ രാജ്യത്തെ ഭരണാധികാരികൾ അംഗീകരിച്ചിട്ടില്ല. അതാണ് 'ഇന്ത്യൻ ഭരണഘടനയിലെ ഹൈന്ദവീയതയുടെ അംശ'ങ്ങളെന്ന നിലയ്ക്ക് ഞാൻ എടുത്തുപറഞ്ഞത്.

നമ്മുടെ ഭരണകർത്താക്കൾ 'മതേതരത്വ'ത്തെക്കുറിച്ച് പറയുമ്പോൾ ഒരു മതത്തോടും പ്രത്യേക മമതയില്ലാതെ എല്ലാത്തിനോടും സമത്വം പുലർത്തുക എന്നാണതിനവർ കൽപ്പിക്കുന്ന അർഥം. ഇതാണ് സർവസമുദായ മൈത്രിയെക്കുറിച്ച് മഹാത്മാഗാന്ധി അടക്കമുള്ള ദേശീയ നേതാക്കൾ നടത്തിയ പ്രചാരവേലയുടെ ഉള്ളടക്കം.

അങ്ങനെ എല്ലാ മതങ്ങൾക്കും ഒരുപോലെ രാഷ്ട്രീയ കാര്യങ്ങളിൽ കൈകടത്താനുള്ള അവകാശം സിദ്ധിക്കുന്നു. പൊതുചടങ്ങുകൾ നടക്കുമ്പോൾ ഹൈന്ദവവും ഹൈന്ദവേതരവുമായ എല്ലാ മതവിഭാഗങ്ങളുടെയും പ്രാർഥനകൾ നടക്കുന്നു. റേഡിയോ, ടെലിവിഷൻ എന്നിവയടക്കമുള്ള പ്രചാരണ മാധ്യമങ്ങളിൽ എല്ലാ മതങ്ങളുടെയും ആചാരാനുഷ്ഠാനങ്ങൾക്ക് വൻതോതിൽ പ്രസിദ്ധീകരണം കിട്ടുന്നു. അങ്ങനെ മതത്തിന്റേതായ പൊതു അന്തരീക്ഷം സാമൂഹ്യവും രാഷ്ട്രീയവുമായ ജീവിതത്തിലാകെ പരക്കുന്നു. ഇതിനോടുള്ള എതിർപ്പാണ് ചോദ്യകർത്താവ് ശക്തമായ ഭാഷയിൽ പ്രകടിപ്പിക്കുന്നത്.

ചോദ്യകർത്താവിന്റെ ഈ നിലപാട് തികച്ചം ശരിയാണ്. പക്ഷേ, രാജ്യത്ത് ഇന്നുള്ള യാഥാർഥ്യത്തിന്റെ പ്രതിഫലനമാണിത്. കഴിഞ്ഞ നിരവധി നൂറ്റാണ്ടുകളായി മതത്തെയും രാഷ്ട്രീയത്തെയും കൂട്ടിക്കുഴച്ചുകൊണ്ടുള്ള ഭരണരീതിയും സാമൂഹ്യജീവിതവും ആണ് നമ്മുടെ നാട്ടിലുണ്ടായിരുന്നത്. ഹൈന്ദവരുടെ ദേവസ്വങ്ങൾ, മുസ്ലിങ്ങളുടെയും ക്രിസ്ത്യാനികളുടെയും പള്ളികൾ എന്നിവയുടെ നിയന്ത്രണം ഭരണവുമായി ബന്ധപ്പെട്ടാണ് കിടന്നത്. ഭരണാധികാരികൾ മതകാര്യങ്ങളിൽ ഇടപെടുന്നതും മതമേധാവികൾ രാഷ്ട്രീയ മേഖലയിൽ സ്വാധീനം ചെലുത്തുന്നതും നീതീകരിക്കാവുന്ന ചിന്താഗതിയായാണ് മതമേധാവികളിലും ഭരണക്കാരിലും ഒരുപോലെ നിലനിന്നത്.

'ദൈവത്തിനുള്ളത് ദൈവത്തിന്, രാജാവിനുള്ളത് രാജാവിന്' എന്ന *ബൈബിൾ* വചനത്തെ ആസ്പദമാക്കി പ്രവർത്തിക്കേണ്ട ക്രിസ്ത്യൻ മതമേധാവികൾ ഇടയലേഖനമെഴുതുകയും പള്ളികളിലെ വേദി ഉപയോഗിച്ച് തിരഞ്ഞെടുപ്പിൽ നേരിട്ട് പങ്കെടുക്കുകയുമായിരുന്നു. മുസ്ലിം സമുദായവും ആ സമുദായത്തിന്റെ പേരിൽ തന്നെ ഒരു പാർട്ടി ഉണ്ടാക്കി തിരഞ്ഞെടുപ്പിൽ മത്സരിച്ച് അധികാരത്തിൽ പങ്കുപറ്റുകയായിരുന്നു. ഹൈന്ദവരുടെ ഇടയിൽ നിന്നാകട്ടെ, ഈ രാജ്യം ഹിന്ദുക്കളുടെതാണ്, ഹിന്ദുക്കളുടെത് മാത്രമാണ്, എന്ന (ഹിന്ദുരാഷ്ട്ര) വാദം ഉയർത്തിക്കൊണ്ടുള്ള രാഷ്ട്രീയം

കളിക്കുന്ന ഒരു സാമൂഹ്യശക്തി ഉയർന്നുവന്നിരിക്കുന്നു. ഇവയ്ക്കെല്ലാം എതിരെ സംഘടിതമായി നീങ്ങുന്ന ഒരു പ്രസ്ഥാനം ഇനിയും വളർന്നു വരാനിരിക്കുന്നതേയുള്ളു.

ഇവിടെ ഒരു കാര്യം വ്യക്തമാക്കേണ്ടതുണ്ട്. മതവിശ്വാസികൾക്ക് അവരുടെ വിശ്വാസത്തിൽ ഉറച്ചുനിൽക്കാനും ആ വിശ്വാസം പ്രചരിപ്പിക്കാനും വിശ്വാസത്തിനനുസരിച്ചുള്ള ആചാരാനുഷ്ഠാനങ്ങൾ നടത്താനുമുള്ള മൗലികാവകാശത്തെ നിഷേധിക്കലല്ല യഥാർഥ മതനിരപേക്ഷത. മതവിശ്വാസികളുടെ മൗലികാവകാശത്തിനെതിരെ ഏതാക്രമണം ആരിൽ നിന്നുവന്നാലും, അതിനെ എതിർക്കാൻ മതനിരപേക്ഷ രാഷ്ട്രീയക്കാർക്ക് കടമയുണ്ട്. മതവിശ്വാസികളുടെ ഈ അവകാശത്തെ ദുരുപയോഗപ്പെടുത്തി മതത്തെയും രാഷ്ട്രീയത്തെയും കൂട്ടിക്കുഴയ്ക്കുന്നതിനെതിരെയാണ് മതനിരപേക്ഷതാ വാദികൾ ശക്തിയായി പോരാടേണ്ടത്. അതിലവർ വിജയിച്ചാൽ മാത്രമേ ചോദ്യകർത്താവ് ചൂണ്ടിക്കാണിക്കുന്ന ദൗർബല്യങ്ങൾ നീക്കി മതനിരപേക്ഷത യാഥാർഥ്യമാക്കാൻ കഴിയൂ.(15.03.1991)

26

മതവും രാഷ്ട്രീയവും ഇന്ന്

"മതാധ്യക്ഷന്മാരും മൗലവിമാരും സന്യാസിമാരും ആധ്യാത്മിക കാര്യങ്ങളിൽ മുഴുകി ഇരിക്കണം. ഐഹിക കാര്യങ്ങൾക്കു പ്രധാന സ്ഥാനമുള്ള രാഷ്ട്രീയ പ്രവർത്തനത്തിൽ അവർ ഏർപ്പെടാതിരിക്കണം. ക്ഷേത്രത്തെയും പള്ളിയെയും ദൈവത്തെയുമെല്ലാം വലിച്ചിഴച്ച് രാഷ്ട്രീയത്തിൽ കൊണ്ടുവരാൻ ശ്രമിക്കുന്നത് അപകടമാണെന്ന് ക്രിസ്ത്യൻ-മുസ്ലിം മതാധ്യക്ഷന്മാരെപ്പോലെ ഹിന്ദുസന്യാസിമാരും മനസിലാക്കണം. ദൈവത്തിനുള്ളത് ദൈവത്തിന്, ഭരണകൂടത്തിനുള്ളത് ഭരണകൂടത്തിന് എന്ന നിലപാടെടുക്കണം" മതസമുദായങ്ങളുടെ രാഷ്ട്രീയ ഇടപെടൽ എന്ന തലക്കെട്ടിൽ *ദേശാഭിമാനി*യിൽ വന്ന സഖാവിന്റെ ലേഖനത്തിലെ ഏതാനും വാചകങ്ങളാണ് മുകളിൽ കൊടുത്തത്.

സമൂഹത്തിൽ നടക്കുന്ന എല്ലാ സംഭവവികാസങ്ങളും എല്ലാവരെയും എന്നപോലെ മതവിശ്വാസികളെയും മതസംഘടനകളെയും ബാധിക്കുമല്ലോ. ഉദാ: ബാബറി മസ്ജിദ്-രാമജന്മഭൂമി പ്രശ്നം. നിലവിലുള്ള പള്ളിപൊളിച്ച് ക്ഷേത്രം പണിയാൻ ഹിന്ദുവിഭാഗങ്ങൾ ശ്രമിച്ചപ്പോൾ അതിനെതിരായി മുസ്ലിം വികാരം ഉണർന്നു പ്രവർത്തിച്ചു. സ്വാഭാവികമായി അത് രാഷ്ട്രീയത്തിൽ ചലനം സൃഷ്ടിച്ചു. രണ്ടു വിഭാഗങ്ങളും അതാതു വിഷയങ്ങളിൽ താൽപ്പര്യം കാണിച്ച രാഷ്ട്രീയ പാർട്ടികളോട് വിധേയത്വം കാണിച്ചു. രാഷ്ട്രീയത്തെയും മതത്തെയും വേർപെടുത്താൻ ശ്രമിക്കുന്നത് ജലത്തിൽ രേഖവരച്ച് ജലം വേർതിരിക്കുന്നതുപോലെ അസാധ്യമല്ലേ?

രാധാകൃഷ്ണൻ കെ കെ

മതത്തെയും രാഷ്ട്രീയത്തെയും വേർതിരിക്കുകയെന്ന ആശയം രൂപപ്പെട്ടത് 19-ാം നൂറ്റാണ്ടിലെ യൂറോപ്പിലാണ്--ബൂർഷ്വാ വിപ്ലവങ്ങൾ കൊടുമ്പിരിക്കൊണ്ടപ്പോൾ. ഇന്ത്യയിലെ ബൂർഷ്വാ വിപ്ലവ പ്രസ്ഥാനത്തിന്റെ ആദ്യഘട്ടമായ ഗാന്ധിയുഗത്തിൽ ഈ മുദ്രാവാക്യം ഉയർന്നുവന്നില്ല. നേരെമറിച്ച്, സ്വാതന്ത്ര്യസമരത്തെയും മതത്തെയും ബന്ധപ്പെടുത്തിക്കൊണ്ടുള്ള ഒരു പ്രസ്ഥാനമായിരുന്നു അത്.

ഗാന്ധിയൻ പ്രസ്ഥാനം ഉടലെടുക്കുന്നതിനുമുൻപുതന്നെ ഹൈന്ദവ മതത്തിന്റേതായ ആശയങ്ങൾ സ്വാതന്ത്ര്യ പ്രസ്ഥാനത്തിനുവേണ്ടി ഉപയോഗപ്പെടുത്തിയിരുന്നു. 'ഭീകര പ്രസ്ഥാനക്കാർ' എന്നു വിളിക്കപ്പെട്ടിരുന്ന ദേശീയ വിപ്ലകാരികളുടെ ആദ്യത്തെ തലമുറ കാളിയുടെയും ദുർഗയുടെയും പേരിലാണ് ബ്രിട്ടീഷ് ഭരണത്തിനെതിരെ സായുധ പോരാട്ടത്തിന് തയ്യാറെടുത്തത്. അവർക്ക് പ്രോത്സാഹനം നൽകിയ തിലകനെപ്പോലുള്ള ദേശീയ നേതാക്കളാകട്ടെ, ഗണേഷ് പൂജപോലുള്ള ഹൈന്ദവ അനുഷ്ഠാനങ്ങൾ സാമ്രാജ്യവിരുദ്ധ ജനമുന്നേറ്റത്തിന് സഹായകമാംവിധം ഉപയോഗിച്ചു.

ഈ സമീപനത്തിന്റെ നാലതിരുകൾക്കകത്തുനിന്നുകൊണ്ടുതന്നെ മഹാത്മാഗാന്ധി ഇതിനൊരു മാറ്റം വരുത്തി. താൻ വിശ്വസിച്ച ഹൈന്ദവമതത്തിന്റേതെന്നപോലെ ഇസ്ലാം, ക്രിസ്തുമതം മുതലായ എല്ലാ മതങ്ങളെയും സാമ്രാജ്യവിരുദ്ധ പ്രസ്ഥാനം ശക്തിപ്പെടുത്തുന്നതിനായി അദ്ദേഹം ഉപയോഗിച്ചു. സർവ സമുദായമൈത്രി-ഹിന്ദുമുസ്ലിം മൈത്രി വിശേഷിച്ചും— അദ്ദേഹത്തിന്റെ സത്യഗ്രഹ പരിപാടിയുടെ അഭേദ്യഭാഗമായിരുന്നു. അങ്ങനെ ഒരു പ്രത്യേക മതത്തിന്റേതല്ലാതെ, എല്ലാ മതങ്ങളുടെയും അന്തരീക്ഷം ബൂർഷ്വാ നേതൃത്വത്തിലുള്ള സ്വാതന്ത്ര്യ പ്രസ്ഥാനത്തിനകത്തുവന്നു.

ഇതിൽനിന്ന് ഒരു മാറ്റം വന്നത് സോഷ്യലിസ്റ്റ്-കമ്യൂണിസ്റ്റ് പ്രസ്ഥാനങ്ങളുടെ അരങ്ങേറ്റത്തോടുകൂടിയാണ്. അതിന്റെ അലയടിച്ച് ജവാഹർലാൽ നെഹ്രുവിന്റെയും മറ്റും നേതൃത്വത്തിൽ ഒരു ഇടതുപക്ഷ പ്രസ്ഥാനം രൂപപ്പെട്ടപ്പോൾ, മുൻപ് യൂറോപ്പിലെന്നപോലെ ഇന്ത്യയിലും മതത്തിന്റേതല്ലാത്ത അന്തരീക്ഷത്തിൽ രാഷ്ട്രീയം കൈകാര്യം ചെയ്യുകയെന്ന കാഴ്ചപ്പാട് രൂപപ്പെട്ടു. എല്ലാ മതങ്ങളോടും സമത്വമെന്ന ഗാന്ധിയൻ ആശയം വിവിധ മതങ്ങളോടെന്നപോലെ മതമൊന്നുമില്ലാത്ത യുക്തിവാദ സിദ്ധാന്തത്തോടും സമത്വമെന്ന ആശയമായി വളർത്തപ്പെട്ടു.

സ്വാതന്ത്ര്യലബ്ധിയെ തുടർന്ന് ഇന്ത്യൻ ഭരണഘടന രൂപപ്പെട്ടപ്പോൾ, വിവിധ മതങ്ങളോടും യുക്തിവാദ ചിന്താഗതികളോടും സമത്വമെന്ന ആശയം ഇന്ത്യയിലെ റിപ്പബ്ലിക്കൻ ജനാധിപത്യത്തിന്റെ അഭേദ്യഭാഗമായി വന്നു. ജനപ്രതിനിധികളും മന്ത്രിമാരും സ്ഥാനമേറ്റെടുക്കുന്നതിന് മുൻപ് എടുക്കേണ്ട സത്യപ്രതിജ്ഞയുടെ കരടിന് ഭരണഘടന രണ്ടു രൂപം നൽകി—എല്ലാ മതവിശ്വാസികൾക്കും വേണ്ടി ദൈവത്തെ പിടിച്ചാണയിടുക; മതവിശ്വാസികളല്ലാത്തവർക്ക് വെറും ദൃഢപ്രതിജ്ഞയെടുക്കൽ. നമ്മുടെ ആദ്യ പ്രധാനമന്ത്രി ജവാഹർലാൽ നെഹ്റു രണ്ടാമത്തെതായ ദൃഢപ്രതിജ്ഞ

യാണ് എടുത്തിരുന്നതെന്നത് ശ്രദ്ധേയമാണ്.

ഈ പ്രക്രിയക്ക് നിർഭാഗ്യവശാൽ, സ്വതന്ത്ര ഇന്ത്യയുടെ ചരിത്രത്തിൽ കനത്ത ഒരു തിരിച്ചടിയുണ്ടായി: മതത്തെ ആസ്പദമാക്കി ഇന്ത്യയെ പാകിസ്താനും ഇന്ത്യൻ യൂണിയനും എന്ന രണ്ടു രാഷ്ട്രങ്ങളാക്കി തിരിച്ചു. അതോടൊപ്പം വ്യാപകമായ വർഗീയലഹളകൾ നടന്നതും ഹൈന്ദവ വർഗീയതക്ക് തിരിച്ചുവരവിനുള്ള സന്ദർഭം നൽകി. ഭരണഘടന രൂപപ്പെട്ടതിൽ പിന്നീടുള്ള പാർലമെന്റ് പ്രവർത്തനങ്ങളിലും തിരഞ്ഞെടുപ്പുകളിലും ഹൈന്ദവ വർഗീയത ഒരു എണ്ണപ്പെട്ട ശക്തിയായി ഉയർന്നു. അതിന് സമാന്തരമായി ഇസ്ലാമികമടക്കം അഹിന്ദുവർഗീയതകളും വളർന്നു ശക്തിപ്പെടാൻ തുടങ്ങി. ഇതിനിടക്കാണ് സ്വതന്ത്ര ഇന്ത്യയിലെ ഭരണകക്ഷിയായുർന്ന കോൺഗ്രസിന് ജനപിന്തുണ നഷ്ടപ്പെടാൻ തുടങ്ങിയത്. അതോടെ സ്വന്തം നിലയുറപ്പിക്കുന്നതിന് ഹൈന്ദവവും അല്ലാത്തതുമായ എല്ലാ വർഗീതകളെയും പ്രീണിപ്പിക്കുകയെന്ന സമീപനം ആ പാർട്ടി അംഗീകരിച്ചു. അങ്ങനെ സ്വാതന്ത്ര്യസമരകാലത്തെ ദേശീയൈക്യം തകർന്നു. വർഗീയ ലഹളകളും കലാപങ്ങളും കൊടുകുത്തി വാഴുന്ന സ്ഥിതി ഉളവായി.

ഈ സംഭവവികാസങ്ങളുടെ തുടർച്ചയാണ് ഇന്നത്തെ ഇന്ത്യൻ രാഷ്ട്രീയരംഗം. കേരളത്തിലെ വടകര–ബേപ്പൂർ മണ്ഡലങ്ങളിൽ നഗ്നമായി കാണുന്നതുപോലെ, ഒരു വശത്ത് ഹൈന്ദവവും മറുവശത്ത് ഇസ്ലാമികവുമായ വർഗീയതകളെ കൂട്ടുപിടിച്ച് ഇടതുപക്ഷ പ്രസ്ഥാനത്തെ നേരിടാൻ കോൺഗ്രസിന് ഒരു മടിയുമില്ല.

എന്നാൽ കോൺഗ്രസിന്റെ ഈ നയസമീപനത്തോടും സ്വന്തം പാർട്ടിക്കകത്തുതന്നെയുള്ള ജനാധിപത്യ നിഷേധത്തോടും അസംതൃപ്തരായ വലിയൊരു വിഭാഗം ആ പാർട്ടിക്കകത്തുതന്നെ രൂപപ്പെട്ടുവരുന്നുണ്ട്.

പോരെങ്കിൽ, വർഗീയ ശക്തികളിൽവച്ച് ഏറ്റവും അധികം ആപൽക്കരമായി രംഗത്തുവന്ന ഹൈന്ദവ വർഗീയതയുടെ ഭീഷണിയെ നേരിടുന്നതിൽ ന്യൂനപക്ഷ സമുദായങ്ങളും കമ്യൂണിസ്റ്റുകാരടക്കം എല്ലാ മതനിരപേക്ഷ ശക്തികളും യോജിക്കുന്നതിന്റെ ആവശ്യം അധികമധികം ജനങ്ങൾ മനസിലാക്കി വരികയാണ്.

ഇതിന്റെ ഒരു തെളിവാണ് തെരഞ്ഞെടുപ്പു സമരത്തിൽ മതാധ്യക്ഷന്മാർ ഇടപെടുകയില്ലെന്നും അനുയായികൾ മനഃസാക്ഷിക്കനുസരിച്ച് വോട്ടുചെയ്യണമെന്നുമുള്ള കത്തോലിക്കാമെത്രാന്മാരുടെ അഭ്യർഥന. മന്ദിർ–മസ്ജിദ് പ്രശ്നത്തെച്ചൊല്ലിയുള്ള രാഷ്ട്രീയം വളരുന്ന തോതിൽ മുസ്ലിം–ഹിന്ദു സമുദായങ്ങളിലും ഈ പ്രവണത ശക്തിപ്പെടുമെന്നാണ് വിചാരിക്കേണ്ടത്.

അതുകൊണ്ട് മതത്തെയും രാഷ്ട്രീയത്തെയും വേർതിരിക്കാനുള്ള ശ്രമം ചോദ്യകർത്താവ് കരുതുന്നതുപോലെ 'ജലത്തിൽ രേഖ വരച്ച് ജലം വേർതിരിക്കുന്നതുപോലെ അസാധ്യമല്ല.' തികച്ചും പ്രായോഗികമായ ഒരു രാഷ്ട്രീയ കാഴ്ചപ്പാടാണിത്.

ഇതവസാനിപ്പിക്കുന്നതിനുമുൻപ് ഇന്നത്തെ ആഗോള രാഷ്ട്രീയ

പരിതഃസ്ഥിതികൂടി കണക്കിലെടുക്കേണ്ടതുണ്ട്. ഏഴു പതിറ്റാണ്ടിലേറെ കാലം തുടർന്ന കമ്യൂണിസ്റ്റ് വിരുദ്ധ 'കുരിശുയുദ്ധം' അവസാനിപ്പിച്ച് സോവിയറ്റ് യൂണിയനിലെ 'നിരീശ്വരരായ കമ്യൂണിസ്റ്റുകാരു'മായി അമേരിക്കയടക്കമുള്ള സാമ്രാജ്യകോയ്മകൾ സഹകരിച്ചുകൊണ്ടിരിക്കുകയാണ്.

ഈ സ്ഥിതി ഉളവാകാനുള്ള കാരണം 'കമ്യൂണിസ്റ്റുകാർക്ക് നേരിട്ട കനത്ത പരാജയ'മാണെന്ന് സാമ്രാജ്യവാദികളുടെ പ്രചാരകർ കൊട്ടിഘോഷിക്കുന്നുണ്ടെങ്കിലും 'ആഗോളമായി പരാജയപ്പെട്ട' സോവിയറ്റ് യൂണിയനിലെയും മറ്റ് സോഷ്യലിസ്റ്റ് രാജ്യങ്ങളിലെയും കമ്യൂണിസ്റ്റുകാർ ഈശ്വരവിശ്വാസികളായിരിക്കുന്നുവെന്ന യാതൊരു അവകാശവാദവും ഉയർന്നുവന്നിട്ടില്ല. സാമ്പത്തികവും രാഷ്ട്രീയവുമായ നയസമീപനങ്ങളുടെ മേഖലയിൽ എന്തെന്തുമാറ്റം വരുത്തിയിട്ടുണ്ടെങ്കിലും, ആഗോള കമ്യൂണിസ്റ്റ് പ്രസ്ഥാനം മതവിശ്വാസത്തിലേക്ക് മടങ്ങിപ്പോയതായി ഒരാളും ചൂണ്ടിക്കാണിച്ചിട്ടില്ല. മതവിശ്വാസികൾ താന്താങ്ങളുടെ മതങ്ങളിലും കമ്യൂണിസ്റ്റുകാർ ഭൗതികവാദത്തിലും അടിയുറച്ച് നിൽക്കുമ്പോൾതന്നെ അവർക്ക് അന്യോന്യം സഹകരിക്കാൻ സാധിക്കുന്നു. ഇതിന്റെ ഭാരതീയവും കേരളീയവുമായ രൂപമാണ് ഇന്ത്യയിലെ കത്തോലിക്കാ മെത്രാന്മാരുടെ 'മനഃസാക്ഷിവോട്ടി'നുള്ള അഭ്യർഥന.(31.05.1991)

27

മതവും രാഷ്ട്രീയവും ഇന്ന് റിസവും മതവിശ്വാസവും

കണ്ണൂരിൽ പാട്യം ചരമദിനാചരണത്തോടനുബന്ധിച്ച് നടന്ന സിമ്പോസിയം ഉൽഘാടനം ചെയ്ത് താങ്കൾ മതനിരപേക്ഷത എന്നാൽ മതേതരത്വം എന്നല്ല അർഥം എന്നും മതേതരത്വമെന്നത് മതമില്ലായ്മയാണ് എന്നും സംസാരിച്ചതായി വായിച്ചു (*മലയാള മനോരമ*, 28.09.92). അങ്ങനെയാണെങ്കിൽ നമ്മുടെ പാർട്ടിയുടെയടക്കം നിരവധി നേതാക്കൾ ഇന്ത്യൻ ഭരണഘടന വിഭാവനം ചെയ്യുന്ന മതേതരത്വം സംരക്ഷിക്കണമെന്ന് പ്രസംഗിക്കുകയും നിരവധി ലേഖനങ്ങൾ എഴുതുകയും ചെയ്യുന്നുണ്ടല്ലോ. ഇന്ത്യൻ ഭരണഘടന അംഗീകരിക്കുന്നത് മതങ്ങൾ ഇല്ലാത്ത വ്യവസ്ഥയല്ലല്ലോ? അതുപോലെ 1991–ൽ പാലക്കാട് കേരളത്തിലെ സാഹിത്യനായകന്മാർ സെക്കുലർ സംസ്കാരം എന്ന പേരിൽ ഒരു കൺവൻഷൻ നടത്തിയിരുന്നല്ലോ. ആ കൺവൻഷനിൽ മഹാകവി ഒളപ്പമണ്ണ സെക്കുലർ സംസ്കാരം എന്നാൽ എന്താണ് എന്ന് തനിക്ക് മനസിലാവുന്നില്ല എന്നും മതേതരത്വമെന്നാൽ യുക്തിവാദമാണെന്നും നിരീശ്വരവാദമാണെന്നും പ്രസംഗിക്കുകയുണ്ടായി. എന്നാൽ ഒ എൻ വി കുറുപ്പ് അടക്കമുള്ളവർ മതേതരത്വത്തെ സംബന്ധിച്ച് ഒളപ്പമണ്ണയുടെ വീക്ഷണത്തെ ശക്തിയായി എതിർത്ത് സംസാരിക്കുകയുണ്ടായി (*ദേശാഭിമാനി* വാരിക, 1991 ഒക്ടോബർ 13–19). എന്നാൽ ഇപ്പോൾ സഖാവ് പറയുന്നതും അന്ന് ഒളപ്പമണ്ണ പറഞ്ഞതും മതേതരത്വം എന്നാൽ മതവിരുദ്ധമാണ് എന്നല്ലേ, വിശദീകരിക്കാമോ?

പി ദേവരാജൻ

ബേപ്പൂർ

'മതേതരം' ഒരു സംസ്കൃതപദമാണ്. അതിന്റെ മലയാള തർജമ'മതമല്ലാത്തത്' എന്നാണ്. അതുകൊണ്ടാണ് 'സെക്കുലർ' എന്ന ഇംഗ്ലീഷ്

പദത്തിന് 'മതേതര'ത്തെക്കാൾ 'മതനിരപേക്ഷ'മാണ് ശരിയെന്ന് എനിക്ക് തോന്നുന്നതായി ഞാൻ പലേടത്തും പ്രസ്താവിച്ചിട്ടുള്ളത്.

'സെക്കുലർ' എന്ന ഇംഗ്ലീഷ് പദത്തിന്റെ അർഥം 'മതത്തെ നിഷേധിക്കുകയോ എതിർക്കുകയോ ചെയ്യുന്ന' എന്നല്ല. മതത്തിന് രാഷ്ട്രീയകാര്യങ്ങളിലും രാഷ്ട്രത്തിന് മതകാര്യങ്ങളിലും ഇടപെടാൻ സൗകര്യമില്ലാത്ത സംവിധാനമാണ് 'സെക്കുലറിസം.' 'ദൈവത്തിനുള്ളത് ദൈവത്തിന്, രാജാവിനുള്ളത് രാജാവിന്' എന്ന *ബൈബിൾ* വചനമാണ് 'സെക്കുലറിസ'ത്തിന്റെ ആത്മാവ്.

നമ്മുടെ ഇടയിൽ മതനിഷേധികളുണ്ട്, മതവിരോധികളുണ്ട്. അവരുടെ സംഘടനയാണ് യുക്തിവാദിസംഘം. അതിന്റെ നേതാക്കളും പ്രവർത്തകരും മതത്തിനെതിരായി രൂക്ഷമായി കുരിശുയുദ്ധം നടത്തുന്നു. 'സെക്കുലറിസ'ത്തിന്റെ സമീപനം അതല്ല.

മതവിശ്വാസത്തിന്റെയും വിശ്വാസികളുടെയും നേരെ 'സെക്കുലർ' വീക്ഷണക്കാർക്ക് ആദരവും ബഹുമാനവും ഉണ്ട്. അവരുടെ മതവികാരങ്ങളെ വ്രണപ്പെടുത്തുന്ന വാക്കോ പ്രവൃത്തിയോ 'സെക്കുലർ' ചിന്താഗതിക്കാരിൽനിന്ന് വരികയില്ല. പക്ഷേ 'സെക്കുലർ' ചിന്താഗതിക്കാർക്ക് രണ്ടുകാര്യത്തിൽ നിർബന്ധമുണ്ട്.

ഒന്നാമത്, മതവിശ്വാസത്തെയും വിശ്വാസികളെയും അവിശ്വാസികൾ ബഹുമാനിക്കുന്നതുപോലെ തന്നെ, മതരഹിതമായ വീക്ഷണത്തെയും ജീവിതത്തെയും വിശ്വാസികളും ബഹുമാനിക്കണം. വിവിധ മതവിഭാഗക്കാർക്കെന്നപോലെ ഒരു മതത്തിലും വിശ്വസിക്കാത്തവർക്കും തങ്ങളുടെ വിശ്വാസം പുലർത്താൻ അവകാശമുണ്ടെന്ന് വിശ്വാസികൾ അംഗീകരിക്കണം.

രണ്ടാമത്, മതവിശ്വാസവും അതനുസരിച്ചുള്ള നടപടിക്രമങ്ങളും ആത്മീയകാര്യങ്ങളിൽ മാത്രമായി ഒതുങ്ങിനിൽക്കണം. മനുഷ്യരും ദൈവവും തമ്മിലുള്ള ബന്ധം നിർണയിക്കുന്ന മതത്തെ മനുഷ്യർ തമ്മിലുള്ള ബന്ധം നിർണയിക്കുന്ന രാഷ്ട്രീയത്തിലും മറ്റ് ഐഹികകാര്യങ്ങളിലും ഇടപെടാൻ അനുവദിക്കരുത്.

ഈ ആശയത്തിന്റെ വ്യക്തമായ പ്രഖ്യാപനമാണ് ശ്രീനാരായണന്റെ 'മതം ഏതായാലും മനുഷ്യൻ നന്നായാൽമതി' എന്ന സുപ്രസിദ്ധ വാക്യം.

ഈ സത്യം മനസിലാക്കിയാൽ ഒളപ്പമണ്ണയും ഒ എൻ വിയും തമ്മിൽ നടന്ന വിവാദത്തിന് പ്രസക്തി ഉണ്ടാവില്ല. മതത്തിന് രാഷ്ട്രീയകാര്യങ്ങളിൽ ഇടപെടാൻ അവകാശമുണ്ടെന്ന് ഒളപ്പമണ്ണയോ ആത്മീയകാര്യങ്ങളിൽ മതത്തിന് പ്രവർത്തനസ്വാതന്ത്ര്യമില്ലെന്ന് ഒ എൻ വിയോ ഉദ്ദേശിച്ചിരിക്കില്ല.(20.11.1992)

28

ഇന്ത്യൻ പാർട്ടിക്ക് ആ പതിവില്ല

ഉത്തരവാദപ്പെട്ട പാർട്ടി മെംബർമാർ ഷഷ്ട്യബ്ദ പൂർത്തികളും സപ്തതികളും ആഘോഷിക്കുന്നത് മതനിരപേക്ഷതയ്ക്കുതന്നെ യോജിച്ചതാണോ? സാധാരണ ജനങ്ങൾക്കും പാർട്ടി അനുഭാവികൾക്കും മാതൃകയാകേണ്ട നേതാക്കൾ 'സവർണ ഹിന്ദുക്കളുടെ അടയാള'മായ ഇത്തരം ആചാരങ്ങളിൽനിന്ന് ഒഴിഞ്ഞുനിൽക്കുന്നതല്ലേ ശരി?

വേണുഗോപാലൻ

പെരിന്തൽമണ്ണ

'ഉത്തരവാദപ്പെട്ട പാർട്ടി മെംബർമാർ ഷഷ്ട്യബ്ദ പൂർത്തികളും സപ്തതികളും ആഘോഷിക്കുന്നു'വെന്ന ചോദ്യകർത്താവിന്റെ 'അറിവ്' സത്യവിരുദ്ധമാണ്. പാർട്ടി നേതാക്കളുടെ ഇടയിലല്ല, മറ്റുള്ളവരുടെ ഇടയിലാണ്, ഈ പതിവ് വ്യാപകമായിട്ടുള്ളത്.

എന്റെ ഷഷ്ട്യബ്ദപൂർത്തി 1969–ലായിരുന്നു. സപ്തതി 1979–ലും രണ്ടും ആഘോഷിക്കുകയുണ്ടായില്ല. ഇനിയത്തെ ഘട്ടമായ ശതാഭിഷേകം ഒരു മാസത്തിനുള്ളിൽ വരികയാണ്. അതും ഒരുതരത്തിലും ആഘോഷിക്കുന്നില്ല.

ഇത്തരം ആഘോഷങ്ങൾ നടത്താതിരിക്കുന്നത് എന്റെ മാത്രം സവിശേഷതയല്ല. സി പി ഐ (എം)ന്റെ നേതാക്കളാരും ഇത്തരം ആഘോഷങ്ങൾ നടത്തുന്നില്ല. അന്തരിച്ച എ കെ ജിയുടെ ഷഷ്ട്യബ്ദപൂർത്തി മാത്രമാണ് പാർട്ടി സംഘടിപ്പിച്ചത്. അതിനൊരു രാഷ്ട്രീയകാരണം ഉണ്ടായിരുന്നുതാനും.

അവിഭക്ത കമ്യൂണിസ്റ്റ് പാർട്ടിയുടെ അവസാന മാസങ്ങളിലും സി പി ഐ (എം) ന്റെ ആദ്യകാലത്തും വളരെ വിഷമം പിടിച്ച ഒരു സ്ഥിതി ഞങ്ങൾ നേരിടുകയായിരുന്നു. അതിനെ മുറിച്ചുകടക്കുന്നതിന് പ്രചാര വേലയെന്നപോലെ പണപ്പിരിവും ആവശ്യമായിരുന്നു. അത് സംഘടിപ്പിക്കുന്നതിനുള്ള ഒരു സന്ദർഭം എന്ന നിലയ്ക്കാണ് അന്ന് ഷഷ്ട്യബ്ദ പൂർത്തി ആഘോഷിച്ചത്.

സി പി ഐ (എം) ആയതിനു ശേഷമല്ല അവിഭക്ത കമ്യൂണിസ്റ്റ് പാർട്ടിയുടെ കാലത്തും നേതാക്കളുടെ ജന്മദിനം ആഘോഷിക്കുന്ന പതിവ് ഇന്ത്യൻ കമ്യൂണിസ്റ്റ് പ്രസ്ഥാനത്തിൽ ഉണ്ടായിരുന്നില്ല. സോവിയറ്റ് യൂണിയനിലേതടക്കം മറ്റുപല കമ്യൂണിസ്റ്റ് പാർട്ടികളിലും ആ പതിവുണ്ടായിരുന്നു. (സ്റ്റാലിന്റെ ഷഷ്ട്യബ്ദപൂർത്തി ആഗോളമായിത്തന്നെ കമ്യൂണിസ്റ്റുകാർ ആഘോഷിക്കുകയുണ്ടായി.) എന്നാൽ, പിളർപ്പിനുമുമ്പ് അവിഭക്ത ഇന്ത്യൻ പാർട്ടിയോ പിന്നീട് സി പി ഐ എമ്മോ ആ പതിവ് തുടങ്ങിവയ്ക്കുകയുണ്ടായില്ല. ഇപ്പോൾ ഏതെങ്കിലും സഖാവ് മറ്റുള്ളവരെപ്പോലെ പിറന്നാളാഘോഷം സംഘടിപ്പിക്കുന്നുണ്ടെങ്കിൽ അത് പാർട്ടി സമീപനത്തിന് വിരുദ്ധമാണ്.

ഇവിടെ മറ്റൊരു കാര്യംകൂടി വ്യക്തമാക്കേണ്ടതുണ്ട്. ചോദ്യകർത്താവ് ധരിക്കുന്നതുപോലെ, 'സവർണ ഹിന്ദുക്കളുടെ അടയാള'മല്ല, ജാതിമത ഭേദമില്ലാതെ എല്ലാത്തരം ആളുകളും പങ്കെടുക്കുന്നവയാണ് ചോദ്യകർത്താവ് പരാമർശിക്കുന്ന ജന്മദിനാഘോഷങ്ങൾ.

സവർണഹിന്ദുക്കൾ നടത്തുന്ന ജന്മദിനാഘോഷങ്ങളിൽ അവർണ ഹിന്ദുക്കൾക്കോ അഹിന്ദുക്കൾക്കോ യാതൊരു പങ്കുമില്ല. പിറന്നാൾകാരുടെ സജാതീയർ മാത്രം പങ്കെടുക്കുന്ന ആഘോഷങ്ങളാണവ. അവയിൽനിന്ന് വ്യത്യസ്തമായി എല്ലാ ജാതിമത വിഭാഗക്കാരും പങ്കുകൊള്ളുന്ന ജന്മദിനാഘോഷങ്ങൾ ആധുനിക ബൂർഷ്വാസമൂഹത്തിന്റെ സൃഷ്ടിയാണ്. അത് കമ്യൂണിസ്റ്റുകാരിലേക്കും ഒരു കാലത്ത് പടർന്നുവെന്നേയുള്ളു. അപ്പോഴും ഇന്ത്യൻ കമ്യൂണിസ്റ്റുകാർ ആ പതിവിൽനിന്ന് ഒഴിഞ്ഞുനിന്നു.(14.05.1993)

29

തലപ്പാവും കമ്യൂണിസവും

39-ാം ലക്കം *ചിന്ത*യിൽ ജന്മദിനാഘോഷം പോലും പാർട്ടി സമീപനങ്ങൾക്ക് വിരുദ്ധമാണെന്ന് സഖാവ് പറയുന്നു. അപ്പോൾ ഒരു പ്രത്യേക മതത്തിന്റെ ആചാരത്തിന്റെ ഭാഗമായ തലപ്പാവ് നമ്മുടെ പാർട്ടിയുടെ ജനറൽ സെക്രട്ടറിയായ സുർജീത്ത് ഉപയോഗിക്കുന്നതിനെ പാർട്ടി എങ്ങനെ കാണുന്നു? ഇതും പാർട്ടി നയത്തിന് വിരുദ്ധമല്ലേ?

എം വി ജയിംസ്

കുട്ടമ്പുഴ

39-ാം ലക്കത്തിൽ ഉത്തരം പറഞ്ഞ ചോദ്യത്തിന്റെയെന്നപോലെ ഈ ചോദ്യത്തിന്റെയും കർത്താവ് ജന്മദിനാഘോഷം ഒരു മതാചാരമാണെന്നു ധരിച്ചിരിക്കുന്നു. യഥാർഥത്തിൽ സമൂഹതലത്തിൽ നടക്കുന്ന ഒരാഘോഷമാണത്.

നവോത്ഥാനകാലത്തിനു മുമ്പുപോലും ജന്മദിനാഘോഷങ്ങൾ നടന്നത് സാമൂഹ്യബന്ധത്തിന്റെ രൂപത്തിലാണ്. അന്നത്തെ കാലത്ത് മറ്റെല്ലാ സാമൂഹ്യാചാരങ്ങൾക്കുമെന്നപോലെ ജന്മദിനാഘോഷത്തിനും മതപരമായ ഒരന്തരീക്ഷമുണ്ടായിരുന്നു. പക്ഷേ, ബൂർഷ്വാസമൂഹത്തിന്റെ വളർച്ചയോടുകൂടി മതപരമായ ചടങ്ങ് ഇല്ലാതായി. അത് കമ്യൂണിസ്റ്റുകാരിൽപ്പോലും വ്യാപിക്കാൻ തുടങ്ങിയതിന്റെ ഉദാഹരണമാണ് മുമ്പൊരു ലക്കത്തിൽ ഞാൻ പരാമർശിച്ച സ്റ്റാലിന്റെ ഷഷ്ടിപൂർത്തിയാഘോഷം. കൊറിയൻ നേതാവ് കിംഇൽസിങ്ങിന്റെ 75-ാം വാർഷികം ആർഭാടപൂർവം ആഘോഷിച്ചപ്പോൾ ആ പാർട്ടിയുടെ ക്ഷണപ്രകാരം ഞാൻ അതിൽ പങ്കെടുത്തുവെന്നുംകൂടി ഇവിടെ എടുത്തുപറയട്ടെ.

മറ്റ് പല പാർട്ടികളിലുമുള്ള ഈ പതിവ് ഇന്ത്യൻ പാർട്ടിയിൽ ഒരു കാലത്തുമുണ്ടായിട്ടില്ല. അതിനുകാരണം ജീവിച്ചിരിക്കുന്നവരുടെ പേരിൽ ആഘോഷങ്ങൾ സംഘടിപ്പിക്കുന്നത് വ്യക്തിപൂജയുടെ ഭാഗമാണെന്നതിനാൽ ഇന്ത്യൻ കമ്യൂണിസ്റ്റുകാർ ആ പതിവിനോട് ആനുകൂല്യം കാണിക്കാത്തതാണ് (ജന്മദിനാഘോഷം മതാനുഷ്ഠാനത്തിന്റെ ഭാഗമാണെന്ന കാരണത്താലല്ലെന്നർഥം).

അതുപോലെ ചോദ്യകർത്താവ് പരാമർശിക്കുന്ന സുർജീത്തിന്റെ തലപ്പാവും മതാചാരത്തിന്റെ ഭാഗമല്ല. ചരിത്രപരമായ കാരണങ്ങളാൽ സിഖ് സമുദായാംഗങ്ങളുടെ ജീവിതക്രമത്തിന്റെ ഭാഗമായിത്തീർന്ന തലപ്പാവ്, തലയും താടിയും എന്നിവ സമൂഹ്യജീവിതത്തിന്റെ ഭാഗമായിത്തീർന്നിട്ടുണ്ട്.

ആദ്യകാലത്ത് അതിന് മതാചാരത്തിന്റെ സ്വഭാവമുണ്ടായിരുന്നിട്ടുണ്ടാവാം. ഇന്നും അതിനെ ഒരു മതാചാരമെന്ന നിലയ്ക്ക് തുടരുന്നവരുമുണ്ടാവാം. പക്ഷേ, സുർജീത്തിനെപ്പോലെ ഒട്ടേറെ സിഖുകാർ, തങ്ങൾക്ക് മതമില്ലെന്ന് പ്രഖ്യാപിച്ചുകൊണ്ടും മതഭ്രാന്തന്മാരുടെ ആക്രമണങ്ങൾക്കിരയായിക്കൊണ്ടും പൊതുരംഗത്ത് പ്രവർത്തിച്ചുപോരുമ്പോൾത്തന്നെ തലപ്പാവും താടിയും വയ്ക്കുന്നുണ്ട്.

വൈരുധ്യാത്മകവും ചരിത്രപരവുമായ ഭൗതികവാദത്തിന്റെ ആശയങ്ങൾ പ്രചരിപ്പിക്കുകയും തൊഴിലാളി–കർഷകാദി ബഹുജനങ്ങളെ സംഘടിപ്പിക്കുകയും ചെയ്യുന്ന ഒരൊന്നാന്തരം കമ്യൂണിസ്റ്റാണ് സുർജീത്ത്. അതിന് അദ്ദേഹത്തിന്റെ തലപ്പാവോ താടിയോ തടസമല്ല. (04.06.1993)

30

മതവും ജാതിയും പുരോഗമനവും

മനുഷ്യനെ ജാതിയും മതവുമായി വേർതിരിച്ച് നിർത്തുന്ന സാഹചര്യത്തിൽ ജാതിമത സൗഹാർദം ഉണ്ടാക്കാൻവേണ്ടി വർഗീയവിരുദ്ധ സമിതി നടത്തിയ മനുഷ്യച്ചങ്ങല, പ്രതിജ്ഞ തുടങ്ങിയ സമരമുഖങ്ങൾ ഇന്നത്തെ വർഗീയത നശിപ്പിക്കാനുതകുന്ന പ്രവർത്തനത്തിന്റെ ഭാഗമാണല്ലോ. പുരോഗമന കേരളത്തിന്റെ ദശാബ്ദങ്ങൾക്ക് പുറകിലേക്ക് നോക്കിയാൽ അയിത്തം, ക്ഷേത്രപ്രവേശനം, വിദേശ വസ്ത്ര ബഹിഷ്കരണം തുടങ്ങിയ വിവിധ സമരങ്ങൾ കാണാം. ഈ സമരങ്ങൾ എന്താണോ ലക്ഷ്യമാക്കിയത് അത് നേടുന്നതിൽ വിജയിക്കുകയുണ്ടായി. പക്ഷേ, ജാതിക്കും മതത്തിനുമെതിരെ സമരമില്ലാതെ ജാതിയെയും മതത്തെയും നിലനിർത്തിക്കൊണ്ട് മതസൗഹാർദം ഉണ്ടാക്കിയെടുക്കാമെന്ന നിലയിലാണ് കേരളത്തിലെ പുരോഗമന പ്രസ്ഥാനങ്ങൾ ചിന്തിച്ചുവരുന്നത്. ഇവിടെ ജാതിയും മതവും വിശ്വസിച്ചുകൊണ്ട് ജാതിമതങ്ങൾ സൃഷ്ടിച്ച ആചാരങ്ങൾ ചോദ്യംചെയ്യാതെ മാനവസൗഹാർദം നടപ്പിലാക്കാൻ കഴിയുമോ? ഉദാഹരണത്തിന് വിദേശ വസ്ത്രബഹിഷ്കരണം, അയിത്തം, ക്ഷേത്ര പ്രവേശനം തുടങ്ങിയ മുദ്രാവാക്യം വിജയിച്ചത് വിദേശവസ്ത്രം ധരിച്ചുകൊണ്ടും അയിത്തം മനസിൽ സൂക്ഷിച്ചുകൊണ്ടുമല്ല, ഇവയെല്ലാം സ്വയം ബഹിഷ്കരിച്ചതുകൊണ്ടാണ്. ഇത്തരത്തിലുള്ള ഒരു സമരമുറയല്ലേ വർഗീയത നശിപ്പിച്ച് മാനവ സൗഹാർദം വളർത്താൻ ഉപകരിക്കുക? മതവും ജാതിയുമില്ലാത്ത മനുഷ്യന്റെ വർഗം മാത്രം സൃഷ്ടിക്കാൻ പുരോഗമന പ്രസ്ഥാനം മുന്നോട്ട് വരേണ്ടതല്ലേ? എന്തുകൊണ്ട് പുതിയ തലമുറയെ ജാതി–മത രഹിതമായി വളർത്തിക്കൂടാ?

കെ കെ രാജീവൻ

കുഴിമ്പാലോട്

ജാതിവിരുദ്ധരും മതനിരപേക്ഷരുമായ വ്യക്തികൾ സ്വയം ജീവിതത്തിൽ ജാതിയെയും മതത്തെയും ഒഴിവാക്കിയാൽ അതുകൊണ്ടുമാത്രം ജാതിയും അയിത്തവും ഇല്ലാതാകുമെന്ന ധാരണയാണ് ചോദ്യകർത്താവിനുള്ളത്. അത് ശരിയല്ല.

മറ്റെല്ലാ സാമൂഹ്യ പ്രതിഭാസങ്ങളുമെന്നപോലെ ജാതിയും മതവും വർഗ സമൂഹത്തിന്റെ സൃഷ്ടിയാണ്. അതുകൊണ്ടാണ് വൈരുധ്യാത്മക ഭൗതികവാദത്തിന്റെ വക്താവായ മാർക്സ് ഇങ്ങനെ പ്രഖ്യാപിച്ചത്: "മതത്തെ സൃഷ്ടിച്ച സാഹചര്യങ്ങൾക്കെതിരായ സമരമാണ് മതത്തിനെതിരായ യഥാർഥ സമരം."

എന്നുവച്ചാൽ, വർഗ സമൂഹത്തിൽ അനുപേക്ഷണീയമായി നടക്കുന്ന ധനിക-ദരിദ്ര സമരത്തിൽനിന്ന് വേർപെടുത്തിക്കൊണ്ട് ജാതിയെ നശിപ്പിക്കാനോ മതത്തിന് ജനങ്ങളുടെ ഇടയിലുള്ള സാമൂഹ്യ രാഷ്ട്രീയ സ്വാധീനം ഇല്ലാതാക്കാനോ കഴിയുകയില്ല. അയിത്തോച്ചാടനം, ക്ഷേത്രപ്രവേശനം മുതലായ പരിപാടികളിലൂടെ ജാതിരഹിതമായ ഒരു പുത്തൻ സമൂഹത്തെ സൃഷ്ടിക്കുക, മതത്തെ വ്യക്തികളായ വിശ്വാസികളുടെ സ്വന്തം കാര്യമാക്കി പരിഗണിച്ച് മതത്തെയും രാഷ്ട്രീയത്തെയും വേർതിരിക്കുക—ഇത് രണ്ടും ചെയ്യുന്നതോടൊപ്പം വിവിധ ജാതികളിൽപ്പെട്ടവരും വിവിധ മതങ്ങളിൽ വിശ്വസിക്കുന്നവരുമെന്നപോലെ ഒരു മതത്തിലും വിശ്വസിക്കാത്തവരും അടങ്ങുന്ന ചൂഷിത വിഭാഗങ്ങളുടെ പ്രസ്ഥാനം സംഘടിപ്പിക്കുകകൂടി വേണം. മാർക്സിസ്റ്റ് ലെനിനിസ്റ്റുകാർ സ്വതന്ത്രമായി നടത്തുന്ന ഭൗതികവാദാശയങ്ങളുടെ പ്രചാരണത്തോടൊപ്പം മതവിശ്വാസികളായ ഭൂരിപക്ഷം ജനങ്ങളും അവിശ്വാസികളും ചേർന്ന ഒരു വിശാല ബഹുജനപ്രസ്ഥാനം കെട്ടിപ്പടുക്കണം.

ഇതാണ് കേരളത്തിലെ സോഷ്യലിസ്റ്റ്-കമ്യൂണിസ്റ്റ് പ്രസ്ഥാനത്തിന്റെ ആദ്യകാലത്ത് തുടങ്ങിവച്ചത്. അതിന്റെ സ്ഥാപക നേതാക്കൾ ജാതിവിരോധികളും യുക്തിവാദികളുമായിരുന്നു. പക്ഷേ, തൊഴിലാളി-കർഷകാദി ബഹുജനങ്ങളിൽ ബഹുഭൂരിപക്ഷം വരുന്ന മതവിശ്വാസികളെ സംഘടിത ബഹുജനപ്രസ്ഥാനത്തിൽനിന്നും മാർക്സിസ്റ്റ്-ലെനിനിസ്റ്റ് പാർട്ടിയിൽനിന്നും അകറ്റാൻ മാത്രം പ്രയോജനപ്പെടുന്ന നയ സമീപനങ്ങളുമായി അവർ സലാംപറഞ്ഞ് പിരിഞ്ഞു. അവിശ്വാസികളായ മാർക്സിസ്റ്റ്-ലെനിനിസ്റ്റുകാരുടെ നേതൃത്വത്തിൽ മതവിശ്വാസികളായ ബഹുഭൂരിപക്ഷം ജനങ്ങളെ അണിനിരത്താനുള്ള പ്രസ്ഥാനമായി മാർക്സിസം-ലെനിനിസം വളർന്നു.

ഇതിന്റെ രാഷ്ട്രീയ പ്രാധാന്യമാണ് ചോദ്യകർത്താവ് കാണാത്തത്. വിപ്ലവപരമായ ഒരു പരിപാടിയുടെ അടിസ്ഥാനത്തിൽ വിശ്വാസികളും അവിശ്വാസികളും ചേർന്ന് ചൂഷകവർഗങ്ങൾക്കെതിരായ സംഘടിത പ്രസ്ഥാനം വളർത്തിയെടുക്കലാണ് പ്രധാനമെന്ന് കാണാതെ വിപ്ലവ ബഹുജനപ്രസ്ഥാനത്തിൽനിന്ന് മതവിശ്വാസികളായ ബഹുഭൂരിപക്ഷം ജനങ്ങളെ അകറ്റാൻ മാത്രം പ്രയോജനപ്പെടുന്ന കാഴ്ചപ്പാടാണ് അദ്ദേഹത്തിന്റേത്. (02.07.19 93)

31

ക്രിസ്ത്യൻ പിന്തുടർച്ചാവകാശം

കലാകൗമുദി 934 ലക്കം ആഗസ്റ്റ് 8-ലെ റൂബിൻ ഡിക്രൂസിന്റെ 'ഒരു സ്ത്രീയെ തോൽപ്പിക്കാൻ' എന്ന ലേഖനത്തിലേക്ക് അങ്ങയുടെ ശ്രദ്ധ ക്ഷണിക്കട്ടെ. ക്രിസ്ത്യൻ പിന്തുടർച്ചാവകാശത്തെ സംബന്ധിച്ച് നമ്മുടെ പാർട്ടിയുടെ നിലപാടെന്താണ്? കോടതിവിധിമൂലം ഫലത്തിൽ സുറിയാനി ക്രിസ്ത്യൻ സ്ത്രീകൾക്ക് ലഭിച്ച മുൻകാല പ്രാബല്യം റദ്ദുചെയ്യുന്നതിന് പാർട്ടി അനുകൂലമാണോ?

എം ഐ പ്യാരേലാൽ
വെഞ്ഞാറമൂട്

ബി ജെ പി മുതലായ ഹിന്ദുവർഗീയവാദികളെപ്പോലെ മതന്യൂന പക്ഷങ്ങളെ പൊതു സിവിൽ നിയമത്തിന്റെ പരിധിയിൽ കൊണ്ടുവരണമെന്ന് സി പി ഐ (എം) ആവശ്യപ്പെടുന്നില്ല. ഓരോ മത സമുദായത്തിനും അതിന്റേതായ സിവിൽ നിയമങ്ങളുണ്ടാവണമെന്ന ആഗ്രഹത്തെ ബഹുമാനിക്കുകയും അംഗീകരിക്കുകയുമാണ് പാർട്ടി ചെയ്യുന്നത്.

പക്ഷേ ഓരോ മത സമുദായത്തിനും അതാതിന്റെതായ സിവിൽ നിയമമെന്നപേരിൽ പ്രാകൃതത്വം നിറഞ്ഞ സാമൂഹ്യ ആചാരങ്ങളും നടപടികളും വച്ചുപൊറുപ്പിക്കുന്നത് അഭിലഷണീയമായിരിക്കുമെന്ന് പാർട്ടി കരുതുന്നില്ല. ഉദാഹരണത്തിന് ഇസ്ലാമിക രാജ്യങ്ങളിലെ മതനിയമമനുസരിച്ച് കുറ്റക്കാർക്ക് ശിക്ഷ നൽകുന്നതിന് മത മേധാവികളുടേതായ കോടതികളുണ്ട്; കൈവെട്ടുക, മുക്കാലിയിൽകെട്ടി അടിക്കുക മുതലായ കാടൻ ശിക്ഷാവിധികൾ ആ രാജ്യങ്ങളിൽ സാധാരണമാണ്. അവയെ ന്യായീകരിക്കുന്നതിന് ഇസ്ലാമിക (ശരിയത്ത്) നിയമത്തെ മതമൗലികവാദികൾ ഉദ്ധരിക്കാറുണ്ട്.

അത് ഇന്ത്യയിൽ അനുവദനീയമല്ല. ഇന്ത്യൻ ശിക്ഷാനിയമമനുസ

രിച്ച് കൂടുതൽ പരിഷ്കൃതമായ ശിക്ഷാവിധികളും അവ നടപ്പിലാക്കുന്നതിനുവേണ്ടിയുള്ള കോടതികളുമുണ്ട്. ഇവയെ മറികടന്നു ഇസ്ലാമിക (ശരിയത്ത്) നിയമമനുസരിച്ചുള്ള ശിക്ഷാവിധികളും അവ നടപ്പാക്കുന്നതിനുള്ള ഇസ്ലാമിക നിയമങ്ങളും അനുവദിക്കുകയില്ല.

ഇവിടെ പറഞ്ഞത് ക്രിമിനൽ നിയമങ്ങളുടെ കാര്യമാണ്. സിവിൽ നിയമങ്ങളുടെ കാര്യത്തിൽ സ്ഥിതി വ്യത്യസ്തമാണ്. ഉദാഹരണത്തിന് ഹിന്ദു സിവിൽ നിയമമനുസരിച്ച് ബഹുഭാര്യത്വം നിഷിദ്ധമാണ്; മുസ്ലിങ്ങൾക്ക് ഒന്നിലധികം ഭാര്യമാരാവാം. ഈ വ്യത്യാസം മാറ്റി ഹിന്ദുക്കൾക്കെന്നപോലെ മുസ്ലിങ്ങൾക്കും ഏക ഭാര്യത്വം നിർബന്ധമാക്കണമെന്ന് ബിജെപിയെപ്പോലെ സിപിഐ (എം) ആവശ്യപ്പെടുന്നില്ല.

ഹിന്ദു സമുദായത്തിൽ വിവാഹ-പിൻതുടർച്ചാദി നിയമങ്ങൾ പരിഷ്കരിക്കുന്നതിനുവേണ്ടിയുള്ള പ്രസ്ഥാനങ്ങൾ ദീർഘകാലം വളർന്നുവന്നതിന്റെ ഫലമാണ് ഹിന്ദുകോഡ് നിയമമായത്. അത്തരമൊരു പ്രസ്ഥാനം വളർന്നുവരുന്നതുവരെ വിവാഹ-പിൻതുടർച്ചാദികാര്യങ്ങളിൽ മുസ്ലിം വ്യക്തിനിയമം ബലത്തിലിരിക്കുന്നത് സ്വാഭാവികമാണ്.

പക്ഷേ, ഇവിടെയും നിലവിലുള്ള കോടതികൾ മുസ്ലിം-ക്രിസ്ത്യൻ സമുദായാംഗങ്ങൾക്ക് ചില അവകാശങ്ങളുള്ളതായി വിധിച്ചിട്ടുണ്ട്. അതിലൊന്നാണ് വിവാഹമോചിതരായ മുസ്ലിം സ്ത്രീകൾക്ക് ചെലവിനുകൊടുക്കണമെന്ന സുപ്രീംകോടതിയുടെ (ഷാബാനു കേസ്) വിധി. അതുപോലെതന്നെ ക്രിസ്ത്യൻ പിന്തുടർച്ചാവകാശത്തിന്റെ കാര്യത്തിലും നിലവിലുള്ള കോടതികൾ ചില അവകാശങ്ങൾ ക്രിസ്ത്യൻ സ്ത്രീകൾക്കു കൊടുത്തിട്ടുണ്ട്. അവ നിലനിർത്തണമെന്നാണ് പാർട്ടിയുടെ അഭിപ്രായം.

അതുകൊണ്ടാണ് ഷാബാനു കേസിലെ സുപ്രീംകോടതി വിധിയെ മറികടക്കാനുള്ള രാജീവ്ഗാന്ധിയുടെ നിയമനിർമാണ ശ്രമത്തെ പാർട്ടി എതിർത്തത്. അതുപോലെ ക്രിസ്ത്യൻ സ്ത്രീകൾക്ക് പിന്തുടർച്ചാവകാശം നൽകുന്നതുസംബന്ധിച്ച കോടതിവിധിയും മാനിക്കണമെന്ന് പാർട്ടി പറയുന്നു.(24.09.1993)

32

'രക്തസാക്ഷി' മണ്ഡപം വേണോ?

നമ്മുടെ സമ്മേളനങ്ങളിൽ (പാർട്ടി സമ്മേളനങ്ങളിലും മറ്റ് വർഗ–ബഹുജന സംഘടനകളുടെ സമ്മേളനങ്ങളിലും) ഒരു പ്രധാനപ്പെട്ട പരിപാടിയായി രക്തസാക്ഷി അനുസ്മരണങ്ങൾ നടക്കുന്നുണ്ടല്ലോ. ഈ അനുസ്മരണച്ചടങ്ങുകളിൽ ഒരു രക്തസാക്ഷി പ്രമേയം ആവശ്യമാണെങ്കിലും, രക്തസാക്ഷി മണ്ഡപം കെട്ടി അതിൽ നടത്തുന്ന 'പുഷ്പാർച്ചന' ഭൗതികവാദത്തിലധിഷ്ഠിതമായി കാര്യങ്ങൾ നോക്കി കാണുന്ന നമ്മുടെ പ്രവർത്തനങ്ങൾക്ക് ചേർന്നതാണോ? ഹിന്ദുമതവിശ്വാസികൾ വച്ചുപുലർത്തുന്ന 'വിഗ്രഹാരാധന'യുടെ ഒരു ചെറിയ രൂപം ഇതിൽ കാണാൻ കഴിയില്ലേ? ഈ പരിപാടി ഇനിയെങ്കിലും നാം തുടർന്നുകൊണ്ടു പോകണമോ?

കെ രാമകൃഷ്ണൻ
എരവിമംഗലം

ഇതിനുമുമ്പ് ഈ പംക്തിയിൽ ചൂണ്ടിക്കാണിച്ചതുപോലെ, മാർക്സിസ്റ്റ് ലെനിനിസ്റ്റുകാർ വെറും ഭൗതികവാദികളല്ല, അവരുടെ ഭൗതികവാദം വൈരുധ്യാത്മകവും ചരിത്രപരവുമാണ്. യുക്തിവാദികളെപ്പോലെ ആശയവാദത്തിനെതിരായ സമരത്തിൽ മാത്രം ഒതുങ്ങിനിൽക്കുന്നതിനുപകരം ആശയവാദത്തിനെതിരായ സമരത്തെ വർഗസമരത്തിനു കീഴ്പ്പെടുത്തുകയാണ് മാർക്സിസ്റ്റ് ലെനിനിസ്റ്റുകാർ ചെയ്യുന്നത്.

തൊഴിലാളിവർഗത്തിന്റെ നേതൃത്വത്തിൽ അധ്വാനിക്കുന്ന ബഹുജനങ്ങളെ മുഴുവൻ ഒരു വിപ്ലവസൈന്യമാക്കി വളർത്തിയെടുക്കുന്ന പ്രായോഗിക പ്രവർത്തനമാണ് വൈരുധ്യാത്മകവും ചരിത്രപരവുമായ ഭൗതികവാദത്തിന്റെ കാതലായ ഭാഗം. ഈ പ്രവർത്തനത്തിനിടയ്ക്ക് പതിനായിരക്കണക്കിന് പ്രവർത്തകരും പൊതുജനങ്ങളും രക്തസാക്ഷികളാകുന്നു.

ഈ രക്തസാക്ഷികളെ അനുസ്മരിച്ച് അവരുടെ കാലടികൾ പിന്തുടരാൻ ജനങ്ങൾക്കാഹ്വാനം നൽകുന്ന ജോലി തൊഴിലാളിവർഗ പ്രവർത്തനത്തിന്റെ അഭേദ്യഭാഗമാണ്.

ഈ സത്യം ചോദ്യകർത്താവും അംഗീകരിക്കുന്നു. അതുകൊണ്ടാണല്ലോ 'അനുസ്മരണ ചടങ്ങുകളിൽ ഒരു രക്തസാക്ഷി പ്രമേയം ആവശ്യമാണെ'ന്ന് അദ്ദേഹം പറയുന്നത്. അതിന്റെ ഭാഗമായി രക്തസാക്ഷിമണ്ഡപം കെട്ടി അതിൽ പുഷ്പാർച്ചന നടത്തുന്നതിനോടാണല്ലോ അദ്ദേഹത്തിന് വിയോജിപ്പ്. ഇത് 'ഹിന്ദുമത വിശ്വാസികൾ വച്ചുപുലർത്തുന്ന വിഗ്രഹാരാധനയുടെ ഒരു ചെറിയരൂപ'മാണെന്ന് അദ്ദേഹം അഭിപ്രായപ്പെടുന്നു.

രക്തസാക്ഷികളെ അനുസ്മരിക്കുന്ന ചടങ്ങുകളിൽ പങ്കെടുക്കുന്നത് ചോദ്യകർത്താവിനെയും എന്നെയുംപോലുള്ള മാർക്സിസ്റ്റ് ഭൗതികവാദികൾ മാത്രമല്ലെന്ന് അദ്ദേഹം ഓർക്കണം. 'ഹിന്ദുമത വിശ്വാസികൾ വച്ചുപുലർത്തുന്ന വിഗ്രഹാരാധന' സ്വന്തം ജീവിതചര്യയുടെ ഭാഗമാക്കിയ വലിയ ഒരു ജനവിഭാഗമുണ്ട്. അവർകൂടി പങ്കെടുത്തുകൊണ്ടുമുള്ള രക്തസാക്ഷി അനുസ്മരണച്ചടങ്ങുകൾ നടത്തുന്നത് തൊഴിലാളിവർഗ വിപ്ലവ പ്രസ്ഥാനത്തിന്റെ വളർച്ചയ്ക്ക് സഹായകരമാണ്.

ജനങ്ങളെയാകെ വിശ്വാസികളും അവിശ്വാസികളുമായി ഭിന്നിപ്പിച്ചു നിർത്തുന്നവരാണ് മതമേധാവികളും ബൂർഷ്വാ യുക്തിവാദികളെപ്പോലെയുള്ള കേവല ഭൗതികവാദികളും. മാർക്സിസ്റ്റ് ലെനിനിസ്റ്റുകാരാകട്ടെ ബൂർഷ്വാ ഭൂപ്രഭു ഭരണവർഗങ്ങൾക്കെതിരെ വിശ്വാസികളും അവിശ്വാസികളും അടങ്ങുന്ന തൊഴിലാളി കർഷക ബഹുജനങ്ങളെ യോജിപ്പിച്ചണിനിരത്താനാണ് ശ്രമിക്കുന്നത്.

ആ ശ്രമത്തിനിടയിൽ രക്തസാക്ഷികളായിത്തീർന്ന സഖാക്കളെ അനുസ്മരിക്കുന്ന കാര്യത്തിലും വിശ്വാസികളുടെയും അവിശ്വാസികളു ടെ യും യോജിച്ച പ്രവർത്തനം ആവശ്യമാണ്. വിശ്വാസികളും അവിശ്വാസികളും ചേർന്നുനടത്തുന്ന സമരത്തിൽ മരിച്ചുവീഴുന്ന രക്തസാക്ഷികളെ അനുസ്മരിക്കുന്നതിൽ അവിശ്വാസികൾക്കുമാത്രം പങ്കുള്ള ചടങ്ങ് സംഘടിപ്പിക്കുന്നത് ശരിയാണോ എന്ന് ചോദ്യകർത്താവ് സ്വയം പരിശോധിക്കണം.
(05.11.1993)

33

മതത്തിന്റെ പുരോഗമനപരമായ പങ്ക്

ആയിരത്തിതൊള്ളായിരത്തി തൊണ്ണൂറ്റി മൂന്ന് ഒക്ടോബർ 15–ന്റെ *ചിന്ത*യിൽ മുഖപ്രസംഗമെന്നു കരുതാവുന്ന 2–ാം പേജിലെ 'അയോധ്യാ കേസിലെ ചക്കളത്തിപ്പോരാട്ടം' എന്ന ലേഖനത്തിൽ രണ്ടാമത്തെ ഖണ്ഡികയുടെ അവസാനത്തേതിനു തൊട്ടുമുമ്പുള്ള വാചകം ഇപ്രകാരമാണ്: "മനുഷ്യനെ കിരാതത്വത്തിൽ നിന്ന് മാനവികതയിലേക്ക് ഉയർത്തുന്നതിൽ പ്രധാന പങ്ക് വഹിച്ച സാമൂഹ്യ സ്ഥാപനങ്ങളിൽ ഒന്നാണ് മതം." അങ്ങ് ഈ പ്രസ്താവനയോട് യോജിക്കുന്നുണ്ടോ?

അന്റണി കളപ്പറമ്പൻ
കരുമാല്ലൂർ

'യുക്തിവാദി'കളെപ്പോലുള്ള ബൂർഷ്വാ ഭൗതികവാദികളും മാർക്സിസ്റ്റ് ലെനിനിസ്റ്റുകാരും തമ്മിലുള്ള വ്യത്യാസം ഇതിനുമുമ്പ് ഈ പംക്തിയിൽ വിശദീകരിച്ചിട്ടുണ്ട്. അത് ആവർത്തിക്കുന്നതാവശ്യമാണെന്നു തോന്നുന്നു.

അന്ധവിശ്വാസങ്ങളുടെയും അനാചാരങ്ങളുടെയും കൂടാണ് മതമെന്നാണ് ബൂർഷ്വാ ഭൗതികവാദികൾ കരുതുന്നത്. അതുകൊണ്ട് അന്ധവിശ്വാസങ്ങൾക്കും അനാചാരങ്ങൾക്കുമെതിരെ താത്വികനിലവാരത്തിൽ പോരാടലാണ് മുഖ്യകടമയെന്ന് അവർ കരുതുന്നു.

ഇതിൽ സത്യത്തിന്റെ ഒരു കണികയുണ്ട്. ഇന്നു നിലവിലുള്ള സംഘടിത മതങ്ങളെല്ലാം അന്ധവിശ്വാസങ്ങളുടെയും അനാചാരങ്ങളുടെയും കൂടാണ്. അതിൽ നിന്ന് ജനങ്ങളെ മോചിപ്പിക്കാൻ മാർക്സിസ്റ്റ് ലെനിനിസ്റ്റുകാർക്ക് കടമയുണ്ട്. അതിൽ, ചില ഉപാധികൾക്ക് വിധേയമായി, ബൂർഷ്വാ

ഭൗതികവാദികളോട് മാർക്സിസ്റ്റ്–ലെനിനിസ്റ്റുകാർക്ക് സഹകരിക്കുകയുമാവാം. പക്ഷേ, ബൂർഷ്വാ ഭൗതികവാദികൾ ചെയ്യാത്ത ഒരുകാര്യം മാർക്സിസ്റ്റ്–ലെനിനിസ്റ്റുകാർ ചെയ്യുന്നു : ഇന്നത്തെ സംഘടിത മതങ്ങൾ അന്ധവിശ്വാസങ്ങളുടെയും അനാചാരങ്ങളുടെയും കൂടായി തീർന്നതെങ്ങനെയെന്ന് അവർ ചരിത്രപരമായി പരിശോധിക്കുന്നു. ആ പരിശോധനയിൽ നിന്നും അവർ ചെന്നെത്തുന്ന നിഗമനമാകട്ടെ, ഓരോ മതത്തിന്റെയും ഉത്ഭവകാലത്ത് അധ്വാനിക്കുന്ന ബഹുജനങ്ങളുടെ ജീവിതവും വിചാരവികാരങ്ങളുമായി ഓരോ മതവും ബന്ധപ്പെട്ടിരുന്നു എന്നാണ്. ആ നിലയ്ക്ക് ആദ്യകാലത്തെ മതം മനുഷ്യചരിത്രത്തിൽ പുരോഗമനപരമായ ഒരു പങ്കു വഹിച്ചിട്ടുണ്ട്.

പക്ഷേ, സമൂഹത്തിന്റെ പുരോഗതിയിൽ മറ്റെല്ലാ സാമൂഹ്യ പ്രതിഭാസങ്ങളുമെന്നപോലെ മതവും ചൂഷകവർഗത്തിന്റെ കയ്യിലുള്ള ഒരു സമരായുധമായി മാറി. എങ്കിലും ആദ്യകാലത്തെ മത ദർശനത്തിലുണ്ടായിരുന്ന പുരോഗമനപരമായ അംശങ്ങൾ മതവിശ്വാസികളുടെ വികാരവിചാരങ്ങളിൽ തുടർന്നുപോന്നു. അതിന്റെ പ്രതിഫലനമെന്ന നിലയ്ക്ക് ഉറച്ച മതവിശ്വാസികളുടെ ഇടയിൽ നിന്നുതന്നെ പുരോഗമനരാഷ്ട്രീയക്കാർ ഉയർന്നുവരാൻ തുടങ്ങി. അവരും സംഘടിതമതങ്ങളുടെ തലപ്പത്തിരിക്കുന്ന പ്രമാണിവർഗവും തമ്മിൽ ഏറ്റുമുട്ടാൻ തുടങ്ങി. ഈ സാഹചര്യത്തിൽ മതവിശ്വാസത്തിന്റെ പുരോഗമനപരമായ വശങ്ങൾ ഇന്നത്തെ വിപ്ലവ പ്രസ്ഥാനത്തിനു ഉപയോഗിക്കുന്നതിനു മാർക്സിസ്റ്റ് ലെനിനിസ്റ്റുകാർക്ക് കടമയുണ്ട്.

ആദ്യകാല ക്രിസ്തുമതത്തെ ആധുനിക തൊഴിലാളിവർഗ പ്രസ്ഥാനവുമായി താരതമ്യപ്പെടുത്തിക്കൊണ്ട് എംഗൽസ് എഴുതിയ സുപ്രധാന ലേഖനത്തിലേക്ക് ചോദ്യകർത്താവിന്റെ ശ്രദ്ധ ഞാൻ ക്ഷണിക്കുന്നു. ആദ്യകാല ക്രിസ്തുമതത്തിന്റെ ദാർശനികമായ കാഴ്ചപ്പാട് എന്താണെന്നറിയേണ്ടവർ മാർക്സും താനും കൂടി നേതൃത്വം നൽകിയ സർവരാജ്യ തൊഴിലാളിസംഘടനയുടെ രേഖകൾ പരിശോധിച്ചാൽ മതിയെന്നാണ് എംഗൽസ് അഭിപ്രായപ്പെട്ടത്. നിലവിലുള്ള അധികാരിവർഗങ്ങൾക്കെതിരായ ആദ്യകാല ക്രിസ്തുമതത്തെ അന്നത്തെ അധികാരിവർഗം മർദിച്ചൊതുക്കാൻ നോക്കിയതുപോലെയാണ് ആധുനിക തൊഴിലാളിവർഗ പ്രസ്ഥാനത്തെ മർദിച്ചൊതുക്കാൻ ബൂർഷ്വാസി ശ്രമിച്ചതെന്നാണ് അദ്ദേഹം ചൂണ്ടിക്കാണിച്ചത്. അടുത്തകാലത്തായി ലാറ്റിനമേരിക്കയിലും യൂറോപ്യൻ രാജ്യങ്ങളിലും ഇന്ത്യയിൽ കേരളത്തിൽ തന്നെയും 'വിമോചനദൈവശാസ്ത്രം' എന്ന പേരിൽ ഒരു പ്രസ്ഥാനം ഉയർന്നുവരുന്നത് ചോദ്യകർത്താവ് ശ്രദ്ധിച്ചിരിക്കുമല്ലോ.

ക്രിസ്ത്യാനികൾക്കെന്നപോലെ മുസ്ലിങ്ങൾ ഹിന്ദുക്കൾ മുതലായ മറ്റ് മത സമുദായങ്ങൾക്കും ഇടയിൽ ആധുനിക സംഘടിത തൊഴിലാളി പ്രസ്ഥാനവുമായി സഹകരിക്കാനുള്ള പ്രവണത വളർന്നു വരുന്നുണ്ട്.

കേരളത്തിലും അഖിലേന്ത്യാതലത്തിലും അടുത്തകാലത്ത് രൂപപ്പെട്ട വർഗീയ വിരുദ്ധമതനിരപേക്ഷ പ്രസ്ഥാനത്തിനു ഹിന്ദുസന്യാസിമാർ, മുസ്ലിം മത പണ്ഡിതന്മാർ, ക്രിസ്ത്യൻ പുരോഹിതന്മാർ, സിഖ് ഗുരുക്കന്മാർ എന്നിവരെല്ലാം പിന്തുണ നൽകുന്നുണ്ട്. ഈ നീക്കം ശക്തിപ്പെടുത്തുന്നത് മാർക്സിസ്റ്റ്-ലെനിനിസ്റ്റുകാരുടെ കടമയാണ്.(21.01.1994)

34

ചരിത്രപരമായ കാഴ്ചപ്പാട്

ഇന്ത്യയിലെ ജാതിവ്യവസ്ഥ പുരാതന-മധ്യകാലങ്ങളിൽ ഇന്ത്യാ രാജ്യത്തിനു ഗുണകരമായിരുന്നോ, അതല്ല ദോഷകരമായിരുന്നോ?

ഇതു സംബന്ധിച്ച് രണ്ടഭിപ്രായങ്ങളുണ്ട്. ആദിശങ്കരന്റെ കാലത്ത് ജാതി വ്യവസ്ഥയ്ക്ക് ശങ്കരൻ പുതുജീവൻ നൽകിയപ്പോൾ അത് രാഷ്ട്രീയമായും സാമൂഹ്യമായും ഇന്ത്യയെ തളർത്തുകയാണ് ചെ യ്തതെന്നും ഈ തളർച്ച വിദേശകോയ്മയ്ക്കു വഴിതെളിച്ചുവെന്നുമാണ് ഒരഭിപ്രായം. ഈ അഭിപ്രായം പ്രകടിപ്പിച്ചത് ബി ആർ ഭാസ്കർ എന്ന വ്യക്തിയാണ്. *കലാകൗമുദി* വാരിക ഏപ്രിൽ 3-ലെ ലക്കത്തിൽ.

മറ്റൊരഭിപ്രായം ഇതിനുനേരെ വിപരീതമാണ്. ആ അഭിപ്രായം അങ്ങയുടേതാണ്. "മൗര്യ ഗുപ്ത, ഹർഷ സാമ്രാജ്യങ്ങൾക്കും മുഗൾ സാമ്രാജ്യത്തിനും അവ ഓരോന്നിന്റെയും കീഴിലുണ്ടായ ബഹുമുഖ വളർച്ചയ്ക്കും അടിത്തറപാകിയത് ജാതിവ്യവസ്ഥയാണ്—അതിന്റെ സ്വാധീനശക്തിക്കു കീഴ്പ്പെട്ടുകൊണ്ടാണ് പുരാതന-മധ്യകാലങ്ങളിൽ ഇന്ത്യക്ക് സാംസ്കാരികവും സാമ്പത്തികവും രാഷ്ട്രീയവുമായ വളർച്ചയുണ്ടായത്. (അങ്ങയുടേതായ ഈ അഭിപ്രായം *കലാകൗമുദി* ലേഖനത്തിൽ ബി ആർ ഭാസ്കർ തന്നെ ഉദ്ധരിച്ചതാണ്.)

ശങ്കരൻ പുനരുജ്ജീവിപ്പിച്ച ജാതിവ്യവസ്ഥ വിദേശീയ കോയ്മയ്ക്കു കാരണമായി എന്ന കാര്യത്തിൽ നിങ്ങൾ ഇരുവരും യോജി

ക്കുന്നു; എന്നാൽ ഈ വിദേശവാഴ്ച രാജ്യത്തെ തളർത്തുകയാണ് ചെയ്തതെന്ന് ബി ആർ ഭാസ്കർ വാദിക്കുമ്പോൾ, വിദേശവാഴ്ചയ്ക്ക് അടിത്തറപാകിയത് ജാതിവ്യവസ്ഥയാണെന്ന് അങ്ങ് സമ്മതിക്കുന്നു. എന്നാൽ അത് ഇക്കാലത്ത് രാജ്യത്തെ വളർത്തുകയാണ് ചെയ്തതെന്നാണ് അങ്ങു വാദിക്കുന്നത്.

ഈ രണ്ട് അഭിപ്രായത്തിൽ, ചരിത്രം ഏതിനെയാണ് സാധൂകരിക്കുന്നത്? ബി ആർ ഭാസ്കറെയോ, അതല്ല ഇ എം എസിനെയോ?

ഫമീന

മാത്തോട്ടം, കോഴിക്കോട്

ഇന്ത്യയിൽ വർഗസമൂഹം വളർന്നുവന്നത് ജാതിയുടെ രൂപത്തിലാണെന്ന് മനസിലാക്കിയാലേ അത് ഗുണകരമായിരുന്നോ, ദോഷകരമായിരുന്നോ എന്ന ചോദ്യത്തിന് ഉത്തരം പറയാൻ കഴിയൂ. യൂറോപ്യൻ രാജ്യങ്ങളിൽ വർഗസമൂഹം ആദ്യം രൂപപ്പെട്ടത് അടിമത്തമായിട്ടാണ്. അതിനെ വിലയിരുത്തുമ്പോൾ എംഗൽസ് ഇങ്ങനെ പറഞ്ഞു:

1. അടിമകളെ സംബന്ധിച്ചിടത്തോളം അത് തീർച്ചയായും ദോഷകരമായിരുന്നു.

2. പക്ഷേ, സമൂഹത്തിന്റെ പുരോഗതിക്കു അടിമത്തം മഹത്തായ സംഭാവന നൽകിയിട്ടുണ്ട്. പുരാതന ഗ്രീസിൽ അടിമത്തം ഇല്ലായിരുന്നുവെങ്കിൽ മധ്യകാല യൂറോപ്പിലെ ഫ്യൂഡലിസമോ ആധുനിക മുതലാളിത്തമോ അതിന്റെ കൂടപ്പിറപ്പായ സോഷ്യലിസമോ ഉയർന്നുവരുമായിരുന്നില്ല.

ഈ വീക്ഷണത്തിൽ വൈരുധ്യം ഇല്ലേ എന്ന ചോദ്യം ഉത്ഭവിക്കാം. ജനങ്ങൾക്ക് ദോഷകരമായത് സമൂഹത്തിന് എങ്ങനെ ഗുണകരമാകും? ഇതിനുള്ള ഉത്തരം മാർക്സും എംഗൽസും നൽകിയിട്ടുണ്ട്. പുരാതനകാലത്തെ അടിമത്തവും മധ്യയുഗത്തിലെ ഫ്യൂഡലിസവുംപോലെ ആധുനിക മുതലാളിത്തവും ബഹുഭൂരിപക്ഷം ജനങ്ങളെ സംബന്ധിച്ചിടത്തോളം അങ്ങേയറ്റം ദോഷകരമാണ്. പക്ഷേ, സമൂഹത്തിന്റെ പുരോഗതിയിൽ അവ വിപ്ലവകരമായ പങ്ക് വഹിച്ചിട്ടുണ്ട്.

യഥാർഥം പറയുകയാണെങ്കിൽ, ഭാവിയിൽ വരാനിരിക്കുന്ന സോഷ്യലിസ്റ്റ് സമൂഹം സൃഷ്ടിക്കുന്ന തൊഴിലാളിവർഗംതന്നെ മുതലാളിത്തത്തിന്റെ സന്തതിയാണ്. മുതലാളിത്തം നടത്തുന്ന ചൂഷണമർദനങ്ങൾക്ക് ഇരയാവുന്ന തൊഴിലാളി വർഗമാണ് മുതലാളിത്തത്തിന്റെ ശവക്കുഴി കുഴിക്കാൻ പോകുന്ന സാമൂഹ്യശക്തിയെന്ന്, മാർക്സും എംഗൽസും *കമ്യൂണിസ്റ്റ് മാനിഫെസ്റ്റോവിൽ* ചൂണ്ടിക്കാണിച്ചു.

യൂറോപ്പിൽ എന്നപോലെ അടിമത്തം, ഫ്യൂഡലിസം, മുതലാളിത്തം എന്ന മൂന്ന് ഘട്ടങ്ങളിലൂടെയല്ല ഇന്ത്യയിലെ സമൂഹം മുന്നേറിയത്. യൂറോപ്പിലെ അടിമത്തവും ഫ്യൂഡലിസവും ചേർന്ന് സാമൂഹ്യചരിത്രത്തിൽ വരു

ത്തിയ മാറ്റങ്ങൾ ഇന്ത്യയിൽ ജാതിവ്യത്യാസത്തിന്റെ ഫലമായാണ് വന്നത്. അതുകൊണ്ട് ആ വ്യവസ്ഥ ബഹുജനങ്ങൾക്ക് നൽകിയത് മർദനചൂഷണങ്ങൾ തന്നെയാണ്.

പക്ഷേ, മർദനചൂഷണങ്ങളെ അടിസ്ഥാനമാക്കി രൂപപ്പെട്ട ആ ജാതിസമൂഹം, ശാസ്ത്രങ്ങളുടെയും സാങ്കേതിക വിദ്യയുടെയും സാഹിത്യത്തിന്റെയും കലകളുടെയും വളർച്ചയിൽ അതിപ്രധാനമായ പങ്ക് വഹിച്ചു. ജനങ്ങളുടെ ദൃഷ്ടിയിൽ അത്യന്തം ദോഷകരമായ ആ വ്യവസ്ഥയാണ് ഇന്ത്യയുടെ സാമൂഹ്യവും സാംസ്കാരികവുമായ വളർച്ചയ്ക്ക് കളമൊരുക്കിയത്.

യൂറോപ്പിൽ അടിമത്ത വ്യവസ്ഥയുടെ ഭാഗമായിത്തന്നെ ഉടമകൾക്ക് എതിരായ അടിമകളുടെ കലാപം നടന്നു. അത് ഒരു വിപ്ലവത്തിൽ കലാശിച്ചു. ആ വിപ്ലവത്തിന്റെ സന്തതിയാണ് ഫ്യൂഡൽ സമൂഹം. ആ സമൂഹവും ജനങ്ങളെ സംബന്ധിച്ചിടത്തോളം ചൂഷണ മർദനങ്ങൾ ഉള്ളതായിരുന്നു. പക്ഷേ അതിനുകീഴിലും സാഹിത്യാദികലകളും ശാസ്ത്രസാങ്കേതികവിജ്ഞാനവും വളർന്നു.

എന്നാൽ, യൂറോപ്പിൽ അടിമകളുടെ കലാപം ഒരു വിപ്ലവത്തിൽ കലാശിച്ച് ഫ്യൂഡൽ സമൂഹം വളർന്നു. അതുപോലെയല്ല ഇന്ത്യയിൽ സാമൂഹ്യമാറ്റം ഉണ്ടായത്. മേൽജാതി മേധാവിത്വത്തിനെതിരെ കീഴ്ജാതിക്കാർ നടത്തിയ കലാപം ഒരു രാഷ്ട്രീയ വിപ്ലവത്തിന്റെ രൂപം കൈക്കൊണ്ടില്ല. ബുദ്ധ ജൈനമതങ്ങൾ വൈദിക ബ്രാഹ്മണ സമൂഹത്തിനെതിരെ ആശയരംഗത്ത് കലാപം ഉയർത്തുകയാണ് ചെയ്തത്. അതിനെ ആദിശങ്കരനടക്കമുള്ള ബ്രാഹ്മണപണ്ഡിതന്മാർ പരാജയപ്പെടുത്തുകയും ചെയ്തു.

ഇതോടെ ഇന്ത്യൻ സമൂഹത്തിന്റെ സാംസ്കാരിക വളർച്ച മുരടിച്ചു. ശാസ്ത്ര-സാങ്കേതികവിദ്യകളുടെ വളർച്ചയിലൂടെ പുതിയ പുതിയ കണ്ടുപിടുത്തങ്ങളുണ്ടായില്ല. കലാസാഹിത്യാദിരംഗങ്ങളിൽ ഗതാനുഗതികത്വം വ്യാപകമായി. രാഷ്ട്രീയമായി വിവിധ ജാതികളും മതങ്ങളും ഭാഷകളും നിലനിന്ന രാജ്യത്തിന്റെ പല ഭാഗങ്ങളിലും പ്രാദേശിക മേധാവിത്വം സ്ഥാപിക്കാൻ ശ്രമിക്കുന്ന നാടുവാഴികൾ തമ്മിൽ പൊരുതാൻ തുടങ്ങി. ഈ സ്ഥിതി ഉപയോഗിച്ചാണ് വിദേശീയ കോയ്മകൾ ഇവിടേക്ക് കടന്നുവന്നത്. അതുകൊണ്ടാണ് വിദേശീയ കോയ്മകൾക്ക് എതിരായ രാഷ്ട്രീയ സമരത്തിന്റെ ഭാഗമായിത്തന്നെ ജാതി ജന്മി നാടുവാഴിത്തത്തിനെതിരായ സാമൂഹ്യസാംസ്കാരിക സമരങ്ങളും ഉയർന്നുവന്നത്.

ചരിത്രപരമായ ഈ കാഴ്ചപ്പാട് ഇല്ലെങ്കിൽ ജാതിവ്യവസ്ഥ ഒന്നുകിൽ ഗുണകരമായിരുന്നു. അല്ലെങ്കിൽ ദോഷകരമായിരുന്നു, എന്ന ധാരണ വരും. ആ വ്യവസ്ഥ രൂപപ്പെട്ട കാലത്ത് അതിന് ഗുണകരവും ദോഷകരവുമായ വശങ്ങൾ ഉണ്ടായിരുന്നു; ജനകോടികളെ സംബന്ധിച്ചിടത്തോളം ദോഷകരമായിരുന്നുവെങ്കിലും സമൂഹചരിത്രത്തിന്റെ കാഴ്ചപ്പാട് വച്ചു

നോക്കുമ്പോൾ ഗുണകരമായ അംശങ്ങളും ഉണ്ടായിരുന്നു. അതിലെ ദോഷകരമായ വശങ്ങൾക്ക് എതിരെ അധഃസ്ഥിത വർഗക്കാർ നടത്തിയ സമരം (ബുദ്ധ–ജൈന മതങ്ങൾ) അടിച്ചമർത്തപ്പെട്ടതിനെ തുടർന്ന് സമൂഹത്തിന് സർവതോമുഖമായ മുരടിപ്പ് ഉണ്ടായി. അതുകൊണ്ടാണ് വിദേശീയ കോയ്മകളുടെ മേധാവിത്വം വന്നത്.

ഇതാണ് ഞാൻ എന്റെ ഗ്രന്ഥങ്ങളിലും ലേഖനങ്ങളിലും വിശദീകരിച്ചത്. അതിലെ ഒരു വശം മാത്രം എടുത്താണ് ചോദ്യകർത്താവ് എന്റെ അഭിപ്രായമായി വ്യാഖ്യാനിച്ചത്.(08.06.1994)

35

മുസ്ലിം വ്യക്തിനിയമവും കമ്യൂണിസ്റ്റുകാരും

സേട്ടിന്റെ ചില ആശയങ്ങളോട് മാർക്സിസ്റ്റ് പാർട്ടിക്ക് യോജിക്കാനാവില്ല. നാലുതവണ പെണ്ണുകെട്ടാനവകാശമുണ്ടെന്നും മൂന്നു തവണ തലാഖ് ചൊല്ലിയാൽ വിവാഹമോചനമാകുമെന്നും പറയുന്നതിനോട് തന്റെ പാർട്ടിക്ക് യോജിപ്പില്ല—എന്നാൽ കോൺഗ്രസ് (ഐ) യെ എതിർക്കുന്ന കാര്യത്തിൽ യോജിക്കാം. (*മാധ്യമം,* ജൂൺ 25).

ഒരു പത്രസമ്മേളനത്തിൽ അങ്ങ് അഭിപ്രായപ്പെട്ടതാണു മുകളിൽ ഉദ്ധരിച്ചിരിക്കുന്നത്.

വിവാഹം, വിവാഹമോചനം എന്നിവ സംബന്ധിച്ചുള്ള സേട്ടിന്റെ നിലപാടിനോട് യോജിക്കുക വയ്യ. എന്നാൽ കോൺഗ്രസ് (ഐ) യോടുള്ള സേട്ടിന്റെ എതിർപ്പിനെ സ്വാഗതം ചെയ്യുകയും ചെയ്യുന്നു! എന്താ ഇതിന്റെ അർഥം?

വിവാഹം, വിവാഹമോചനം എന്നത് മതപരമായ ഒരു കാര്യമാണ്. കോൺഗ്രസിനോടുള്ള എതിർപ്പ് രാഷ്ട്രീയമായ ഒന്നും. ഈ രണ്ടു കാര്യങ്ങളും ഒന്നിച്ചുകാണുന്നത് ശരിയാണോ? മതവും രാഷ്ട്രീയവും വേറെ വേറെയാണെന്നും ഒന്നു മറ്റൊന്നിന്റെ പരിധിയിൽ പ്രവേശിച്ചുകൂടെന്നും നിരന്തരമായി പ്രചരിപ്പിക്കുന്ന അങ്ങ് ഇപ്പോൾ ഇത് രണ്ടിനെയും കൂട്ടിച്ചേർക്കുകയല്ലേ ചെയ്തിരിക്കുന്നത്?

ഒരു മുസ്ലിമിനു കമ്യൂണിസ്റ്റുകാരനായി പ്രവർത്തിക്കാൻ സാധ്യമല്ല എന്നു പ്രചരിപ്പിക്കുന്നവരുടെ വാദത്തെ സാധൂകരിക്കുന്നതായിത്തീരുന്നു അങ്ങയുടെ ഈ അഭിപ്രായം; എന്തുകൊണ്ടെന്നാൽ, വിവാഹം, വിവാഹമോചനം സംബന്ധിച്ച് സേട്ട് വച്ചുപുലർത്തുന്ന

അഭിപ്രായം എന്നിവ ഇസ്ലാമിക നിയമസംഹിതയുടെ ഭാഗമാണ്. ഇസ്ലാം മതത്തെ അംഗീകരിക്കുന്ന ഒരാൾക്ക് ഇത് ഉപേക്ഷിക്കുക സാധ്യമല്ല. സേട്ട് തന്റെ മതപരമായ ഈ വിശ്വാസം ഉപേക്ഷിക്കുമ്പോഴേ 'സേട്ടിന്റെ മാറ്റം പൂർണമാകൂ' എന്നാണല്ലോ അങ്ങു പറയുന്നതിന്റെ പൊരുൾ. ഏതെങ്കിലുമൊരു മുസ്ലിമിന് ഇതംഗീകരിക്കാൻ കഴിയുമോ? മുസ്ലിം ജനകോടികളെ പാർട്ടിയിൽനിന്നും അകറ്റാൻ മാത്രമേ ഇത്തരം പ്രസ്താവനകൾ കൊണ്ടു സാധിക്കൂ. മതം വേറെ, രാഷ്ട്രീയം വേറെ എന്ന അങ്ങയുടെ പ്രഖ്യാപിത നിലപാടിന് വിരുദ്ധമായിത്തീരുന്നു ഈ അഭിപ്രായം.

ഫാമിന

മാത്തോട്ടം

'വിവാഹം വിവാഹമോചനം എന്നത് മതപരമായ ഒരു കാര്യമാണ്' എന്ന ചോദ്യകർത്താവിന്റെ അഭിപ്രായത്തോട് യോജിക്കാത്ത മുസ്ലിങ്ങൾ ധാരാളമുണ്ട്.

ശരിയത്ത് നിർദേശിക്കുന്നതുപോലെ ആണുങ്ങൾക്ക് എത്രവേണമെങ്കിലും കെട്ടാം, എപ്പോൾ വേണമെങ്കിലും മൊഴിചൊല്ലാം, മൊഴി ചൊല്ലിയാൽ പിന്നെ ചിലവിനു കൊടുക്കേണ്ട എന്ന പിടിവാശിക്കു കീഴടങ്ങാൻ തയാറില്ലാത്ത മുസ്ലിങ്ങളുടെ—സ്ത്രീകളുടെ വിശേഷിച്ചും— എണ്ണം കൂടിക്കൂടിവരികയാണ്. അവരാണ് ഷാബാനു കേസിൽ ഉണ്ടായ കോടതി വിധി മറികടക്കുന്നതിനു യാഥാസ്ഥിതിക മുസ്ലിം നേതാക്കളുടെ നിർബന്ധത്തിനു വഴങ്ങാൻ രാജീവ് ഗാന്ധിയുടെ ഗവൺമെന്റ് തീരുമാനിച്ചപ്പോൾ അതിനെ ശക്തിയായി എതിർത്തത്.

ഈ നിലപാടെടുത്ത മുസ്ലിം സ്ത്രീ പുരുഷന്മാരിൽ ബഹുഭൂരിപക്ഷവും കമ്യൂണിസ്റ്റിതരരാണ്. അവരുടെ അഭിപ്രായത്തിൽ സ്ത്രീ സ്വാതന്ത്ര്യം മുതലായ ആധുനിക ജനാധിപത്യമൂല്യങ്ങൾക്കാണ്, ശരിയത്തിലെ നിർദേശങ്ങൾക്കല്ല, മുൻതൂക്കം കൊടുക്കേണ്ടത്.

മുസ്ലിം സമുദായത്തിൽത്തന്നെപെട്ട യാഥാസ്ഥിതികരും പുരോഗമനവാദികളും തമ്മിൽ നടക്കുന്ന ഈ സമരത്തിൽ പുരോഗമനവാദികളുടെ കൂടെയാണ് മാർക്സിസ്റ്റുകാർ നിൽക്കുന്നത്. പക്ഷേ ബിജെപിയും ഹിന്ദു വർഗീയ വാദികളും ആവശ്യപ്പെടുന്നതുപോലെ മുസ്ലിം വ്യക്തി നിയമം റദ്ദാക്കി പൊതുസിവിൽ നിയമം ബലത്തിൽ വരുത്തണമെന്നു മാർക്സിസ്റ്റുകാർ ആവശ്യപ്പെടുന്നില്ല. നേരെമറിച്ച് മുസ്ലിം സമുദായത്തിനകത്ത് യാഥാസ്ഥിതികരെ അപേക്ഷിച്ച് പുരോഗമനവാദികൾക്ക് മുൻകൈ കിട്ടുന്നതുവരെ മുസ്ലിം വ്യക്തിനിയമം ബലത്തിലിരിക്കണമെന്നു സേട്ടിനെപ്പോലുള്ളവർക്ക് അവകാശപ്പെടാം.

എന്നാൽ, വിവാഹം, വിവാഹമോചനം മുതലായ കാര്യങ്ങളിൽ തന്നെ പുരോഗമനാത്മകമായ കോടതി വിധികൾ വരുമ്പോൾ അതു മാനിക്കണമെന്നു മതനിരപേക്ഷ രാഷ്ട്രീയക്കാർക്കു നിർബന്ധമുണ്ട്. അതുകൊണ്ടാണ്

വിവാഹമോചിതരാകുന്ന മുസ്ലിം സ്ത്രീകൾക്ക് ചെലവിനു കൊടുക്കേണ്ടതില്ല എന്ന നിയമം ഷാബാനു കേസിനെത്തുടർന്ന് രാജീവ് ഗാന്ധിയുടെ ഗവൺമെന്റ് പാർലമെന്റിൽ അവതരിപ്പിച്ചപ്പോൾ അതിനെ മതനിരപേക്ഷ രാഷ്ട്രീയ ശക്തികൾ ശക്തിയായെതിർത്തത്.

ഇതിനോട് യോജിക്കാതിരിക്കാൻ സേട്ടിനു തീർച്ചയായും അവകാശമുണ്ട്. അതേപോലെ ഇക്കാര്യത്തിൽ അദ്ദേഹത്തോടു വിയോജിക്കാൻ മതനിരപേക്ഷ രാഷ്ട്രീയ ശക്തികൾക്കും അധികാരമുണ്ട്. ഈ സത്യം അന്യോന്യം മനസിലാക്കി യോജിപ്പുള്ള കാര്യത്തിൽ യോജിച്ചു പ്രവർത്തിക്കാനാണ് ശ്രമിക്കേണ്ടത്.(23.09.1994)

36

മതത്തിന്റെ രണ്ടുവശങ്ങൾ

'മതം രാഷ്ട്രീയത്തിൽ കലർത്തിയത് ദോഷമായി' എന്ന തലക്കെട്ടിൽ, 29.07.1994 ന് *ദേശാഭിമാനി* പത്രത്തിൽ വന്ന ലേഖനത്തിൽ സഖാവ് മതത്തെ രാഷ്ട്രീയവുമായി കൂട്ടിക്കുഴയ്ക്കരുത് എന്നാണല്ലോ പറയുന്നത്. ഇങ്ങനെ എഴുതുന്നത് ശരിക്കും മതത്തിൽ കണ്ണുനട്ടുകൊണ്ടുള്ളതല്ലേ? അല്ലാതെ മുകളിൽ മതത്തെ രാഷ്ട്രീയത്തിൽ നിന്ന് ഒഴിവാക്കണം എന്ന് എഴുതുകയും അതിനു ചുവടെ തന്നെ മതത്തെ രാഷ്ട്രീയത്തിൽനിന്ന് ഒഴിവാക്കുന്നതിൽ പ്രയാസം രേഖപ്പെടുത്തുകയും ചെയ്തുകൊണ്ടുള്ള ഈ ലേഖനത്തിലെ വരികളുടെ ഉദ്ദേശ്യം ഒന്നുകൂടി വിശദീകരിക്കാമോ?

രാജിവ് കുമാർ
കടലൂർ

മതത്തെയും രാഷ്ട്രീയത്തെയും അന്യോന്യം കൂട്ടിക്കുഴയ്ക്കരുത്, മതം രാഷ്ട്രീയകാര്യങ്ങളിലോ രാഷ്ട്രം മതകാര്യങ്ങളിലോ ഇടപെടരുത് എന്ന മതനിരപേക്ഷസിദ്ധാന്തം ആദ്യം രൂപപ്പെട്ടത് 19-ാം നൂറ്റാണ്ടിലെ യൂറോപ്യൻ ബൂർഷ്വാ വിപ്ലവങ്ങൾക്കിടയിലാണ്.

അന്ന് യൂറോപ്പിലെ സംഘടിതമതങ്ങളെല്ലാം ഫ്യൂഡൽവിരുദ്ധ ബൂർഷ്വാവിപ്ലവത്തിൽ ഫ്യൂഡൽ പ്രഭുക്കളുടെ കൂടെയാണ് അണിനിരന്നത്. അവരിൽനിന്നു ബൂർഷ്വാ ജനാധിപത്യവിപ്ലവത്തെയും സോഷ്യലിസ്റ്റ് വിപ്ലവത്തെയും രക്ഷിക്കുന്നത് സമൂഹത്തിന്റെ പുരോഗതിക്കാവശ്യമായിരുന്നു.

എന്നാൽ, അന്നുതന്നെ മതത്തിനു മറ്റൊരു മുഖമുള്ളത് മാർക്സും എംഗൽസും എടുത്തുപറഞ്ഞിരുന്നു. 19-ാം നൂറ്റാണ്ടിൽ ബൂർഷ്വാ ജനാധിപത്യവിപ്ലവത്തിനും സോഷ്യലിസത്തിനും എതിരെ പടവെട്ടാൻ തുടങ്ങിയ

ക്രിസ്തീയസഭ, അതിന്റെ ഉത്സവകാലത്ത്, അന്നത്തെ മേധാവിവർഗത്തിനെതിരായ ഒരു ജനകീയ പ്രസ്ഥാനമായിരുന്നു. പിന്നീടാണ് ക്രിസ്തീയസഭ ഫ്യൂഡൽപ്രഭുക്കളുടെ ചട്ടുകങ്ങളായി മാറിയത്.

ഈ സത്യം പുറത്തുകൊണ്ടുവന്ന എംഗൽസ് ഒരു ലേഖനത്തിലിങ്ങനെ പറഞ്ഞു: "ഇന്നത്തെ വിപ്ലവതൊഴിലാളി വർഗപ്രസ്ഥാനവും ആദ്യകാലത്തെ ക്രിസ്തുമതവും തമ്മിൽ വളരെയേറേ സാദൃശ്യമുണ്ട്. രണ്ടും അടിച്ചമർത്തപ്പെടുന്നവരുടെ വികാരവിചാരങ്ങൾക്കു രൂപംനൽകി. രണ്ടിനുമെതിരെ മേധാവിവർഗം ക്രൂരമായ ആക്രമണങ്ങൾ സംഘടിപ്പിച്ചു. അതിനെ നേരിട്ടുകൊണ്ടാണ് രണ്ടും വളർന്നത്. ഇന്നത്തെ തൊഴിലാളിവർഗ പ്രസ്ഥാനത്തെക്കുറിച്ച് അറിയാനാഗ്രഹിക്കുന്നവർ ആദിമകാല ക്രിസ്തീയസഭയിലേക്ക് തിരിഞ്ഞുനോക്കിയാൽ മതി."

പക്ഷേ, ആ ആദ്യകാല ക്രിസ്തീയസഭ അധികം ചെല്ലുന്നതിനുമുമ്പ് ഫ്യൂഡൽ പ്രഭുക്കളുടെ ചട്ടുകമായി. ആധുനിക ജനാധിപത്യത്തിനും സോഷ്യലിസത്തിനുമെതിരെ മേധാവിവർഗം ഉപയോഗിക്കുന്ന മൂർച്ചയേറിയ ആയുധമായി, സംഘടിത ക്രിസ്തീയസഭ മാറി.

എംഗൽസ് ഈ വരികളെഴുതിയതിൽ പിന്നീട് (കഴിഞ്ഞ ഒരു നൂറ്റാണ്ടുകാലമായി) ആഗോളസമൂഹത്തിലും സംഘടിതമതത്തിലും ഒട്ടേറെ മാറ്റങ്ങൾ വന്നു.

എണ്ണമറ്റ രാജ്യങ്ങളിൽ ബൂർഷ്വാ ജനാധിപത്യവിപ്ലവം പൂർത്തിയായി. ഏതാനും രാജ്യങ്ങളിൽ സോഷ്യലിസ്റ്റ് വിപ്ലവംപോലും നടന്നു. അതിനെ ചോരയിൽ മുക്കിക്കൊല്ലാൻ ലോകസാമ്രാജ്യാധിപത്യം നടത്തിയ ശ്രമങ്ങൾ പൊളിഞ്ഞു.

അതേ സമയത്ത് ആധുനികഭരണവർഗം ഫാസിസ്റ്റ് രൂപം കൈക്കൊള്ളുകയും ജനാധിപത്യത്തിനും ലോകസമാധാനത്തിനും ഭീഷണി ഉയർത്തുകയും ചെയ്തു.

ഈ സാഹചര്യത്തിൽ ആദ്യകാല ക്രിസ്തീയസഭയും പിന്നീടുവന്ന സംഘടിത ക്രിസ്തുമതവും തമ്മിലുള്ള വ്യത്യാസം മനസിലാക്കുന്ന വ്യക്തികളും ഗ്രൂപ്പുകളും ക്രിസ്തീയ സമൂഹത്തിന്റെ അടിത്തട്ടിൽ മാത്രമല്ല ക്രിസ്തീയ പുരോഹിതന്മാർക്കിടയിലും വന്നു. ആഗോള ഫാഷിസ്റ്റ്വിരുദ്ധ യുദ്ധത്തിൽ തൊഴിലാളിവർഗ വിപ്ലവകാരികളോടൊപ്പം ജയിലിൽ കിടന്നു മർദനമനുഭവിക്കുകയും കൊല്ലപ്പെടുകയും ചെയ്യാൻ ബഹുമാന്യരായ ക്രിസ്തീയ–ആത്മീയ നേതാക്കൾപോലും തയ്യാറായി. ഇതിന്റെ പ്രതിഫലനമെന്ന നിലയ്ക്ക് 'വിമോചന ദൈവശാസ്ത്രം' എന്ന ഒരു ദാർശനിക പ്രസ്ഥാനംപോലും വന്നു.

ഹിന്ദുക്കളിലും മുസ്ലിങ്ങളിലും ബുദ്ധമതക്കാരിലും മറ്റു മതവിഭാഗങ്ങളിലും ഇതുപോലുള്ള നൂതനപ്രസ്ഥാനങ്ങൾ വളർന്നുവരുന്നുണ്ട്. അവയുടെ അനുയായികളായ ജനലക്ഷങ്ങളും ആത്മീയനേതാക്കൾപോലും ആധുനിക തൊഴിലാളിവർഗപ്രസ്ഥാനത്തിൽ സജീവമായി പങ്കുകൊള്ളുന്നുണ്ട്. അങ്ങനെ മതവിശ്വാസികളെയും മതാധ്യക്ഷന്മാരെപ്പോലും പങ്കെടുപ്പി

ക്കാൻ കഴിയുന്ന ഒരു ബഹുജനപ്രസ്ഥാനം ഇന്ത്യയടക്കം വിവിധ രാജ്യങ്ങളിൽ ഉയർന്നുവന്നിരിക്കുന്നു.

പുരോഗമനപരമായ നിലപാടെടുക്കുന്ന ഇതുപോലുള്ള മതവിശ്വാസികളും അവരുടെ ആത്മീയനേതാക്കളും തങ്ങളുടെ മതദർശനത്തെ ആസ്പദമാക്കിത്തന്നെ ആധുനിക തൊഴിലാളിവർഗപ്രസ്ഥാനത്തിന്റെ കാഴ്ചപ്പാടോടെ പ്രവർത്തിക്കാൻ തുടങ്ങിയിരിക്കുന്നുവെന്നതാണ് സത്യം. അതു കാണുകയും ഉപയോഗിക്കുകയും ചെയ്യണമെന്നാണ് ഞാൻ പറഞ്ഞതിനർഥം.(03.02.1995)

37

മുസ്ലിങ്ങളോടുള്ള പാർട്ടി നിലപാട്

കമ്യൂണിസ്റ്റ് പാർട്ടി ഓഫ് ഇന്ത്യ (മാർക്സിസ്റ്റ്) മുസ്ലിം ജനതയെ ആകർഷിക്കുന്നതും അതിലേക്കുള്ള അവരുടെ വരവും നന്നേ കുറവാണെന്നുള്ള സുർജീത്തിന്റെ പ്രസ്താവനയോട് അങ്ങ് എങ്ങനെ പ്രതികരിക്കുന്നു? ദൈവത്തെ ധ്യാനിച്ചുകൊണ്ട് യു ഡി എഫുകാർ എൽ ഡി എഫ് സ്ഥാനാർഥികൾക്ക് വോട്ടു രേഖപ്പെടുത്തണമെന്ന് അങ്ങ് പ്രസ്താവിച്ചുവല്ലോ. താങ്കളും ദൈവവിശ്വാസിയാണോ? ശരിയത്ത് വിവാദം നിലവിൽവന്നപ്പോൾ സി പി ഐ (എം) എടുത്ത നയമല്ലേ പാർട്ടിയിലേക്കു മുസ്ലിം ജനതയുടെ വരവ് തടഞ്ഞത്?

മൊയ്തീൻ

ഇരിണാവ് റോഡ്

മുസ്ലിം ജനത മാത്രമല്ല മറ്റു ന്യൂനപക്ഷങ്ങൾ സ്ത്രീകൾ മുതലായ അവശവിഭാഗങ്ങളും പാർട്ടിയിലേക്കു വരുന്നതു കുറവാണെന്നു പാർട്ടിയുടെ ഔദ്യോഗിക രേഖകളിൽ വ്യക്തമാക്കിയിട്ടുണ്ട്. ആ ദൗർബല്യം പരിഹരിക്കാൻ ബോധപൂർവമായ ശ്രമം പാർട്ടി നടത്തുന്നുമുണ്ട്.

എന്താണിതിനു കാരണമാണെന്നാണല്ലോ ചോദ്യം. അതിനുള്ള ഉത്തരം ഇതാണ്:

അവശവിഭാഗങ്ങൾ സാമൂഹ്യമായും സാംസ്കാരികമായും താരതമ്യേന പിന്നോക്കം നിൽക്കുന്നവരാണ്. അവരുടെ ഇടയിൽ പിന്നോക്കവിഭാഗങ്ങളിൽപ്പെട്ട പ്രമാണിമാർക്കു നല്ല സ്വാധീനമുണ്ട്. അതു മുറിച്ചുകടക്കുന്നത് എളുപ്പമല്ല. അതിനുള്ള പരിപാടി പാർട്ടി ബോധപൂർവം ആവിഷ്കരിക്കണം.

മുസ്ലിങ്ങളടക്കമുള്ള പിന്നോക്കവിഭാഗങ്ങളിൽപ്പെട്ട പ്രമാണിമാർ അവരുടെ അനുയായികളെ ധരിപ്പിക്കാൻ ശ്രമിക്കുന്നത് അതാതു സമുദായ

ങ്ങളെ വേർതിരിച്ചുനിർത്തി സംഘടിപ്പിക്കുകയും അവരുടെ വിഭാഗീയമായ ആവശ്യങ്ങൾക്കുവേണ്ടി പോരാടുകയും ചെയ്താൽ മാത്രമേ അവർക്കു രക്ഷയുള്ളുവെന്നാണ്. അതു ശരിയല്ലെന്നും വിഭാഗീയതയിൽ ഒതുങ്ങി നിൽക്കാതെ എല്ലാ ജാതി–മത വിഭാഗങ്ങൾക്കും സജീവപങ്കുള്ള വർഗ–ബഹുജനസംഘടനകളിലും ഇടതുപക്ഷപ്പാർട്ടികളിലും സംഘടിക്കുന്നതാണ് പിന്നോക്കവിഭാഗങ്ങൾക്കു രക്ഷയെന്നും അവരെ ധരിപ്പിക്കുക യാണ് മാർക്സിസ്റ്റ്–ലെനിനിസ്റ്റുകാരുടെ പ്രധാന കടമ. അതു നിറവേറ്റുന്നതിൽ പാർട്ടിക്കിന്നു ദൗർബല്യമുണ്ട്. അതു പരിഹരിക്കാനുള്ള പരിശ്രമത്തിലാണ് നിശ്ചയദാർഢ്യത്തോടെ പാർട്ടി ഏർപ്പെട്ടിട്ടുള്ളത്.

രണ്ടാം ചോദ്യത്തിൽ 'ദൈവത്തെ ധ്യാനിച്ചുകൊണ്ട് യുഡിഎഫുകാർ എൽഡിഎഫ് സ്ഥാനാർഥികൾക്കു വോട്ടു രേഖപ്പെടുത്തണമെന്ന്' ഞാൻ പ്രസ്താവിച്ചതിനെ പരാമർശിച്ചിട്ടുണ്ടല്ലോ. അതിനർഥം ഞാൻ ദൈവവിശ്വാസിയാണെന്നല്ല. ബഹുഭൂരിപക്ഷം ജനങ്ങൾ ദൈവവിശ്വാസികളാണെന്നു എനിക്കറിയാം. അവരോടാണ് എന്റെ അഭ്യർഥന. അവർ വിശ്വസിക്കുന്ന ദൈവത്തിന്റെ പേരിൽ രാജ്യതാൽപ്പര്യം സംരക്ഷിക്കുക എന്ന കടമ നിറവേറ്റണമെന്നു ഞാനഭ്യർഥിച്ചിരിക്കുകയാണ്.

മൂന്നാമത്തെ ചോദ്യത്തിൽ പരാമർശിക്കുന്ന 'ശരിയത്ത് വിവാദം' പൊന്തിവരുന്നതിനു മുമ്പുതന്നെ മുസ്ലിം ജനതയുടെ ഇടയിൽ പാർട്ടിയുടെ സ്വാധീനം കുറവായിരുന്നു. അതിനുള്ള കാരണം ഒന്നാം ചോദ്യത്തിനുള്ള ഉത്തരത്തിൽ പറഞ്ഞിട്ടുണ്ട്. മുസ്ലിങ്ങളെ ഒരു പ്രത്യേക രാഷ്ട്രീയപ്പാർട്ടിയായി സംഘടിപ്പിക്കുന്നതിന്റെ ദോഷം മുസ്ലിം ജനലക്ഷങ്ങളെ ബോധ്യപ്പെടുത്താൻ കഴിഞ്ഞില്ല. ശരിയത്തുവിവാദം ചെയ്തതു മാർക്സിസ്റ്റുകാർ ശരിയത്തിനെതിരാണെന്ന പ്രചാരവേലയ്ക്കു വളംവച്ചുകൊടുക്കുകയാണ്.

യഥാർഥത്തിൽ മാർക്സിസ്റ്റുകാരെതിർക്കുന്നത് ശരിയത്തിനെയല്ല. ശരിയത്തിന്റെ പേരുപറഞ്ഞു ബഹുഭാര്യത്വത്തെയും ഒറ്റയിരിപ്പിനു മൂന്നു 'തലാക്ക്' പറഞ്ഞു വിവാഹമോചനം നടത്തുന്നതിനെയും വിവാഹമോചിതകൾക്കു ചെലവിനു കൊടുക്കാതിരിക്കുന്നതിനെയുമാണ്. അതൊന്നും യഥാർഥ ശരിയത്തിന്റെ ഉറവിടമായ *ഖുറാനി*ലില്ലെന്നു പല മുസ്ലിം മത പണ്ഡിതന്മാരും ചൂണ്ടിക്കാണിക്കുന്നു. *ഖുറാനി*ലുണ്ടെങ്കിലും ഇന്നത്തെ കാലത്ത് അതൊന്നും ആചരിക്കരുതെന്നു വലിയൊരു വിഭാഗം മുസ്ലിം സ്ത്രീപുരുഷന്മാർ അഭിപ്രായപ്പെടുന്നു. ഈ രണ്ടാം വിഭാഗത്തോടാണ് മാർക്സിസ്റ്റുകാർക്ക് ആനുകൂല്യം.(12.01.1996)

38

മതപരിവർത്തനാവകാശം

കേരളത്തിൽ അടുത്തകാലത്തായി വിവിധ ഹിന്ദുമത സംഘടനകളെ യോജിപ്പിച്ചുകൊണ്ട് വിഎച്ച്പിയും ആർഎസ്എസും ഹിന്ദു ഐക്യമുന്നണി എന്ന പേരിൽ മതപരിവർത്തനത്തിനെതിരെ ശക്തമായ പ്രചാരണങ്ങൾ നടത്തിവരികയാണ്. ഒരു ശരാശരി ഹിന്ദുവിന്റെ വികാരം ചൂഷണം ചെയ്ത് അവരെ വർഗീയമായി ചേരിതിരിക്കുക എന്ന ഗൂഢതന്ത്രമാണ് ഇതിനു പിന്നിലുള്ളത്. കേരളത്തിലെ പല ക്രിസ്തീയ സംഘടനകളും നടത്തുന്ന പ്രലോഭനപരമായ മതപരിവർത്തനം ആണ് ഇത്തരം ചേരിതിരിവ് ഉണ്ടാക്കാൻ അവരെ സഹായിക്കുന്നത്. ഇഷ്ടമുള്ള മതം സ്വീകരിക്കാൻ ഭരണഘടനയിൽ അവകാശമുണ്ട് എന്നത് ശരിതന്നെ. പക്ഷേ ഹിന്ദുമതത്തെക്കാൾ എന്തെങ്കിലും മേന്മ കണ്ടുകൊണ്ടല്ല മറിച്ച് കുറച്ചു പണമോ വീടോ കിട്ടുന്നതുകൊണ്ടാണ് ആളുകൾ ക്രിസ്തുമതത്തിലേക്ക് പരിവർത്തനം ചെയ്യുന്നത്. പണ്ട് ജാതീയമായ അടിച്ചമർത്തലുകൾകൊണ്ടാണ് മതപരിവർത്തനം നടന്നത്. ഇന്ന് മതപരിവർത്തനത്തിന്റെ അടിസ്ഥാന കാരണം സാമ്പത്തികം ആണ്. ഇത്തരത്തിൽ പ്രലോഭനപരമായ മതപരിവർത്തനം തെറ്റല്ലേ? ഹൈന്ദവ ഫാഷിസ്റ്റ് ശക്തികളെ വളർത്തുന്ന ഒരു ഘടകം മതന്യൂനപക്ഷങ്ങളുടെ ഇത്തരം പരിപാടികൾ അല്ലേ? ഇക്കാര്യത്തിൽ സി പി ഐ (എം) ന്റെ നിലപാട് അറിയാൻ താൽപ്പര്യം ഉണ്ട്.

എ ആർ പ്രസാദ്
ആലക്കോട്

ഇഷ്ടമുള്ള മതം സ്വീകരിക്കാനും ഒരു മതത്തിലും വിശ്വസിക്കാതെ ജീവിക്കാനുമുള്ള സ്വാതന്ത്ര്യത്തോടൊപ്പം മറ്റൊരു സ്വാതന്ത്ര്യംകൂടി

യഥാർഥ ജനാധിപത്യത്തിലുണ്ട്: മതം മാറാൻ ഇഷ്ടപ്പെടുന്നവർക്ക് അതിനുള്ള സ്വാതന്ത്ര്യം.

ഈ സ്വാതന്ത്ര്യം ഇന്ത്യാ ഗവൺമെന്റ് ഇന്നും അംഗീകരിക്കുന്നില്ല. പിന്നോക്ക ജാതിക്കാരെന്ന നിലയ്ക്ക് പട്ടികജാതിക്കാർക്കും പട്ടികവർഗക്കാർക്കും അനുവദിച്ച ആനുകൂല്യങ്ങൾ അവർ ഹിന്ദുമതം വിട്ട് മറ്റേതെങ്കിലും മതം സ്വീകരിച്ചാൽ തുടർന്നുകിട്ടുകയില്ലെന്ന് വ്യവസ്ഥപ്പെടുത്തിയിട്ടുണ്ട്. ഇതിനർഥം മതം മാറാൻ അവകാശമില്ലെന്നു തന്നെയാണ്.

അതുകൊണ്ടാണ് ദളിത ക്രിസ്ത്യാനികൾക്കും ഹൈന്ദവ ദളിതർക്കുള്ള സംവരണാനുകൂല്യം കിട്ടണമെന്ന് ദളിത ക്രിസ്ത്യാനികൾ വാദിക്കുന്നത്. അത് തികച്ചും ന്യായമാണെന്നാണ് സി പി ഐ (എം) അടക്കമുള്ള മതനിരപേക്ഷ ജനാധിപത്യ പാർട്ടികളുടെ അഭിപ്രായം.

നിർബന്ധിച്ച് മതപരിവർത്തനം ചെയ്യിക്കുന്നത് തീർച്ചയായും തെറ്റാണ്. അതല്ല ചോദ്യകർത്താവിന്റെ ആക്ഷേപം. പണമോ മറ്റു ജീവിത സൗകര്യങ്ങളോ നൽകി പ്രലോഭിപ്പിച്ച് മതപരിവർത്തനം ചെയ്യിക്കുന്നുവെന്നാണ്. അത് ശിക്ഷാർഹമായ ഒരു കുറ്റമല്ല.

ഹൈന്ദവ ഫാഷിസ്റ്റ് ശക്തികളെ വളർത്തുന്നത് 'പ്രലോഭന മതപരിവർത്തന'മാണെന്ന ചോദ്യകർത്താവിന്റെ ധാരണ ശരിയല്ല. ഹൈന്ദവ ഫാഷിസത്തിനെതിരായ പൊതുജനാഭിപ്രായം സംഘടിപ്പിക്കുന്നതിൽ മതനിരപേക്ഷ ജനാധിപത്യശക്തികൾ വേണ്ടത്ര വിജയിക്കുന്നില്ലെന്നതാണ് അതിനുകാരണം. ആ ദൗർബല്യം പരിഹരിക്കുന്നതിനുപകരം മതപരിവർത്തനാവകാശം നിഷേധിക്കണമെന്നാണ് ചോദ്യകർത്താവ് നിർദേശിക്കുന്നത്.
(05.04.1986)

39

ശരി-അത്തും സാമൂഹ്യ പരിഷ്കാരവും

ശരി-അത്ത് ആചാരങ്ങളിലും ബഹുഭാര്യത്വത്തിലും സ്വത്ത് നിയമങ്ങളിലും മാറ്റം വരുത്തണമെന്നു സഖാവ് നിരന്തരമായി വാദിക്കുകയും നിയമ നടപടികൾ കൈക്കൊള്ളുകയും ചെയ്തിട്ടിപ്പോൾ ശരിയത്ത് വിശ്വാസികളിൽ ബഹുഭൂരിപക്ഷത്തിന്റെ പിന്തുണയുണ്ടെങ്കിൽ മാത്രമേ ശരിയത്തിൽ മാറ്റം വരുത്താൻ പാടുള്ളു എന്നു പറഞ്ഞതായി എതിരാളികൾ പ്രചരിപ്പിക്കുന്നുണ്ടല്ലോ ഈ പ്രചാരണത്തിൽ കഴമ്പുണ്ടോ? ഉണ്ടെങ്കിൽ ഇതിന്റെ കാരണം ഒന്നു വിശദീകരിക്കാമോ?

വി എം കൃഷ്ണൻ
പെരുമൺപുറ

'ശരി-അത്താചാരങ്ങളിലും ബഹുഭാര്യത്വത്തിലും സ്വത്തുനിയമങ്ങളിലും മാറ്റം വരുത്തണമെന്നു നിരന്തരമായി വാദിക്കുകയും നിയമനടപടികൾ കൈക്കൊള്ളുകയു'മാണ് ഞാൻ ചെയ്തതെന്നു പറയുന്നത് സത്യവിരുദ്ധമാണ്. എനിക്കെതിരായി മുസ്ലിം മതഭ്രാന്തന്മാർ നിരന്തരം നടത്തിയ പ്രചാരണത്തിനു ചോദ്യകർത്താവ് ഇരയായിരിക്കുകയാണ്.

ബഹുഭാര്യത്വം പോലുള്ള സ്ത്രീവിരുദ്ധ നടപടികൾ അവസാനിപ്പിക്കണമെന്ന് ഞാൻ പറഞ്ഞിട്ടുണ്ട്. അത് മുസ്ലിംമത ഭ്രാന്തന്മാർക്ക് ഇഷ്ടപ്പെട്ടില്ല. അതുകൊണ്ട് ശരിയത്തിനെതിരായി നിയമനടപടികൾ കൈക്കൊള്ളണമെന്നു ഞാൻ പറയുന്നുവെന്ന അസത്യം അവർ പ്രചരിപ്പിക്കുകയാണ്.

ബഹുഭാര്യത്വം, ലക്കില്ലാതെ വിവാഹമോചനം നടത്താൻ പുരുഷന്മാർക്കുള്ള അധികാരം, വിവാഹമോചിതയായ മുൻ ഭാര്യക്കും അവരുടെ കുട്ടികൾക്കും ചെലവിനു കൊടുക്കാതിരിക്കൽ മുതലായവയെ മുസ്ലിം സമുദായത്തിൽ തന്നെ പെട്ട സ്ത്രീകളും പുരോഗമന വാദികളായ പുരുഷന്മാരും എതിർക്കുന്നുണ്ട്. അവർക്കെതിരെ മുസ്ലിം മതഭ്രാന്തന്മാർ എടുത്തു

പയോഗിക്കുന്ന ആയുധമാണ് 'ശരി–അത്ത്' എന്ന സങ്കൽപ്പം.

എന്നെ സംബന്ധിച്ചിടത്തോളം ശരി–അത്തൊരു പ്രശ്നമല്ല. മുകളിൽ പറഞ്ഞ അനാചാരങ്ങൾ അവസാനിപ്പിക്കണമെന്നതാണ് പ്രധാനം.

നിർഭാഗ്യവശാൽ, ഈ അനാചാരങ്ങൾക്കുവേണ്ടി വാശിയോടെ വാദിക്കുന്ന വിഭാഗങ്ങൾ മുസ്ലിം സമുദായത്തിലുണ്ട്. അവരുടെ എതിർപ്പിനെ നിഷ്പ്രഭമാക്കിക്കൊണ്ട് സാമൂഹ്യപരിഷ്കാരങ്ങൾ നടപ്പിൽ വരുത്താൻ വേണ്ട ശക്തി മുസ്ലിം സ്ത്രീകൾക്കോ പുരോഗമന വാദികളായ മുസ്ലിം പുരുഷന്മാർക്കോ ഇന്നില്ല.

ഈ സാഹചര്യത്തിൽ ബി ജെ പി പ്രഭൃതികൾ ആവശ്യപ്പെടുന്നതുപോലെ, മുസ്ലിം വ്യക്തിനിയമം റദ്ദാക്കി ഒരു പൊതുസിവിൽ നിയമം ഉടൻ ഏർപ്പെടുത്തണമെന്ന അഭിപ്രായത്തോട് എനിക്ക് യോജിപ്പില്ല. മുസ്ലിം പൊതുജനാഭിപ്രായത്തിൽ സ്ത്രീകൾക്കും പുരോഗമനവാദികളായ പുരുഷന്മാർക്കും മുൻകൈ കിട്ടുമ്പോൾ മാത്രമേ സാമൂഹ്യ പരിഷ്കാരം നടപ്പിലാക്കാൻ കഴിയൂ.

എന്നാൽ, മറ്റു സമുദായങ്ങളിലെന്നപോലെ മുസ്ലിം സമുദായത്തിലും സ്ത്രീ–പുരുഷ സമത്വത്തിനുവേണ്ടിയുള്ള പ്രചാരണവും പ്രക്ഷോഭവും നടത്തുന്നതിനു ഞാൻ അനുകൂലമാണ്. (17.05.1996)

40

സാമ്രാജ്യത്വവിരുദ്ധ സമരത്തിൽ മതത്തിന്റെ പങ്ക്

ദേശീയ സ്വാതന്ത്ര്യത്തിനു വേണ്ടിയുള്ള പോരാട്ടത്തിൽ ജനങ്ങളിൽ സാമ്രാജ്യത്വവിരുദ്ധവികാരം ആളിക്കത്തിക്കാൻ നമ്മുടെ ദേശീയ ബൂർഷ്വാ നേതൃത്വം മതത്തെ ഉപയോഗിച്ചതിന്റെ ഗുണവും ദോഷവും സഖാവിന്റെ *ഇന്ത്യൻ സ്വാതന്ത്ര്യസമരചരിത്രം* ഒന്നാംഭാഗം ഇരുപതും ഇരുപത്തിയൊന്നും അധ്യായങ്ങളിലായി വിശകലനം ചെയ്തിട്ടുണ്ട് (1976 ൽ നാലു ഭാഗമായി പ്രസിദ്ധീകരിച്ചത്).

ഈ വിശകലനവുമായി വൈരുധ്യമുണ്ടെന്ന് തോന്നാവുന്ന ഒരു സമീപനം സഖാവ് പ്രകടിപ്പിച്ചതായി കണ്ടു. ".... സാമ്രാജ്യത്വത്തിനെതിരായ പോരാട്ടത്തിൽ മതത്തെ ഒരായുധമാക്കുന്നതിന് താൻ അനുകൂലമാണെന്ന് അദ്ദേഹം പറഞ്ഞു." (*ദേശാഭിമാനി*, 22.04.1996). ഇതെങ്ങനെ പ്രയോഗത്തിൽ വരുത്തും? ഉദാഹരണസഹിതം വിശദീകരിച്ചാലും.

ഈ പ്രശ്നത്തിൽ കമ്യൂണിസ്റ്റ് പ്രസ്ഥാനത്തിനുള്ള ദൗർബല്യത്തെ ചൂണ്ടിക്കാണിച്ചുകൊണ്ട് ബി ടി രണദിവെ പറഞ്ഞു:

എന്നാൽ അതോടൊപ്പം തന്നെ, തൊഴിലാളി വർഗവും കമ്യൂണിസ്റ്റ് പ്രസ്ഥാനവും തങ്ങളിൽ കുടികൊണ്ടുവരുന്ന ഒരു ദൗർബല്യം തരണം ചെയ്യേണ്ടതുണ്ട്. സാമൂഹ്യ സമരങ്ങളിൽ ഇടപെടുകയും പൊതുവായ പ്രസ്ഥാനത്തെ ഭിന്നിപ്പിക്കുകയും ചെയ്യുന്ന ഭരണവർഗങ്ങളുടെ പ്രത്യയശാസ്ത്രത്തെ, അവയ്ക്കെതിരായി അതോടൊപ്പം തന്നെ ആശയസമരങ്ങൾ നടത്താതെ പരാജയപ്പെടുത്താൻകഴിയില്ല. ബഹുജനങ്ങളുടെ പ്രായോഗിക പ്രവർത്തനങ്ങളോടൊപ്പം തന്നെ ആശയസമരവും നടത്തണം. തങ്ങളുടെ ഈ കടമ നിറവേറ്റുന്ന കാര്യത്തിൽ മതത്തെയും ഇന്ത്യയിലെ അതിന്റെ പിന്തിരിപ്പൻ–സാമൂഹ്യ രൂപങ്ങളെയും ഭൗതികവാദ വിമർശന

ത്തിന് വിധേയമാക്കുന്ന കാര്യത്തിൽ കമ്യൂണിസ്റ്റ്-ഇടതുപക്ഷ പ്രസ്ഥാനങ്ങൾ ഏറ്റവും ദുർബലമാണ്. ബൂർഷ്വാ നേതൃത്വം ഈ കടമ നിറവേറ്റുകയുണ്ടായില്ല. തൊഴിലാളിവർഗ പ്രസ്ഥാനവും അതിനെ അവഗണിച്ചു. ഈ പ്രശ്നങ്ങളോടുള്ള അടവുപരമായ സമീപനങ്ങൾ പിന്തിരിപ്പൻ ആശയങ്ങളുടെമേൽ മൗലികമായ കടന്നാക്രമണം നടത്താത്തതുകൊണ്ട്, അവസരവാദത്തിലേക്കും ആശയക്കുഴപ്പത്തിലേക്കും ആണ് പ്രായോഗികമായി നയിച്ചത്. ഈ ദൗർബല്യം തരണം ചെയ്യേണ്ടതുണ്ട്. (*മാർക്സിസം : സിദ്ധാന്തവും പ്രയോഗവും*, ലേഖനസമാഹാരം, ചിന്ത പബ്ലിഷേഴ്സ്, 1984, പേജ് 39)

വർത്തമാന പരിതഃസ്ഥിതിയിൽ സാമ്രാജ്യത്വത്തിനെതിരായ പോരാട്ടത്തിൽ മതത്തെ ഒരായുധമാക്കുമ്പോൾ മേൽപ്പറഞ്ഞ കാര്യവും ഓർമിക്കേണ്ടതല്ലേ?

എം വി കോര

കോട്ടയം

മതത്തോടും മതരാഷ്ട്രീയത്തോടുമുള്ള മാർക്സിസ്റ്റ് സമീപനത്തിനു രണ്ടു വശങ്ങളുണ്ട്.

1. ചരിത്രപരമായി നോക്കുമ്പോൾ ഓരോ മതവും ഉത്ഭവിച്ച കാലത്ത് അന്നത്തെ സാഹചര്യത്തിൽ പുരോഗമനപരമെന്നോ വിപ്ലവപരമെന്നുതന്നെയോ വിശേഷിപ്പിക്കാവുന്ന പല അംശങ്ങളും അവയിലുണ്ടായിരുന്നു. ആദ്യകാല ക്രിസ്തുമതവും ആധുനിക തൊഴിലാളിവർഗ പ്രസ്ഥാനവും തമ്മിൽ എംഗൽസ് നടത്തിയ താരതമ്യം ശ്രദ്ധേയമാണ്. ഇതേ കാഴ്ചപ്പാട് വച്ച് ഇസ്ലാമികവും ഹൈന്ദവവുമടക്കം ഏതു മതത്തിന്റെയും ആദ്യകാലചരിത്രം പരിശോധിച്ചാൽ അതിൽ ജനകീയമായ അംശം കാണാം.

2. എന്നാൽ കാലക്രമത്തിൽ—വർഗസമൂഹത്തിന്റെ വളർച്ചയിലെന്നർഥം—സംഘടിതമതത്തെ സ്വന്തം വർഗതാൽപ്പര്യങ്ങൾ സംരക്ഷിക്കാൻ വേണ്ടി ഭരണവർഗങ്ങൾ ഉപയോഗപ്പെടുത്തുന്നു. അതാകട്ടെ, ചിലപ്പോൾ സാമ്രാജ്യാധിപത്യത്തിനും ഫ്യൂഡലിസത്തിനും എതിരായിത്തീരുകയും ചെയ്യും. പക്ഷേ, മൊത്തത്തിൽ അധ്വാനിക്കുന്ന ബഹുജനങ്ങളെ തങ്ങളുടെ വരുതിയിൽ നിർത്തുന്നതിനുള്ള ഒരായുധമായാണ് ഭരണവർഗങ്ങൾ മതത്തെ ഉപയോഗിക്കുന്നത്. അതുകൊണ്ട് മതസമുദായങ്ങളോടും അവയെ ആസ്പദമാക്കിയ രാഷ്ട്രീയ പ്രസ്ഥാനങ്ങളോടും തൊഴിലാളിവർഗ പാർട്ടി വിപ്ലവ പ്രസ്ഥാനത്തിന്റേതായ യഥാർഥ്യബോധത്തിന്റെ നിലപാടെടുക്കണം.

ഈ കാഴ്ചപ്പാടോടെയാണ് മതവിശ്വാസംകൂടി ഉൾക്കൊള്ളുന്ന ഗാന്ധിസത്തോടു ഇന്ത്യൻ കമ്യൂണിസ്റ്റ് പാർട്ടി അതിന്റെ സമീപനമംഗീകരിച്ചത്. അതാണ് സ്വാതന്ത്ര്യ സമരചരിത്രത്തിന്റെ 20-ഉം 21-ഉം അധ്യായങ്ങളിൽ ഞാൻ വിശദീകരിച്ചത്. "ദേശീയ ബൂർഷ്വാ നേതൃത്വം മതത്തെ

ഉപയോഗിച്ചതിന്റെ ഗുണവും ദോഷവും" ഞാൻ ചൂണ്ടിക്കാണിച്ചിട്ടുണ്ടെന്നു ചോദ്യകർത്താവുതന്നെ സമ്മതിക്കുന്നുണ്ടല്ലോ.

ഈ വിശകലനവും "സാമ്രാജ്യത്വത്തിനെതിരായ പോരാട്ടത്തിൽ മതത്തെ ആയുധമാക്കുന്നതിന്" ഞാൻ നൽകിയ ആനുകൂല്യവും തമ്മിൽ യാതൊരു വൈരുധ്യവുമില്ല. ഇന്ത്യയിലെ ബ്രിട്ടീഷ് വിരുദ്ധ സമരത്തിനു ശക്തികൂട്ടാൻ മഹാത്മാഗാന്ധി ഉപയോഗിച്ച മതത്തെതന്നെ പിന്നീട് ഫാഷിസത്തിനെതിരായ സമരത്തിൽ യൂറോപ്യൻ മതമേധാവികളും ഉപയോഗിക്കുകയുണ്ടായി. ഇന്നത്തെ ആഗോളരാഷ്ട്രീയത്തിലാകട്ടെ, ഇസ്ലാമിക ലോകത്തിലെ ബൂർഷ്വാ നേതാക്കൾ അമേരിക്കൻ സാമ്രാജ്യാധിപത്യത്തിനെതിരെ തങ്ങളുടെ ജനങ്ങളെ അണിനിരത്തുന്നുണ്ട്.

ഈ ഓരോ സന്ദർഭത്തിലും ലോകസാമ്രാജ്യാധിപത്യത്തിനെതിരായി തൊഴിലാളിവർഗം നടത്തുന്ന സമരത്തെ സഹായിക്കുകയും ശക്തിപ്പെടുത്തുകയും ചെയ്യുന്നിടത്തോളം മതത്തെ നാം സ്വാഗതം ചെയ്യുന്നു.

അതേയവസരത്തിൽ, ബി ടി രണദിവെ ചൂണ്ടിക്കാണിക്കുന്നതുപോലെ, മതം പ്രതിനിധാനം ചെയ്യുന്ന ആത്മീയമായ ആശയഗതികൾക്കെതിരെ നിരന്തരം പോരാടാൻ തൊഴിലാളിവർഗപ്പാർട്ടിക്കു കടമയുണ്ട്. എന്തുകൊണ്ടെന്നാൽ, 'ഇഹലോകത്തിൽ സ്വർഗം പണിയാൻ' തൊഴിലാളി വർ ഗം നടത്തുന്ന ശ്രമത്തിനു 'പരലോകസ്വർഗം' സംബന്ധിച്ച മതത്തിന്റെ ആശയഗതി തടസം നിൽക്കുന്നു. ഇതിലേക്കാണ് രണദിവെ ശ്രദ്ധ ക്ഷണിച്ചത്. അതിനർഥം സാമ്രാജ്യാധിപത്യത്തിനും ഫ്യൂഡലിസത്തിനുമെതിരായ സമരത്തിൽ പങ്കുകൊള്ളുന്ന മതവുമായി സഹകരിക്കരുതെന്നല്ല. (07.06.1996)

41

പാർട്ടിയംഗങ്ങളുടെ മതവിശ്വാസം

കേരളത്തിലെ പല ക്ഷേത്രങ്ങളുടെയും പള്ളികളുടെയും കമ്മിറ്റി ഭാരവാഹികളിൽ പലരും ഇന്ന് സി പി ഐ (എം) മെംബർമാരാണ്. പാർട്ടിയുടെ പ്രധാന പരിപാടികൾ ഒഴിവാക്കിയാലും ക്ഷേത്രചടങ്ങുകൾ ഒഴിവാക്കരുതെന്ന് വാശിപിടിക്കുന്നവരാണ് ഇവരിൽ ഭൂരിപക്ഷവും. സ്വന്തം ഭക്തി എന്നതിലുപരി മറ്റുള്ളവരെ ഭക്തിയിലേക്ക് നയിക്കുന്ന ഇത്തരം സഖാക്കളോടുള്ള പാർട്ടിയുടെ ഇപ്പോഴത്തെ സമീപനമെന്താണ്?

എ സജീവ്കുമാർ
കൊയിലാണ്ടി

മറ്റു പലർക്കുമെന്നപോലെ ഈ ചോദ്യകർത്താവിനും ക്ഷേത്രങ്ങൾ പള്ളികൾ മുതലായ ദേവാലയങ്ങളോട് മാർക്സിസ്റ്റ്-ലെനിനിസ്റ്റുകാർക്കുള്ള സമീപനം ബൂർഷ്വാ യുക്തിവാദികളുടേതുതന്നെയാണെന്ന ധാരണ ഉണ്ടെന്നു തോന്നുന്നു. എങ്കിൽ അതു ശരിയല്ല.

മാർക്സിസത്തിന്റെ ദർശനം വൈരുധ്യാത്മകമായ ഭൗതികവാദമാണ്. അതിനെതിരായ ചിന്താഗതികളോടു ആശയസമരം നടത്താൻ മാർക്സിസ്റ്റ്-ലെനിനിസ്റ്റ് പാർട്ടിയുടെ മെംബർമാർക്കു ബാധ്യതയുണ്ട്.

എന്നാൽ, സാമൂഹ്യവും സാമ്പത്തികവും രാഷ്ട്രീയവുമായ പ്രശ്നങ്ങൾ കൈകാര്യം ചെയ്യുന്നതിന്റെ ഫലമായി മാർക്സിസ്റ്റുകാർക്ക് ഭൗതികവാദികളല്ലാത്ത ജനവിഭാഗങ്ങളുടെ വിശ്വാസം നേടാൻ കഴിയുന്നുണ്ട്. സത്യം പറയുകയാണെങ്കിൽ, മാർക്സിസ്റ്റ്-ലെനിനിസ്റ്റ് പാർട്ടികൾക്ക് വോട്ടുചെയ്യുന്ന ബഹുജനങ്ങളിൽ ബഹുഭൂരിപക്ഷം മതവിശ്വാസികളാണ്. അവരുടെ വികാരങ്ങൾക്ക് ക്ഷതമേൽപ്പിക്കാത്ത വിധത്തിൽ വേണം മാർക്സിസ്റ്റ്-ലെനിനിസ്റ്റുകാർ പെരുമാറാൻ.

അതായത്, ബൂർഷ്വായുക്തിവാദികൾ ചെയ്യുന്നതുപോലെ ദൈവത്തിനും മതത്തിനുമെതിരായ പ്രചാരവേല നിരന്തരം നടത്തുക എന്നത് മാർക്സിസ്റ്റ്-ലെനിസ്റ്റുകാരുടെ കടമയല്ല.

പോരെങ്കിൽ ബഹുഭൂരിപക്ഷം ജനങ്ങളുടെ മതവിശ്വാസം ചൂഷണം ചെയ്യുന്നതിനും മതത്തെ ആസ്പദമാക്കിയ രാഷ്ട്രീയം കൈകാര്യം ചെയ്യുന്നതിനും പിന്തിരിപ്പന്മാർ ശ്രമിക്കുന്നുണ്ട്. മുസ്ലിം-ക്രിസ്ത്യൻ പള്ളികളെ രാഷ്ട്രീയമായി ഉപയോഗിക്കുക എന്നത് അതാതു സമുദായങ്ങളിലെ പിന്തിരിപ്പന്മാരുടെ സാധാരണ പതിവാണ്.

അടുത്തകാലത്തു ഹൈന്ദവക്ഷേത്രങ്ങളുടെമേൽ നിയന്ത്രണം കൈവശപ്പെടുത്തി അവയെ ആർ എസ് എസിന്റെ ആയുധപരിശീലനത്തിനുവേണ്ടി ഉപയോഗിക്കുക എന്ന പതിവ് തുടങ്ങിയിട്ടുണ്ട്. ഈ നീക്കത്തെ ചെറുത്തുതോൽപ്പിക്കാൻ എല്ലാ മത നിരപേക്ഷ ദേശീയവാദികൾക്കും ബാധ്യതയുണ്ട്. ഈ സത്യം ചോദ്യകർത്താവ് കാണുന്നില്ലെന്നുതോന്നുന്നു.

മാർക്സിസത്തിന്റെ അടിസ്ഥാന തത്വമായ ഭൗതികവാദത്തിൽനിന്ന് ഏതെങ്കിലും പാർട്ടി മെംബർ വ്യതിചലിക്കുന്നുണ്ടെങ്കിൽ, ആ പ്രശ്നം അയാൾ അംഗമായ പാർട്ടി ഘടകം ചർച്ച ചെയ്യേണ്ടതാണ്. അങ്ങനെ പ്രശ്നം പരിഹരിക്കുന്നതിനു പകരം പാർട്ടി മെംബർമാരിൽ ഒരു പൊതുനിരോധനം ഏർപ്പെടുത്താനാണ് ചോദ്യകർത്താവ് നിർദേശിക്കുന്നത്.(07.02.1997)

42

സാമൂഹ്യ-സാമ്പത്തിക സമരങ്ങളാണ് മുഖ്യം

ഒരു കുടിയേറ്റകർഷകനും ഞാനുമായി രാഷ്ട്രീയ-സാമൂഹ്യപ്രശ്നങ്ങൾ ചർച്ച ചെയ്തുവരുന്നു. അദ്ദേഹം സാമാന്യം സാമ്പത്തിക ശേഷിയുള്ള ഒരു പുരോഗമന ചിന്താഗതിക്കാരനാണ്. മക്കൾക്കെല്ലാം ഉയർന്ന വിദ്യാഭ്യാസയോഗ്യത, തൊഴിൽ, മറ്റ് സൗകര്യങ്ങൾ എല്ലാമുണ്ട്. എന്നാൽ കുടുംബാംഗങ്ങളെ മാറിമാറി പിടികൂടുന്ന രോഗം, അതുമായി ബന്ധപ്പെട്ട് കുടുംബത്തിൽ അസ്വസ്ഥത, ജീവിതനൈരാശ്യം മുതലായവ അവരെ കണക്കിലേറെ അലട്ടുന്നു. ആവശ്യത്തിന് സൗകര്യമുണ്ടെങ്കിലും ദുഃഖമയമായ ജീവിതംതന്നെ.

ഈ അവസ്ഥയിൽ നിന്നും കരകയറാൻ ആത്മീയവാദികൾ ദൈവത്തിൽ അഭയം പ്രാപിക്കാൻ നിർദേശിക്കുന്നുണ്ടല്ലോ. ഈ പ്രശ്നം സംബന്ധിച്ച് മാർക്സിസത്തിന്റെ കാഴ്ചപ്പാട് എന്തെന്ന് വിശദമായി പ്രതിപാദിക്കണമെന്ന് അപേക്ഷിക്കുന്നു.

പാറക്കോട്ട് രാഘവൻ
ഉണ്ണികുളം

ചോദ്യത്തിന്റെ ആദ്യഭാഗത്ത് പറഞ്ഞതോ അതിനോട് തുല്യമോ ആയ സ്ഥിതിയിലെത്തി പലരും നമ്മുടെ നാട്ടിലുണ്ട്. അതിന് പരിഹാരം കാണാൻ അവർ സ്വാഭാവികമായി ആത്മീയതയിലേക്ക് നീങ്ങും. അവരെ ആ വഴിക്ക് നീക്കാൻ മതവിശ്വാസികൾ ശ്രമിക്കുകയും ചെയ്യും.

അതിൽനിന്ന് അവരെ പിന്തിരിപ്പിക്കാനുള്ള യഥാർഥമാർഗം അവരുടെ അവശതകൾക്ക് കാരണമായി നിൽക്കുന്ന സാമൂഹ്യ-സാമ്പത്തിക

സ്ഥിതിഗതികൾക്കെതിരായി പോരാടാൻ അവരെ പ്രേരിപ്പിക്കുകയാണ്. അതിന്റെ ഭാഗമായി വർഗസമരത്തിന്റെയും രാഷ്ട്രീയസമരത്തിന്റെയും ആശയം വ്യാപകമായി പ്രചരിപ്പിക്കുകയും വേണം.

പക്ഷേ, ഈ പ്രചാരണംകൊണ്ട് മാത്രം അവർ മുഴുവൻ മതവിശ്വാസത്തിൽനിന്ന് മാർക്സിസ്റ്റ് ഭൗതികവാദത്തിലേക്ക് വരികയില്ല. അധ്വാനിക്കുന്ന ജനവിഭാഗങ്ങളെയെല്ലാം മാർക്സിസ്റ്റ് ഭൗതികവാദികളാക്കി സമരരംഗത്തിറക്കാൻ നോക്കുന്നത് പാഴ്‌വേലയാണ്. ആത്മീയതയുടെയും മതവിശ്വാസത്തിന്റെയും കാഴ്ചപ്പാടുള്ളവരെ അത് തുടരാനനുവദിച്ചുകൊണ്ടുതന്നെ സാമൂഹ്യവും സമ്പത്തികവുമായ രംഗങ്ങളിൽ ചൂഷകവർഗങ്ങൾക്കെതിരായി പോരാടാൻ പ്രേരിപ്പിക്കുകയും സംഘടിപ്പിക്കുകയുമാണ് യഥാർഥ മാർഗം.

ഇന്ന് സി പി ഐ (എം) അടക്കമുള്ള ഇടതുപക്ഷ പാർട്ടികളുടെ കൂടെ നിന്ന് പ്രായോഗികരംഗത്ത് വർഗസമരങ്ങളിലേർപ്പെടുന്നവരിൽ ബഹുഭൂരിപക്ഷം ആത്മീയ ദാർശനിക വീക്ഷണമുള്ളവരാണ്. അവരെ ഉറച്ച ഭൗതികവാദികളാക്കിക്കഴിഞ്ഞാൽ മാത്രമേ വർഗസമരം നടക്കുകയുള്ളുവെന്ന ധാരണ ചോദ്യകർത്താവിനുണ്ടെന്ന് തോന്നുന്നു. അത് ശരിയല്ല. ആയിരുന്നുവെങ്കിൽ മാർക്സിസ്റ്റ് ഭൗതികവാദത്തിൽ വിശ്വസിക്കുന്ന പാർട്ടികളുടെ പിന്നിൽ ബഹുഭൂരിപക്ഷം ജനങ്ങൾ അണിനിരക്കുമായിരുന്നില്ല. (17.01.19 97)

43

ദേശീയതയും മതവും കമ്യൂണിസ്റ്റുകാരും

താഴെയുള്ള ചോദ്യങ്ങളിൽ അങ്ങയോട് ഏതെങ്കിലും വിധത്തിൽ അനാദരവ് പ്രകടമാകുന്നുണ്ടെങ്കിൽ ക്ഷമിക്കുമല്ലോ.

1. കഴിഞ്ഞ ലക്കം *ചിന്ത*യിൽ 'രാഷ്ട്രീയ മൗലികവാദം' എന്ന തലക്കെട്ടിനു താഴെ 'ഏഴു പതിറ്റാണ്ടിനുമുമ്പ് ഉൾക്കൊണ്ട ദേശീയത' എന്ന സൂചനയിൽനിന്ന് ആരംഭിക്കട്ടെ:

'സർവരാജ്യ തൊഴിലാളികളേ' എന്ന സംബോധനയിൽനിന്നും 'ഞാനൊരാഗോള മനുഷ്യനാണ്' എന്ന പ്രസ്താവത്തിലും ആരംഭിക്കുകയും കുടികൊള്ളുകയും ചെയ്ത മാർക്സിയൻ പ്രസ്ഥാനത്തിൽ 'ദേശീയത' എന്ന സങ്കൽപ്പനം എത്രത്തോളം പ്രാധാന്യമർഹിക്കുന്നുതാണ്? സാമ്രാജ്യത്വത്തെ എതിരിടാനുള്ള ഒരു ഗാന്ധിയൻ അടവ് എന്ന അർഥത്തോളമല്ലേ അതിന് പ്രാധാന്യമുള്ളൂ? ഇത്തരത്തിൽ 'കമ്യൂണിസ്റ്റ് ഗാന്ധിയൻ' എന്ന പ്രസ്താവത്തെയും ചോദ്യം ചെയ്തുകൂടേ?

2. അങ്ങേക്കിപ്പോഴും 'ബ്രാഹ്മണ സമുദായത്തോടാണ് കൂറ്' എന്ന വിമർശനങ്ങൾ നാനാവഴിക്കും ഉയർന്നുവരാറുണ്ടല്ലോ. ഞായറാഴ്ച *ദേശാഭിമാനി*യിൽ അങ്ങയുടെ കുറിപ്പുകളിൽ ആഗോള വിപ്ലവപ്രസ്ഥാനത്തോടൊപ്പം ബ്രാഹ്മണ സമുദായത്തിനും നിസ്സാരമല്ലാത്ത സംഭാവന അങ്ങ് നൽകിയിട്ടുണ്ട് എന്ന് അവകാശപ്പെട്ടല്ലോ. ഇതിലെ ശരികേടിനെ സംബന്ധിച്ചല്ല ചോദ്യം. ഒരു മുസൽമാനായി ജനിച്ച് കമ്യൂണിസ്റ്റായിത്തീർന്ന ഒരാൾക്ക് തന്റെ ജീവിത സായാഹ്നത്തിൽ ഇങ്ങനെ അഭിമാനിക്കാൻ കഴിയുമോ? അതായത്, ഒരു

കമ്യൂണിസ്റ്റായതിനുശേഷം (ഹിന്ദുസമുദായങ്ങളിൽ പിറന്നവരിൽ നിന്ന് വ്യത്യസ്തമായി), ഒരു മുസൽമാന് തന്റെ ജീവതശൈലിക്ക് തന്നെ ഗണ്യമായ മാറ്റം വരുത്തേണ്ടതായിവരുന്നു. ആ മതത്തിന്റെ സംഘടനാസുശക്തതയും പ്രത്യയശാസ്ത്ര ധാർഷ്ട്യവും മറ്റുമായ കാരണങ്ങൾ മൂലമാണോ അങ്ങനെ വരുന്നത്? ഒരു മുസൽമാനായ കമ്യൂണിസ്റ്റ്, ഹിന്ദുസമുദായങ്ങളിൽ ഏതെങ്കിലും വിഭാഗങ്ങളിൽ പിറന്ന കമ്യൂണിസ്റ്റ്, കമ്യൂണിസ്റ്റ് ക്രിസ്ത്യൻ എന്നിങ്ങനെ സഖാവിന് ചിന്തിക്കേണ്ടിവന്നിട്ടുണ്ടോ? ഇത്തരമൊരു പരിശോധനയുടെ അഭാവത്തിലല്ലേ മുസ്ലിം വിഭാഗം ഏറിയ തോതിൽ കമ്യൂണിസ്റ്റ് പ്രസ്ഥാനത്തിൽനിന്ന് അകന്നുകഴിയുന്നത്? മുസ്ലിങ്ങളുടെ മനസറിഞ്ഞ് പ്രവർത്തനം നടത്താൻ കമ്യൂണിസ്റ്റുകാർക്ക് ഇനിയും കഴിഞ്ഞിട്ടില്ല എന്നല്ലേ ഇതിനർഥം?

ചോദ്യകർത്താവ് കരുതുന്നതുപോലെ ദേശീയതയും അന്തർദേശീയതയും പരസ്പരവിരുദ്ധമല്ല. ദേശീയ വാദിയാകാതെ ഒരാൾക്ക് സാർവദേശീയ വാദിയാകാൻ വയ്യാ.

മാർക്സും ഏംഗൽസും *കമ്യൂണിസ്റ്റ് മാനിഫെസ്റ്റോ*യിൽ ചൂണ്ടിക്കാണിച്ചപോലെ തൊഴിലാളിവർഗം തുടങ്ങുന്നത് സ്വന്തം നാട്ടിലെ മുതലാളി വർഗത്തിനെതിരായി പോരാടിക്കൊണ്ടാണ്. പക്ഷേ, ദേശീയതലത്തിലുള്ള ആ മുതലാളിത്തവിരുദ്ധ സമരം തൊഴിലാളി വർഗ സാർവദേശീയതയായി ഉയരുന്നു.

മലപ്പുറത്തുനിന്ന് ഒരു പാർട്ടി പ്രവർത്തകൻ

ചോദ്യകർത്താവ് ഉന്നയിക്കുന്ന രണ്ടാമത്തെ ചോദ്യത്തിന്റെ ഉത്തരം ഇതാണ്: ബ്രാഹ്മണസമുദായമെന്നപോലെ മറ്റെല്ലാ സമുദായങ്ങളും നമ്മുടെ രാജ്യത്തെ സാമൂഹ്യ-സാംസ്കാരിക ജീവിതത്തിന് അതാതിന്റേതായ വിലപിടിച്ച സംഭാവനകൾ നൽകിയിട്ടുണ്ട്. പക്ഷേ, പിന്നീട്, ആ സമുദായങ്ങളോരോന്നും അപചയങ്ങൾക്കിരയായി.

എന്റെ 'ബ്രാഹ്മണ സമുദായത്തോടുള്ള കൂറി'നെപ്പറ്റി വിമർശനപരമായി പറയുന്നവർ ഒരു കാര്യം മറക്കുന്നു. ബ്രാഹ്മണസമുദായത്തെ ബാധിച്ച അപചയങ്ങൾക്കെതിരെ പത്തുവയസ്സുള്ളപ്പോൾതൊട്ട് ഞാൻ പോരാടിയിട്ടുണ്ട്. സമുദായത്തിലുള്ള അനാചാരങ്ങൾക്കും അന്ധവിശ്വാസങ്ങൾക്കുമെതിരെ പോരാടിക്കൊണ്ടാണ് ഞാൻ പൊതുജീവിതം തുടങ്ങിയത്. ജനിച്ചത് ബ്രാഹ്മണനായിട്ടാണെങ്കിലും വളർന്നത് കമ്യൂണിസ്റ്റായിട്ടാണ്. ഇന്നെനിക്ക് ജാതിയോ മതമോ ഇല്ല.

ഇതുപോലെ മുസ്ലിം സമുദായാംഗങ്ങൾക്കും ആ സമുദായത്തിന് വന്നുചേർന്ന അപചയങ്ങളെ എതിർക്കാം. അങ്ങനെ എതിർക്കുന്ന 'മുസ്ലിം കമ്യൂണിസ്റ്റു'കാരുണ്ട്. കമ്യൂണിസ്റ്റുകാരായിത്തീർന്നിട്ടില്ലാത്ത മുസ്ലിങ്ങൾ

തന്നെ ഇസ്ലാമിന്റെ പേരിൽ നടക്കുന്ന അനാചാരങ്ങൾക്കും അന്ധവിശ്വാസങ്ങൾക്കുമെതിരെ പോരാടുന്നുണ്ട്.

ആ സമുദായത്തിലെ സ്ത്രീകൾ വിശേഷിച്ചും 'ശരിയത്തിന്റെ' പേരിൽ പ്രാബല്യത്തിലിരിക്കുന്ന കാടൻ നിയമങ്ങളോട് പോരാടുന്നുണ്ട്.

അതു ചെയ്യുമ്പോൾത്തന്നെ മനുഷ്യചരിത്രത്തിൽ ഇസ്ലാം വഹിച്ച മഹനീയപങ്കിനെ ഉയർത്തിപ്പിടിക്കാൻ പുരോഗമനവാദികളായ മുസ്ലിങ്ങൾക്ക് കഴിയും.

അടുത്ത കാലത്തായി മുസ്ലിങ്ങൾക്ക് ഭൂരിപക്ഷമുള്ള എത്രയോ രാജ്യങ്ങളിൽ സാമൂഹ്യപരിഷ്കാരങ്ങൾ പ്രാവർത്തികമായിട്ടുണ്ട്. മുഹമ്മദ് നബിയുടെ കാലത്തുണ്ടായിരുന്ന ഇസ്ലാമല്ല ഇന്നത്തെ ആഗോള ഇസ്ലാം. കേരളത്തിലെ മുസ്ലിം ഭൂരിപക്ഷപ്രദേശമായ മലപ്പുറം ജില്ലയിലും പുത്തൻകാറ്റ് അടിച്ചുകൊണ്ടിരിക്കുന്നുണ്ട്. മുസ്ലിം സമുദായവും കമ്യൂണിസ്റ്റ് പ്രസ്ഥാനവും തമ്മിൽ ഉണ്ടെന്ന് ചോദ്യകർത്താവ് പറയുന്ന അകൽച്ച അതിവേഗം കുറഞ്ഞുവരികയാണ്.(19.12.1997)

www.ingramcontent.com/pod-product-compliance
Lightning Source LLC
LaVergne TN
LVHW040746051026
849519LV00007BA/2460

* 9 7 8 9 3 8 5 0 1 8 2 8 2 *